இந்தியா 1944—48

அசோகமித்திரனின் பிற நூல்கள்
[காலச்சுவடு வெளியீடு]

நாவல்

- ❖ 18வது அட்சக்கோடு (கிளாசிக் வரிசை)
- ❖ ஒற்றன்!
- ❖ யுத்தங்களுக்கிடையில் . . .
- ❖ ஆகாயத் தாமரை
- ❖ தண்ணீர் (கிளாசிக் வரிசை)
- ❖ கரைந்த நிழல்கள் (கிளாசிக் வரிசை)
- ❖ மானசரோவர் (கிளாசிக் வரிசை)
- ❖ இன்று

சிறுகதை

- ❖ ஐந்நூறு கோப்பைத் தட்டுகள் (கிளாசிக் வரிசை)
- ❖ வாழ்விலே ஒரு முறை (முதல் சிறுகதைத் தொகுப்பு வரிசை)
- ❖ அழிவற்றது
- ❖ 1945இல் இப்படியெல்லாம் இருந்தது . . .
- ❖ இரண்டு விரல் தட்டச்சு
- ❖ அசோகமித்திரன் சிறுகதைகள் (முழுத் தொகுப்பு)
- ❖ அமானுஷ்ய நினைவுகள்

குறுநாவல்

- ❖ இன்ஸ்பெக்டர் செண்பகராமன்
- ❖ அசோகமித்திரன் குறுநாவல்கள் (முழுத் தொகுப்பு)
- ❖ மணல் (கிளாசிக் வரிசை)

கட்டுரை

- ❖ எரியாத நினைவுகள் (கிளாசிக் வரிசை)
- ❖ சில ஆசிரியர்கள் சில நூல்கள்
- ❖ படைப்புக்கலை
- ❖ ஒரு பார்வையில் சென்னை நகரம்
- ❖ ஆடிய ஆட்டமென்ன
- ❖ திரைக்குப் பின்
- ❖ என் பயணம்

இந்தியா 1944–48

அசோகமித்திரன் (1931–2017)

இயற்பெயர் ஜ. தியாகராஜன். செகந்தராபாத்தில் பிறந்தார். மெஹ்பூப் கல்லூரியிலும் நிஜாம் கல்லூரியிலும் ஆங்கிலம், இயற்பியல், வேதியியல் படித்தார். தந்தையின் மறைவுக்குப் பின் இருபத்தொன்றாம் வயதில் குடும்பத்துடன் சென்னைக்குக் குடியேறினார். *கணையாழி* மாத இதழின் ஆசிரியராகப் பல ஆண்டுகள் பணியாற்றினார்.

1951 முதல் தமிழிலும் ஆங்கிலத்திலும் எழுதினார். சிறுகதை, குறுநாவல், நாவல், கட்டுரை, விமர்சனம், சுய அனுபவப் பதிவு போன்ற பிரிவுகளில் 60 நூல்களுக்கும் மேல் எழுதியிருக்கிறார். பல இந்திய மொழிகளிலும் சில ஐரோப்பிய மொழிகளிலும் இவரது நூல்கள் மொழிபெயர்க்கப் பட்டுள்ளன. 1973இல் அமெரிக்காவின் அயோவா பல்கலைக் கழகத்தின் எழுத்தாளர்களுக்கான சிறப்புப் பயிலரங்கில் கலந்துகொண்டவர்.

1996ஆம் ஆண்டு சாகித்திய அக்காதெமி விருது பெற்றார்.

அசோகமித்திரன் தனது 85வது வயதில், 23.03.2017 அன்று சென்னை வேளச்சேரியில் காலமானார்.

மனைவி: ராஜேஸ்வரி. மகன்கள்: தி. ரவிசங்கர்,
தி. முத்துக்குமார், தி. ராமகிருஷ்ணன்.

● அன்பார்ந்த வாசகருக்கு,
வணக்கம்.

காலச்சுவடு நூலை வாங்கியமைக்கு நன்றி.

நூலின் உள்ளடக்கம், உருவாக்கம், அட்டைப்படம் இன்ன பிற அம்சங்கள் பற்றிய உங்கள் கருத்துகளையும் ஆலோசனைகளையும் காலச்சுவடு வரவேற்கிறது. தகவல், எழுத்து, வாக்கியப் பிழைகள் தென்பட்டால் அவசியம் தெரிவித்து உதவுங்கள். நூல் தயாரிப்பில் கடும் குறைபாடு இருப்பின் மாற்றுப் பிரதி உங்களுக்குக் கிடைக்கக் காலச்சுவடு ஏற்பாடு செய்யும்.

மின்னஞ்சல்: **publisher@kalachuvadu.com**

காலச்சுவடு நாகர்கோவில் அலுவலகத்திற்குக் கடிதம் அனுப்பலாம்.

தங்கள்
எஸ்.ஆர். சுந்தரம் (கண்ணன்)
பதிப்பாளர் — நிர்வாக இயக்குநர்

Unauthorised use of the contents of this published book, whether in e-book or hardcopy format, for any type of Artificial Intelligence (AI) training — including but not limited to Machine Learning, Deep Learning, Natural Language Processing, Computer Vision, Chatbot Training, Image Recognition Systems, Recommendation Engines, and Language Models — is strictly prohibited without prior licensing from the publisher. Any such unauthorised use may result in legal action.

அசோகமித்திரன்

இந்தியா 1944–48

காலச்சுவடு பதிப்பகம்

இந்தியா 1944–48 ❖ அசோகமித்திரன் ❖ நாவல் ❖ ©ராஜேஸ்வரி, தி.ரவிசங்கர், தி. முத்துக்குமார், தி. ராமகிருஷ்ணன் ❖ முதல் பதிப்பு: டிசம்பர் 2017, ஒன்பதாம் பதிப்பு: டிசம்பர் 2025 ❖ வெளியீடு: காலச்சுவடு பப்ளிகேஷன்ஸ் (பி) லிட்., 669, கே.பி. சாலை, நாகர்கோவில் 629001

intiyaa 1944-48 ❖ Novel ❖ Author: Ashokamitran ❖ © Rajeswari, T. Ravi shankar, T. Muthukumar and T. Ramakrishnan ❖ Language: Tamil ❖ First Edition: December 2017, Ninth Edition: December 2025 ❖ Size: Demy 1 x 8 ❖ Paper: 18.6 kg maplitho ❖ Pages: 216

Published by Kalachuvadu Publications Pvt. Ltd., 669 K.P. Road, Nagercoil 629001, India ❖ Phone: 91-4652-278525 ❖ e-mail: publications@kalachuvadu.com ❖ Printed at Clicto Print, Jaleel Towers,42 KB Dasan Road, Teynampet Chennai 600018

ISBN: 978-93-86820-16-7

12/2025/S.No. 796, kcp 6148, 18.6 (9) 1k

பம்பாய் 1944

1

பிறப்பதற்கு முன்பே அப்பாவை இழந்து விடுகிற குழந்தைக்கு ஆங்கிலத்தில் ஒரு பெயர் இருக்கிறது. அதில் சிறிது காருண்யம் இருப்பதாகக் கூடத் தோன்றும். ஆனால், தமிழில் மிகவும் கடுமை யான சொற்கள். ஒரு குழந்தை பிறப்பதற்கு முன்பே எப்படி ஒரு மனிதரை விழுங்க முடியும்?

எனக்கு ஓர் அண்ணா உண்டு. சுந்தரம். அவன், அப்பா இருக்கிற சிறுவனாக உறவினர் வீட்டுக்குப் போய் விளையாடியிருக்கிறான். நான் எப்போதும் அம்மாவுடன் சமையல் அறையில், இல்லாது போனால் இருட்டாக உள்ள ஸ்டோர் அறையிலேயேதான் வளர்ந்தேன். குழந்தையிலிருந்து அடுப்புக் கணப்புடன் இருட்டுக்கும் எனக்குப் பழக்கமாகிவிட்டது.

அந்த நாளில், சிறு வயதிலேயே கணவன் போய் விட்டால் உடனே பிறந்தகம்தான். கணவனில்லாது ஓர் இளம் விதவை, கணவன் வீட்டில் ஒருநாள்கூடச் சமாளிக்க முடியாது. ஆதரவில்லாமல் போவதுடன் எப்போதும் தூஷணைகளைக் கேட்டவண்ணம் இருக்க வேண்டும். பிறந்த வீட்டிலும் தூஷணைகள் இருக்கும். அவை துக்கத்தில் கூறப்படுபவை. என் அப்பா அற்பாயுளில் போனவுடன் என் அம்மாவின் அப்பா முகத்தில் மலர்ச்சி, சிரிப்பு இரண்டும் போய்விட்டது என்று பலர் சொல்லக் கேட்டிருக்கிறேன்.

எனக்கு ஐந்தாறு வயது ஆகும்போதுதான் நான் அப்பா இல்லாதவன் என்பதை அனுபவப்பூர்வமாக உணரத் தொடங்கினேன். என் மாமாக்கள்,

அவர்களுடைய தாய், தந்தையர் எப்போது எது திட்டமிட்டாலும் என்னை மறந்துவிடுவார்கள். இருபது கஜத் துணிச் சுருளை வாங்கி என் மாமாக்கள், என் மாமாக்களின் குழந்தைகள் உடைகள் தவிர, சில தலையணை உறைகளும் தைத்த பின் துணி மீதமிருந்தால் எனக்கும் ஒரு சட்டை கிடைக்கும். அளவெடுப்பது கிடையாது. மீதம் இருக்கும் துணியை அப்படியே தைத்துவிடுவதால் பல சமயங்கள் அது தொளதொளவென்று இருக்கும். நான் அதை என் அரை டிராயரில் இடுப்பில் உள்ளே விட்டுக்கொண்டு விடுவேன். அது என்னைத் தனித்துக் காட்டும்.

நான் ஏழாவதோ எட்டாவதோ படிக்கும்போது திடீரென்று என் அண்ணனுக்குக் கல்யாணம் என்றார்கள். பெண்? என் மூத்த மாமாவின் மூத்த பெண்தான். மிகவும் சாது. நன்றாகப் படிக்கவும் செய்துவிட்டு வேலையும் செய்வாள். என் அண்ணன் சென்னையில் படித்துக்கொண்டிருந்தான். அவனுக்கு மாமாவையும் பிடிக்காது. அவர் குடும்பத்தில் எவரையும் பிடிக்காது. ஆனால், மாமா எப்போதும் சிரித்த முகமாக இருப்பார். அவர் பி.ஏ. படித்திருந்தும் சரியான வேலை கிடைக்கவில்லை. வேலை கிடைக்கும் வெளியூர்களில் ஒருமுறை இருமுறை ரயில் மாறிப் போக வேண்டியிருந்தால்கூட அவர் அங்கு வேலையில் சேர்ந்து ஊருக்கும் சிறிது பணம் அனுப்புவார்.

எல்லா மாமாக்களுக்கும் குழந்தைகள் உண்டு என்று சொல்ல முடியாது. சிரித்த முக மாமாவுக்கு ஐந்து பெண்கள், ஒரே மகன். ஐந்து பெண்ணைப் பெற்றவன் ஆண்டி என்று, அந்த நாளில் எல்லாருடைய வாயிலும் வரும். அதையும் அந்த மாமா சிரித்த முகமாகக் கேட்டுக்கொள்வார். மூத்த பெண்ணுக்கு என் அண்ணாவை மணமுடித்துவிட்டார் என்றாலும், அவர் மனத்தில் எப்போதாவது கவலை தோன்றியிருக்கும். அவருடைய மற்ற மகள்களில் மூவர் எனக்கு மூத்தவர்கள். எல்லாருக்கும் அப்பாவுக்கு அதிர்ஷ்டம் இல்லை என்று தெரியும். ஆனால், அப்பாவிடம் அபார நம்பிக்கை. உண்மையில் அது தான் அவருடைய அதிர்ஷ்டம்.

ஏனோ என் அண்ணா விஷயத்தில் அவருடைய அதிர்ஷ்டம் செயல்படவில்லை. தன்னை வளர்த்து ஒரு பிழைப்புக்கு ஏற்பாடு செய்துகொண்டிருந்த மாமா, அவனுடைய சம்மதத்தைக் கேட்காமலேயே தம்முடைய மூத்த பெண்ணை அவனுக்குக் கல்யாணம் செய்து வைத்தது அவனுக்குப் பிடிக்கவில்லை. அவனுக்கு வேலை கிடைக்கும் வரை மனைவி, மாமா வீட்டிலேயே இருக்கட்டும் என்று சொல்லிவிட்டு ஊருக்குப் போய்விட்டான்.

என் அம்மாவுக்கும் மாமாவின் அற்ப சம்பளத்தில்தான் ஒருவேளை சோறு கிடைத்தது. வீட்டில் யார் யாரோ வந்து சாப்பிட்டுவிட்டுப் போவார்கள். மாமாவுடைய சட்டை, கோட்டு எல்லாவற்றையும் போட்டுக்கொண்டு போய்விடுவார்கள். அப்போதும் அவர் சிரித்த முகத்தோடுதான் இருப்பார்.

எனக்கு படிப்பு சரியாக வரவில்லை. ஆசிரியர்கள் சொன்னதைப் புரிந்துகொள்ள முடியவில்லை. ஏழு, எட்டு, ஒன்பது வகுப்பு வரைகூட இந்த மூட்ட மனத்தோடுதான் முன்னேறினேன். அப்போதுதான் நான் சிறிது மக்கு என்று மற்றவர்களுக்கும் தெரிந்தது.

அப்போது மாமா ஏதோ ஒரு வடஇந்திய சமஸ்தானத்தில் கல்லூரி ஆசிரியராக இருந்தார். நான் ஒன்பதாவது வகுப்புப் பரீட்சையில் தேர்வு பெறவில்லை என்றதும், என்னை அவர் இருந்த ஊருக்கு அழைத்துப் போனார். அவரே சமைப்பார். என்னைப் பள்ளியில் விட்டுவிட்டு அவர் கல்லூரி போவார். மாலையில் அவரே வந்து திருப்பி அழைத்துப் போவார். ஒரு மாதத்தில் எனக்கு அந்த ஊர்த் தெருக்கள் தெரிந்துவிட்டன. ஆதலால், மாலையில் நானே வீடு வந்து காத்திருப்பேன். பக்கத்து வீட்டுக் குழந்தைகளுடன் விளையாடுவேன். நான் இந்தி மொழியை அவர்களிடமிருந்துதான் கற்றுக்கொண்டேன்.

நான் அதிக மதிப்பெண்கள் பெறுவது எனக்கே ஆச்சர்யமாக இருந்தது. மாமா செல்வாக்கைப் பயன்படுத்தி பத்தாம் வகுப்பில் சேர்த்திருந்தார். நான் மிக எளிதாக எல்லாப் பாடங்களிலும் ஐம்பதுக்கு மேல் வாங்கிவிட்டேன். மாமாவுக்கு மிகவும் மகிழ்ச்சி. ஏன் என்னூரில் இந்தத் திறமை வரவில்லை? எனக்கும் வியப்பாகத்தான் இருந்தது.

மாமா, அடுத்தடுத்து அவருடைய பெண்களின் திருமணத்தை நடத்திவிட்டார். ஒரு குடும்பத்தார் முழுத் திருமணச் செலவையும் தாங்களே பார்த்துக்கொள்வதாகச் சொல்லி எங்களுக்கும் டின் டின்னாக முறுக்கும், முள் முறுக்கும் தந்தார்கள். யாமாவும் நானும் திருமண தினத்துக்கு இரு நாட்கள் முன்புதான் வந்தோம்.

என் அண்ணாவை தன்னுடைய மூத்த மருமகனாகச் செய்த மாமாவுக்கு என்னையும் ஒரு மருமகனாக்கிக்கொள்ள வேண்டுமென்று தோன்றவில்லை. பொதுவாக அவருடைய பெண்கள் கறுப்பு என்பதைத் தவிர, மிகவும் லட்சணமாகவும் வீட்டுப் பொறுப்புகளை ஏற்பதில் மிகவும் திறமைசாலிகளாகவும் இருந்தார்கள்.

சிரித்த முகமாகவே இருந்த என் மாமா இன்னும் ஒரு பெண் கல்யாணத்துக்கு இருக்கையில் சந்நியாசம் வாங்கிக் கொண்டுவிட்டார். இது பற்றி யாருக்குமே ஒன்றும் புரியவில்லை. மாமா வட இந்தியாவில் பணிபுரிந்தபோதுகூட வாரம் ஒருமுறை கடிதம் எழுதுவார். அவருக்கு எந்த இடத்திலும் ஒரு வருடத்துக்கு மேல் வேலை நீடிக்காததால் ஒரு மாதமாவது அவருடைய கிராமத்தில் இருக்க நேரும். அப்படிக் கிராமத்தில் இருந்தபோது தான் அவர் சந்நியாசம் வாங்கிக்கொண்டு எங்கோ போய் விட்டார். வீட்டில் என் அம்மா, பாட்டி, மாமி, அண்ணனின் மனைவி தவிர, மாமாவின் மகன் மற்றும் கடைசி மகள். மகன் அப்போதுதான் என்னுடன் பத்தாவதை முடித்திருந்தான். எனக்கு நல்ல மதிப்பெண்கள். அறுநூறுக்கு நானூற்றிப் பத்து. அவனுக்குப் பரீட்சையில் தேர்வு பெற கடைசி மதிப்பெண்ணான இருநூற்றி நாற்பது.

பத்தாவது தேறிய நாங்கள் இருவரும் வேலைக்குப் போக வேண்டும். ஒரு மாமா அவனைச் சென்னைக்கு அழைத்துப் போய் ஒரு வேலை வாங்கிக் கொடுத்துவிட்டார். என்னைக் கிராமத்தார் எல்லாரும் மேற்கொண்டு படிக்கச் சொன்னார்கள். ஆனால் எப்படி? என் மாமா எங்கிருக்கிறார் என்று தெரியாது. சந்நியாசி பணம் அனுப்புவாரா? இங்கே கிராமத்தில் இவ்வளவு உயிர்கள் எப்படித் தங்களைப் பாதுகாத்துக்கொள்வார்கள்?

என்னுடைய இன்னொரு மாமா, என் மாமியையும் மகளை யும் அவர் வீட்டுக்கு அழைத்துப் போகவென வந்தார். எங்கள் கிராமத்திலிருந்து பதினைந்து மைல் தூரத்தில் இருந்த ஊரில் போஸ்ட் மாஸ்டராக இருந்தார். பாட்டிக்கும் எங்களுக்கும் ஏதாவது ஏற்பாடு செய்வதாகச் சொன்னார். இவர் இருந்த ஊரும் மிகவும் சின்னது. அங்கு பிறந்து வளரும் குழந்தைகள் பெரியவர்களானால் அந்த ஊரிலேயே வசிக்கப் பெரிய வாய்ப்புக் கிடையாது. ஆக மொத்தம் என் மாமா சந்நியாசம் வாங்கிக் கொண்டது அவருக்குச் சில பொறுப்புகளிலிருந்து விடுதலை கிடைத்திருக்கலாம். ஆனால், அப்பொறுப்புகள் அவற்றைத் தாங்கும் சக்தி இல்லாதவர்கள்மீது விழுந்தது.

எங்கள் ஊரிலும் சுற்றுப்புறத்திலும், "என்ன இந்த மனுஷன் இப்படிப் பண்ணிவிட்டானே?" என்று சொல்லாதவர்கள் இல்லை. மாமாவுக்கு எல்லாவிடத்திலும் நல்ல பெயர். வாய்ப்பே இல்லாதபோதிலும் சிரித்த முகத்துடன் பெரிய குடும்பத்தை நிர்வகித்து வந்த அவர் மீது எல்லாருக்கும் மிகுந்த மரியாதை. இவ்வளவு சிறப்பான ஆசிரியருக்கு உள்ளூரில், தமிழ்நாட்டில்

வேலை கிடைக்காமல் ஔரங்கபாத், விசாகப்பட்டணம் என்று அவர் போக வேண்டியிருந்ததில் எல்லாருக்கும் வருத்தம். இப்படிப் பண்ணிவிட்டாரே என்று கூறினாலும், மாமாவால் தவறாக ஏதும் செய்ய முடியாது என்றும் அவர்கள் நினைத்திருக்க வேண்டும். மாமாவின் ஒரு முடிவால் எங்கள் வாழ்க்கையின் திசை மாறிவிட்டது.

என் அண்ணாவுக்கும் சொல்லி அனுப்பித்தது. அவன் இருக்கும் இடம், முகவரி ஏதும் தெரியாது. வடக்கே போகிறவர் களிடமெல்லாம் மாமா சந்நியாசியாகிவிட்டதைத் தெரிவிக்கச் சொன்னது. அன்று சில செய்திகள் எப்படியும் போய்ச் சேர்ந்து விடும். மாமாவின் சந்நியாசம் சாவுச் செய்திக்குச் சமானம். ஒரு மாதம் கழித்து அண்ணா வந்துவிட்டான்.

அண்ணா அழுதுவிட்டான். அம்மா, பாட்டி, நான் எல்லாரையும் அழைத்துப் போவதாகச் சொன்னான். அவனுக்குப் புனாவில் வேலை கிடைத்து, வேறு நால்வருடன் ஓர் அறையில் இருந்தான். இப்போது அவர்களைப் போகச் சொல்லிவிட்டு அவனுடைய மனிதர்களோடு வாழ்க்கை நடத்தலாம்.

அவனுக்குக் கல்யாணம் நடந்துவிட்டது என்ற நினைவே இல்லாமல் நடந்துகொண்டது எல்லாருக்கும் வியப்பாக இருந்தது. ஆனால், அவன் மறக்கவில்லை. அந்த விதத்தில் அவன் மாமாவிடம் வேறுபட்டவன். அப்படியும் சொல்ல முடியாது. மாமாவும் சம்சாரத்தில் இருந்தவரை அவர் கவனம் வீட்டு மனிதர்கள் மீதுதான் இருந்தது. பாட்டி எங்களுடன் வரவில்லை. மன்னி மாமாவின் மூத்த மகள் வந்தாள்.

2

நாங்கள் நால்வராகப் புனா சென்றபோது எனக்கு வயது பதினைந்து. அதற்கு முன் நான் பார்த்திருந்ததெல்லாம் கிராமங்களும் ஒரே ஒரு மிகச் சிறிய ஊரும். அதற்கு ஒப்பிட்டால் புனா ஒரு மிகப் பெரிய நகரமாகத் தோன்றியது. ஆனால், அண்ணாவோ அதை நகரமாக ஏற்றுக்கொள்ள வில்லை. தெருவோரங்களில் திறந்த சாக்கடை. அது ராணுவத்துக்கென்று அமைக்கப்பட்ட கன்டோன்மென்ட்.

தெருக்கள் அமைப்பில் ஒரு கவனம், ஒழுங்கு முறை இருந்திருக்க வேண்டும். ரஸ்தாப்பெட் என்ற இடத்தில் ஒரு மிகப் பெரிய கட்டடத்தில் டஜன் கணக்கில் தமிழ்க் குடும்பங்கள். ஆனால், கீழே ஒரு விசாலமான டீக்கடையும் சிறு சிறு கடைகளாக ஐந்தாறும் இருந்தன.

எங்கள் வாழ்க்கையில் முதல்முறையாக ஓர் ஓட்டுக் கட்டடத்தில் வாழ்க்கை. சமையல் செய்யும் இடத்தில் ஒரு பெரிய ஜன்னல், அறையை வெளிச்சமாகச் செய்துகொண்டிருந்தது. ஒரு வேறுபாடு, இங்கு விறகு வைத்துச் சமைக்க அனுமதி இல்லை. அரை மூட்டையாக வேப்பங்கரி வாங்கி வைத்துக்கொண்டால் முப்பது நாற்பது நாட்கள் தள்ளிவிடலாம். முதலிலிருந்தே சமையலைத் திட்டமிட்டுத் தொடங்க வேண்டும்.

புனா போன, இரண்டாம் நாளே என்னை அண்ணா ஒரு தொழிற்பள்ளியில் சேர்த்தான். அதைக்

கல்லூரி என்றும் கூறலாம். அதில் பெண்களும் இருந்தார்கள். படிக்க வரும் பல பெண்கள் சைக்கிள் விட்டுக்கொண்டு வந்தார்கள். கிராமத்தில் நிறையப் பெண்கள் மத்தியில்தான் நான் வளர்ந்தேன். ஆனால், இப்பெண்களுடைய துணிச்சல் அவர்களுக்கு இராது. ஆனால் மனோதிடம்?

இந்தச் சூழ்நிலைக் கூச்சத்தோடு என் படிப்பைத் தொடர்ந்தேன். நான் கிராமத்தருகேயே இருந்து, மேல்படிப்பு தொடர்ந்திருந்தால் எனக்கு வீட்டுச் சாப்பாடு கிடைக்காது போயிருக்கும். இந்தப் படிப்பை முடித்துவிட்டால், நான் படிப்பளவில் என் அண்ணன் சுந்தரத்துக்கு இணையாவேன். ஆனால், அவனுடைய சுய நம்பிக்கையும் துணிச்சலும் என்னால் அடைய முடியாது என்று தெரிந்தது. பள்ளிப் படிப்பு என்று அவனும் பத்தாவது தான் படித்திருந்தாலும் அவனால் தமிழ், மலையாளம், ஆங்கிலம், இந்தி என நான்கு மொழிகளில் வெகு சரளமாக முன்பே பேசுவான். இப்போது மராட்டியிலும் பேச ஆரம்பித்திருந்தான். அவனைவிட அதிகம் படித்தவர்கள்கூட அவனிடம் தணிந்து தான் போனார்கள்.

சுந்தரம் அதற்கு முன், என்னிடம் அதிகம் பழகியதில்லை. நான் ஒரு இடத்தில் வளர்ந்தால் அவன் வேறிடத்தில் வளர்ந்தான். இருவருக்குமே மாமாக்கள்தான் ஆதாரம். அம்மாகூடச் சிறிது சிரித்துப் பேசினார். எனக்குச் சிரிப்பே வராமல் போய்விட்டது.

என் டிப்ளமோ படிப்பு முடிக்க இன்னும் ஆறு மாதங்கள் இருந்தபோது சுந்தரத்துக்கு வேலையில் பதவி உயர்வு கிடைத்து பம்பாய்க்கு மாற்றலாயிற்று. பம்பாயிலும் சுந்தரம் அதிகச் சிரமம் இல்லாமல் வீடு பார்த்துவிட்டான். அந்தப் பேட்டையில் எல்லா வீடுகளுக்கும் ஒரே மாதிரியாக மூன்று மாடிகள். மாடிக்குப் போகப் போக வாடகை குறைவு. அம்மா நன்றாகப் படியேறுவாள் என்றாலும், சுந்தரம் கீழ் வீடுகளில் ஒன்றைத்தான் தேர்ந்தெடுத் திருந்தான்.

வீட்டுக்கருகிலேயே டிராம் வண்டி நிலையமும், உள்ளூர் ரயில் நிலையமும் இருந்தன. நான் திரும்பப் புனா சென்று எங்கள் குடும்பம் மீது அக்கறை கொண்டிருந்தவர் வீட்டில் தங்கிப் படிப்பைத் தொடர்ந்தேன். அம்மா சொற்படி எழுதியது என்று அண்ணனின் மனைவி வாரம் ஒரு தபாலட்டை எழுதிவிடுவார். எனக்கு மாதம் ஒருமுறை எழுதுவதற்கே விஷயம் இருக்காது. விரைவில் இறுதித் தேர்வு முடிந்து, பம்பாய் செல்ல வேண்டும் என்ற ஆர்வம் இருந்தாலும் ஏதோ ஒரு பயமும் இருந்தது.

வீட்டில் அம்மா இட்டதுதான் சட்டம். அப்படித்தான் நினைக்கும்படியாக இருந்தது. கிராமத்தில் நானறிந்த அம்மா தொடர்ந்து நான்கு சொற்கள் பேசினால் அதிகம். பம்பாயில் அம்மா பேசிக்கொண்டே இருந்தாள். பாத்திரங்கள் தேய்க்க ஒரு மராட்டிய மாது வந்துகொண்டிருந்தாள். அம்மா துணிகளைத் தவிர, இதர துணிமணிகளைத் தோய்க்க ஓர் ஆள், பெயர் ராமா.

அங்கு துணி தோய்க்க வருபவர்கள் எல்லாருடைய பெயரும் ராமாதான். ஒரு மிருதுவான மரத்தால் செய்யப்பட்ட உலக்கை போன்றதைக் கொண்டு துணிகளை அடிப்பான். அங்கு துணியை வீசித் தோய்ப்பது கிடையாது. சோப்புப் போட்டு அடித்துப் பின் அலசிப் பிழிய வேண்டும்.

அந்த ராமாவே மூன்று மாடி ஏறி மொட்டை மாடியில் ஒவ்வொரு வீட்டுக்கும் என்றிருந்த கொடியில் உலர்த்திவிட்டுப் போய்விடுவான். உலர்ந்த பின் எடுத்து வருவது வீட்டுக்காரர்கள் வேலை. அம்மாவும் மன்னியும் சேர்ந்து சமைப்பார்கள். அடுப்படி சிறியது ஆனதால், மன்னி மட்டும்தான் அங்கு உட்காருவாள். அம்மா வாயிற்படியில் உட்கார்ந்துகொண்டு இது செய், அது செய் என்று சொன்னவண்ணம் இருப்பாள். மன்னி பதிலே பேசாமல் அம்மா சொன்னதை அப்படியே கேட்பாள். அவள் எட்டாவதுவரை படித்தவள். ஆங்கிலம் நன்றாகவே வரும். மாதம் ஒருமுறை பழைய *ரீடர்ஸ் டைஜஸ்ட்* இதழ் ஒன்றை அண்ணா வாங்கி வருவான். அதை ஒரு வரி விடாமல் மன்னி படித்துவிடுவாள். என்னையும் படிக்கச் சொல்லுவாள்.

அம்மாவுக்கு, நானும் அண்ணா வேலை புரியும் நிறுவனத்தில் வேலை புரிய வேண்டும் என்று ஆசை. அண்ணா அந்த ஒரு விஷயத்தில் அம்மாவிடம் நேரிடையாகப் பதில் சொன்னது கிடையாது. அவனுக்கு மட்டும் பெரிதாக வயதாகவில்லை. ஆனால், அதற்குள்ளேயே வாழ்க்கை பற்றி நிறையத் தெரிந்திருந்தது. அண்ணன் ஓரளவு உயர்ந்த உத்தியோகத்தில் இருந்தபோது அதே இடத்தில் இளையவன் சிறிய வேலையில் இருப்பது இருவருக்கும் நல்லதல்ல. முக்கியமாக இளையவனுக்குத் தேவையில்லாத தாழ்வு மனப்பான்மை உருவாகிவிடும். இது அம்மாவுக்குப் புரியாது. அன்று எனக்கும் புரியவில்லை. நானும், சுந்தரம் என்னை உதாசீனப்படுத்துகிறான் என்றுதான் நினைத்தேன்.

வீட்டிலேயே எனக்கு நிறைய வேலைகள் இருந்தன. அப்போது இரண்டாம் உலக யுத்தம் தொடங்கிவிட்டது. பொருள்கள் சரியாகக் கிடைக்கவில்லை. வாரா வாரம் ரேஷன் கடைக்குச் சென்று கோதுமையும் அரிசியும் வாங்கி வர வேண்டியிருந்தது.

பம்பாயில் அந்தப் பகுதியில் ஆரம்பத்திலிருந்தே க்யூ வரிசையை மக்களே நடைமுறைப்படுத்திக் கொண்டார்கள்.

ஐம்பது பேர் வரிசையில் நிற்போம். அரை மணியில் அனைவரும் வீடு திரும்பிவிடுவோம். நான் முந்தி, நீ முந்தி என்ற பேச்சே கிடையாது. நான் ரேஷன் கடைக்குப் போய் நிறைய விஷயங்களைக் கற்றுக்கொண்டேன். க்யூவில் நிற்பவர்களில் பலர் பாடப் புத்தகங்களைக் கையோடு எடுத்து வந்து படிப்பார்கள்.

ரேஷன் கடையில் எங்கள் கட்டடத்தில் இருப்பவர்களைத் தெரிந்துகொண்டேன். சுமார் முன்னூறு குடும்பங்களுக்கு அந்தக் கடை. சில குடும்பங்களில் அரிசியை வாங்காமல் விட்டு விடுவார்கள். இதை அம்மாவிடம் சொன்னேன். அடுத்தமுறை ரேஷன் கடைக்குக் கிளம்பியபோது அம்மாவும் வருவதாகச் சொன்னாள். அம்மாவுக்குக் காய்கறி வாங்கி ஒரு மாதிரியான வடக்கத்தி மொழி பழக்கமாகிவிட்டது.

ரேஷன் கடை முன்பு நின்ற க்யூவில் யார் அரிசி வாங்கப் போவதில்லை என்று வெளிப்படையாகக் கேட்டதில் மூன்று நான்கு பேர் அவர்கள் அரிசியை அம்மாவுக்குத் தருவதாகச் சொன்னார்கள். அப்படி வாங்கினாலும் நாங்கள் முழுவதாக அரிசிச் சாப்பாடு சாப்பிட முடியாது. குழந்தைக்கு அரிசி கஞ்சி. அம்மா ரொட்டி சுடவும் சாப்பிடவும் பழகிக்கொண்டாள்.

எனக்கு ஒரு வேலை கிடைத்தது. தினக்கூலி. நான் ரயிலில் சுமார் இருபது மைல் பயணம் செய்து அந்தத் தொழிற்சாலைக் கதவைக் காலை எட்டு மணிக்குள் அடைய வேண்டும். அம்மா காலையிலேயே எழுந்து எனக்கு நான்கு ரொட்டி செய்து ஏதாவது ஒரு காயும் சமைத்துக் கட்டித் தருவாள். ஆறரை மணி வண்டியைப் பிடித்தால் ஓரளவு நிதானமாகவே தொழிற்சாலையை அடைந்துவிடலாம்.

குளிர் காலத்தில் தலைக்குத் துணியைக் கட்டிக்கொண்டு போனேன். அதைவிடக் குல்லாய் அணிவது சௌகரியமென்று தெரிந்தது. ஏனோ, அந்தக் குல்லாய்க்கு குரங்குக் குல்லாய் என்று பெயர் வைத்திருந்தார்கள். அதைப் போட்டுக்கொண்டால் முகத்தில் மூக்கும் உதடுகளும் பிரதானமாகத் தெரியும். காரண மில்லாமல் எல்லா மொழிகளிலும் அதற்குக் குரங்குக் குல்லாய் என்று பெயர் வைத்திருக்கமாட்டார்கள்.

பம்பாயில் மழை நாட்களில் மழை கொட்டித் தீர்த்துவிடும். பம்பாய்க்காரர்கள் மழை, குளிர் எதற்கும் பணிந்து போகாமல் அவரவர்களுடைய பணிகளைச் செய்து முடித்துவிடுவார்கள். யாருக்கும் யார்மீதும் அனுதாபம், பரிவு இல்லை என்று

தோன்றும். ஆனால், அப்படி இல்லை. அவரவர்களுடைய எல்லைக்குள் அவர்களால் இயன்ற உதவியைப் புரிந்துவிட்டு போய்விடுவார்கள். நானும் சரியான பம்பாய்க்காரனாகி விட்டேன்.

ஆறு மாத தினக்கூலி வேலைக்குப் பிறகு, என்னை மாதச் சம்பளப் பட்டியலில் சேர்த்தார்கள். இரண்டு ஆண்டுகளுக்குத் தற்காலிக வேலை. அதன்பிறகு உறுதியான வேலை.

இதற்குள் நான் வளர்ந்துவிட்டேன். முகச் சவரம் செய்து கொண்டேன். தொழிற்சாலையில் சீருடை. அன்று எல்லாத் தொழிற்சாலைகளிலும் சீருடை காக்கி. இல்லாது போனால் ஒருவகை நீலம். இந்தச் சீருடை காரணமாக என்னுடைய இதர துணிவகைகள் பல மாத காலம் புதுக் கருக்கு கலையாது இருந்தன. எனக்குச் சீருடை சரியாக அமையவில்லை. ஒரு வருடம் கழித்துத்தான் நான் துணியாக வாங்கிக்கொண்டு நானே தைத்துக்கொள்ள ஏற்பாடு செய்துகொள்ளலாம் என்று தெரிந்தது. இதற்குள் கம்பெனியாகக் கொடுத்த சீருடையே மேல் என்று தோன்றிவிட்டது.

என்னை, உடல் தேய்த்துக்கொள்ளும் சோப்பு தயாரிக்கும் பிரிவில் போட்டிருந்தார்கள். அந்தப் பிரிவே பயமெழுப்புவதாக இருக்கும். இருபது அடி விட்டமுள்ள பெரிய தொட்டியில் சுண்ணாம்புப் பொருள், வாசனைப் பொருள், காடியுடன் சோப்புக்குப் பச்சை வண்ணம் தரும் கலவையும் ஒவ்வொரு கட்டமாக அந்தத் தொட்டியில் விழும்படி நான் விசைகளை இயக்க வேண்டும்.

ஒவ்வொன்றையும் ஒரு குறிப்பிட்ட அழுத்தத்தில் தொட்டி யில் விழச் செய்ய வேண்டும். நான்கு தொட்டிகள் அந்த மிகப் பெரிய கொட்டகையில் இருந்தன. குறுக்கும் நெடுக்குமாகத் தொட்டிகளுக்கு மேல் சாரங்கள் போன்ற அமைப்பு. தொட்டிக்கு நேர் மையப் பகுதியில் கலவை சுற்றிச் சுற்றி வரும்.

எல்லாமே திரவம் போல இருந்தாலும், பலகை அவ்வப்போது எங்கோ சிக்கி நின்றுவிடும். அதை இயக்கத் தொட்டியின் மீது மையப்பகுதிச் சாரத்துக்குச் சென்று பலகையை மீண்டும் சுற்றச் செய்ய வேண்டும். அங்கு சூட்டின் அளவு மிக அதிகமாக இருக்குமாதலால், இரண்டு மணிக்கொரு முறை ஆள் மாற வேண்டும்.

எட்டு மணி நேர வேலையில் குறைந்தது இருமுறை சோப்புக் கூழ் மெதுவாகக் கொப்பளித்துக் கொதிக்கும்போது

ஒரு விசைக்காரர் தொட்டி மீது நின்றுகொண்டிருக்க வேண்டும். இடுப்பளவில் ஒரு தடிமனான கம்பி இருக்கும். அதைப் பிடித்துக் கொண்டு நான் பணிபுரிய வேண்டும். எனக்கு அந்த இரண்டு மணி நேரம் முடியா நேரமாகத் தோன்றும். எனக்குத் தெரிந்த தோத்திரங்களையும் மந்திரங்களையும் ஜபித்தபடிதான் சாரம் மீது நின்றிருப்பேன்.

எங்களுக்கு ஒரு மேற்பார்வையாளன். மிகவும் குரூரமானவன். திடீர் திடீரென்று கோபம் வந்து தொட்டி மீது நிற்பவன் நேரத்தை அரைமணி ஒரு மணி அதிகரித்துவிடுவான். அவனுக்கு போதைப் பழக்கம். அதை அவனுக்கு வாங்கித் தருபவர்களிடம் சரியாக இருப்பான். மற்றவர்கள் மீது எரிந்து விழுவான். அது என்ன மருந்து என்று தெரிந்தால் நான் அவனுக்கு வாங்கித் தர தயாராக இருந்தேன். என் அண்ணா பெரிய வேலையில் இருப்பது அவனுக்குத் தெரியும். எந்தக் காரணத்தினாலோ அவன் என்னைக் கடுமையாக நடத்தினாலும் என்னை போதை மருந்து வாங்கித் தர விடவில்லை.

ஒருமுறை, அவன் போதையில் மயங்கி இருந்ததை என் சக ஊழியன் மேனேஜரிடம் தெரிவித்துவிட்டான். அவர் 'போதை' மேற்பார்வையாளனைக் கடுமையாகக் கண்டித்தார். நான்தான் அவன் மீது புகார் கொடுத்தேன் என்று அவன் நினைத்துக் கொண்டிருந்தான். என் காது கேட்கும்படியாக மராட்டியில் என் அம்மா அக்கா எல்லாரையும் இழுத்து முணுமுணுப்பான். நான் கேட்காதது போலிருந்தாலும் எனக்கு மிகவும் வேதனையாக இருக்கும். மூன்று, நான்கு நாட்களுக்குப் பிறகுதான், அவன்மீது புகார் செய்தவன் யார் என்று அவனுக்குத் தெரிய வந்தது.

ஒருநாள் அந்தப் புகார் கொடுத்தவன் கொதிக்கும் சோப்புக் குழம்புத் தொட்டி மீதுள்ள சாரத்தில் நின்று, குழம்பைக் கிளறி விடும் பலகையை மேற்பார்வை செய்துகொண்டிருந்தான். அப்போது ஒரு நொடிப்பொழுதில் அந்தப் போதைக்கார மேற்பார்வையாளன் அந்த ஆளை சோப்புக் குழம்பில் தள்ளி விட்டான். கீழே விழுந்தவன் அலறக்கூட முடியாமல் சோப்புக் குழம்பில் மூழ்கிவிட்டான். ஏதுமறியாததாக சோப்புக் குழம்பு கொதித்துக்கொண்டிருந்தது.

இந்தியா 1944-48

3

நான் பல மாதங்கள் இரவில் திடீரென்று அலறி எழுந்திருப்பேன். அந்தக் கொலையைப் பார்த்தவன் நான் ஒருவன்தான். ஆனால், போலீஸ்காரர்கள் ஒரு விபத்து என்றுதான் முடிவு செய்தார்கள். அதிலிருந்து நான் எப்போது சோப்புக் குழம்பில் தள்ளப்படுவேன் என்று சித்ரவதைப் பட்டுக்கொண்டிருந்தேன்.

அடுத்த மாதம் வேலையை ராஜினாமா செய்துவிட்டேன். அந்த போதைக்காரன் தவிர, மற்றவர்களுக்கெல்லாம் என் மீது நல்ல அபிப்ராயம். எனக்கு தினம் காலை இரண்டு மணி நேரம், மாலை இரண்டு மணி நேரம் பயணம் செய்வது கடினமாக இருந்தது என்று மானேஜரிடம் சொன்னேன். "பம்பாயில் எல்லாருமே அப்படித்தானேயப்பா?" என்று கேட்டார்.

"நான் டிஸ்டிரிபியூஷன் ஆபீஸில் வேலை வாங்கித் தர முடியும். ஆனால், அங்கே சம்பளம் பாதி தான் கிடைக்கும். அது டெக்னிக்கல் வேலையல்ல. நீ வாழ்க்கையில் முன்னேற வேண்டுமானால் டெக்னிக்கல் வேலையாகப் போவது நல்லது" என்றார்.

அப்போது நான், மானேஜரிடம் இறந்தது விபத்தல்ல என்றேன். மானேஜர், "எல்லோருக்கும் தெரியும். பெரியவர்களே வாயை மூடிக்கொண்டுதான் இருந்தோம்" என்றார்.

“அதுதான் காரணம் என்றால் நான் உன்னை இங்கேயே ஸ்டோர்ஸில் போட்டுவிடுகிறேன். உன் ராஜினாமாவைத் திரும்ப வாங்கிக்கொள்” என்றார்.

என் ராஜினாமாவைத் திரும்ப வாங்கிக்கொண்டாலும், என்னால் பழையபடி கவலையற்று இருக்க முடியவில்லை. திடீர் திடீரென்று ஏதோ சிந்தனையில் ஆழ்ந்துவிடுவேன். நான் இறங்க வேண்டிய ரயில் நிலையத்தை தவறவிட்டு, வேலைக்கு அரை மணி தாமதமாகப் போவேன். அந்தப் பிரிவில் இருந்த பதினைந்து பேரில் நான்தான் வயதில் மிகவும் சிறியவன். என்னை ஒரு காரியாலயப் பையன் போலத்தான் நடத்தினார்கள்.

பகல் பதினொரு மணிக்கும், மாலை நான்கு மணிக்கும் நாங்கள் இருக்கும் இடத்திலேயே டீ வந்துவிடும். எங்கள் மெஸ் பன்னிரண்டரை மணிக்குத்தான் திறக்கும். ஒன்றரைக்கு மூடிவிடும். மூன்று பந்திகள். எனக்கு முதல் பந்திக்கே போக வேண்டுமென்றிருந்தாலும், எங்களை இரண்டாம் பந்தியில்தான் அனுமதித்தார்கள்.

நான் கையில் எடுத்து வந்த ரொட்டியோடு மெஸ்ஸில் கிடைக்கும் கூட்டு மற்றும் பருப்பு எடுத்துக்கொள்வேன். அது நிறுவனமே நடத்தும் உணவு விடுதி. உணவு விநியோகத்தில் தாராளமாகவே இருப்பார்கள். அதே நேரத்தில் உணவு வீணடிக்கப்படுவதைக் கடுமையாக எதிர்ப்பார்கள். எனக்குச் சம்பளம் இருநூறை எட்டினால், நானும் மெஸ்ஸிலேயே சாப்பிட்டுவிடலாம் என்றிருந்தேன்.

என்னால் பச்சை வண்ணத்தைப் பார்க்க முடியவில்லை. சோப்புக் குழம்பு பச்சை வண்ணத்தில்தான் இருந்தது. குளிப்பதற்கு சோப்பைத் தொட முடியவில்லை. வேறு வண்ண சோப்பை வாங்கிக்கொண்டேன். அதன் நிறம், மணம் விசேஷமாக இல்லை. என் கனவுகளில் நான் பார்த்த கொலை நேரடியாக வராவிட்டாலும், அதை எப்படியோ நினைவுபடுத்தும்படியாக ஏதாவதொரு நிகழ்ச்சி இருக்கும்.

அன்று அந்த சோப்புக் குழம்பில் மனோகருடைய எலும்புகள்கூடக் கரைந்துவிட்டன. முடிதான் ஒரு மனிதன் அந்தக் குழம்பில் வீழ்ந்தான் என்பதற்குச் சாட்சியம். அந்த சோப்பை நாம் உடலில் தேய்த்துக்கொள்கிறோம். அது நம்மை சுத்தம் செய்வதாக நினைத்துக்கொள்கிறோம். ஒவ்வொரு சோப்புத் தொழிற்சாலையிலும் தினம் ஒரு மனிதன் சோப்புக் குழம்பில் தள்ளப்படுவதில்லை என்று என்ன நிச்சயம்?

நான் சோப்பு பயன்படுத்தாமலேயே குளித்தேன். துணிக்கு சோப்புப் போடும்போதுகூட சோப்பை இடது கையில் வைத்துக் கொண்டு துணி மீது தேய்த்தேன். அதெல்லாம் ஒரு வழியாகப் பின் மனத்தில் அமிழ்ந்து போகப் பல ஆண்டுகள் ஆயின. இதற்கிடையில் அண்ணா சுந்தரம் வேலை செய்த மோட்டார் கம்பெனியிலேயே எனக்கு வேலை கிடைக்கும் போலிருந்தது.

முதலில் தினக்கூலி, ஆறு மாதங்கள் கழித்துத் தற்காலிக வேலை ஒப்பந்தம், ஓராண்டு கழித்து முறையான உத்தியோகம் என்று இருந்தது. ஆனால், வேண்டாம் என்பதில் நான் உறுதியாக இருந்தேன். அம்மாவுக்கு மிகவும் வருத்தம். மன்னி ஒன்றும் சொல்லவில்லை.

ஆனால், ஒருநாள் நாங்கள் இருவர் மட்டும் வீட்டில் இருந்தபோது, "உங்கண்ணாவாலே உனக்கு பெரிதாகச் செய்ய முடியாது. அண்ணாவுக்குச் சம்பளம் நிறையக் கொடுத்தாலும், இது மாதிரி விஷயங்களில் அவர்கள் அண்ணா பேச்சைக் கேட்பதில்லை. இரண்டு மூணு தடவைப் பாத்தாச்சு. உனக்கும் கல்யாணம்னு ஆனா நீ சுதந்திரமா இருக்கிறதுதான் நல்லது. வர்றவளுக்கும் அதுதான் பிடிக்கும்."

மன்னி குழந்தைக்கு உணவு ஊட்டிக்கொண்டே இதைச் சொன்னாள். எனக்கு ஆச்சர்யமாக இருந்தது. மன்னிக்கு அசாத்திய பக்குவம் என்று முதலிலிருந்தே நான் ஒரு மாதிரி அறிந்திருந்தேன். இப்போது அவள் பேசியபோது அது எவ்வளவு சரி என்று எனக்கு உறுதியாயிற்று.

சுந்தரத்துக்கு ஒரு பெண் பிறந்தது.

திடீரென்று எனக்கு, வாழ்க்கை நானறியாத பல பரிமாணங் களைக் கொண்டிருப்பதை அறிய முடிந்தது. எனக்கும் அண்ணா வுக்கும் நிறைய வயது வித்தியாசமிருந்தும் எனக்கு அண்ணா மீது பெரிய பாசமோ மரியாதையோ இருந்ததில்லை. ஏதோ ஒரு விதத்தில் அவன் தன்னலவாதி என்று தோன்றிவிட்டது. அதற்கு எதிராக எவ்வளவோ நிகழ்ச்சிகள் இருந்தன. அவனுக்கு ஒழுங்காக உத்தியோகம், சம்பளம் என்று ஏற்பட்ட உடனேயே அவன் எங்கள் மூவரையும் அழைத்து வந்து குடித்தனம் வைத்தான். நல்ல வீடாகத் தேர்ந்தெடுத்திருந்தான். குடும்பம் சீராக நடக்க மளிகைப் பொருள்கள் கூடுமானவரையில் ஒழுங்காகக் கிடைக்க ஏற்பாடு செய்திருந்தான்.

நாங்கள் பம்பாய் வந்த இரண்டாம் ஆண்டே உலக யுத்தம் தொடங்கிவிட்டது. பம்பாய், இந்தியாவின் வாணிபத்தலை நகரம். மூலதனத் தலைநகரம். நகர அமைப்பில் வாழ்க்கை நேரம்

வீணாகாமல் சிறப்பான உள்ளூர் போக்குவரவு சாதனங்கள் கொண்டது. இந்தியாவிலேயே வீடுகளில் எரிவாயு குழாய் மூலம் கிடைக்க ஏற்பாடு கொண்டது.

இன்னும் எவ்வளவோ காரணங்கள் பம்பாய் எதிரிகளின் முதல் குறியாக இருக்க, அதனாலேயே ராணுவப் பாதுகாப்பு என்ற பெயரில் குடிமக்களின் பல வசதிகளையும் உரிமைகளையும் அரசாங்கம் பிடுங்கிக்கொண்டது.

உணவு தானியங்கள் நபருக்கு இவ்வளவுதான் என்று அளந்து அளந்து தரப்பட்டது. இந்த ரேஷன் முறையில் வீட்டில் ஒரு குழந்தையிருந்தால் அது மாதமெல்லாம் சர்க்கரை சேர்த்த பாலைக் குடிக்கும் என்று உறுதி கூற முடியாது. அன்றுவரை இந்தியா அறிந்திராத கறுப்பு மார்க்கெட் நிதர்சனமாயிற்று. நிறையப் பணவசதி உடையவர்கள் இரட்டை விலை கொடுத்துப் பண்டங்களை வாங்கிக்கொண்டார்கள்.

கறுப்பு மார்க்கெட்டில் வர்த்தகர்கள் கொடுத்ததை அப்படியே வாங்கிக்கொள்ள வேண்டும். அளவு குறைவாக இருக்கலாம். பொருள் சுத்தமாக இல்லாமல் போகலாம். 'என்ன இப்படி இருக்கிறதே?' என்று கேள்வி கேட்டால் அப்பொருளை உடனே பிடுங்கிச் செல்ல இன்னொரு ஆள் காத்திருப்பான்.

வெளி நிலைமை இப்படியெல்லாம் இருந்தும் அண்ணா ஓரளவு குடும்பத்தை நன்கு பார்த்துக்கொண்டான். நான் என் சம்பளத்தை அப்படியே அம்மாவிடம் கொடுத்துவிட்டு, சீஸன் டிக்கெட்டுக்கும் பகல் டீக்குமாகப் பதினைந்து ரூபாய் வாங்கிக்கொள்வேன். இதில் பணம் மீந்து ஒரு சினிமா இரண்டு சினிமாகூடப் பார்ப்பேன். வீட்டருகேயே ஒரு மிக நல்ல சினிமா கொட்டகை. அதில் சற்றே பழையதான ஆங்கிலப் படங்களைக் காட்டுவார்கள். எனக்கு எல்லாமே புதிதுதான்.

அண்ணா தன்னலவாதி என்று எப்படி எனக்கு மட்டும் தோன்றியது? இதை நினைக்க எனக்கு வெட்கமாகவும் இருந்தது. எனக்குத்தான் அவன் எவ்வளவு செய்திருக்கிறான்? படிப்பு வரையில் அவனுக்குச் சமமாக என்னைப் படிக்க வைத்திருக் கிறான். நான் வேலை ஏதும் இல்லாமல் மாதக் கணக்கில் வீட்டிலேயே இருந்தேன். நான் ரேஷன் கடை சென்றேன். அதிகப்படி அரிசி வாங்கி வந்தேன் என்று சொல்லலாம். ஆனால், அதை வீட்டில் வசித்து வந்த எந்த இளைஞன் செய்யமாட்டான்?

நான் அம்மாவைப் பற்றியாவது எப்போதாவது யோசித்திருக் கிறேன். ஆனால், மன்னியைப் பற்றி நினைத்துப் பார்த்ததில்லை. அவள் உணவு பரிமாறும்போதும், என் சீருடைகளை உரிய

நாட்களில் தோய்த்து வைக்க ஏற்பாடு செய்வதும் என் மனத்தில் உறைத்தது கிடையாது. பம்பாய் வந்த பிறகு, அம்மா ஓரிடத்தில் உட்கார்ந்துகொண்டு கட்டளைகள் இட்டுக்கொண்டிருப்பாள்.

மன்னி அவற்றை இம்மியும் பிசகாது செய்து முடிப்பாள். நான் வீட்டிலிருந்த நேரங்களில் இப்போது கவனமாக இருந்தேன். ஒரு விதத்தில் எல்லோரும் சுதந்திர மனிதர்கள். இன்னொரு பார்வையில் ஒருவருக்கொருவர் அடிமைகள். அம்மா திருமணமானதிலிருந்து புனா, பம்பாய் வரும் வரை அவளாக என்ன விஷயத்தில் முடிவு எடுக்க முடிந்தது? அவள் கட்டிக்கொண்ட நார்மடியிலிருந்து எனக்கு உணவூட்டுவது வரை அந்தந்த நேரத்தில் இருந்த சூழ்நிலை வசதி வைத்துதான் முடிந்தது.

அவளுடைய நார்மடியில் கிழிசல்களைத் தைத்துக்கொள்ளக் கூட ஊசி நூல் கிடையாது. ஆனால், அம்மாவுக்கென்று மனம், விருப்பம் இருந்திருக்கிறது. இப்போது வீட்டுக்கு அவளே எஜமானி என்று வைத்துக்கொண்டால்கூட அவள் பிறர் சௌகரியங்களை உதாசீனப்படுத்தவில்லை. மன்னி வாய் திறவாது, அம்மாவின் சொற்படி கேட்டு பணிகளைச் செய்தாலும், அம்மாவும் அவ்வப் போது அவளுடைய கருத்துகளையும் கேட்பாள்.

ராமாவும், பாத்திரம் துலக்கும் பெண்ணும் மராத்தி மொழி மட்டும்தான் பேசுவார்கள். மன்னி ஒரு வார காலத்தில் கற்றுக்கொண்டுவிட்டாள். ஆனால், அம்மாவால் ஒரு சொல்கூட மராட்டியில் உச்சரிக்க முடியவில்லை. "அவ என்ன சொல்லறா, அவ என்ன சொல்லறா?" என்று கேட்டபடியே இருப்பாள். ஆரம்பத்தில் அம்மாவே அவள் புடைவை, துணிமணிகளைத் தோய்த்துக்கொண்டிருந்தாள்.

ஒருமுறை அம்மாவுக்குக் கையில் காயம் பட்டுவிட்டது. மன்னி துணி தோய்த்துப் போடுகிறேன் என்று சொல்லியும் அம்மாவுக்கு மன்னியின் பொறுப்புகளை அதிகரிக்க விருப்பமில்லை. ராமா தோய்த்தபின், அவள் துணிகளை ஒருமுறை மீண்டும் அலசிப் பிழிந்த பிறகு உலர்த்தித் தருவாள்.

அந்த வீட்டில் மூன்று மாடிப்படிகள் ஏறிய பிறகு, மொட்டை மாடியில்தான் துணி உலர்த்த வேண்டும். அந்தக் கட்டடத்தில் பன்னிரண்டு கொடிக் கயிறுகள் கட்டியிருந்தன. துணியை உலர்த்தி 'கிளிப்' போட வேண்டும். சாதாரண நாட்களில் பகல் மூன்று நான்கு மணியளவில் உலர்ந்த துணிமணிகளை எடுத்துவந்து விடலாம். மழை நாட்களில் முடியாது. அப்போது வீட்டுக்குள்ளேயே தற்காலிகக் கொடிக் கயிறுகள் கட்டித் துணிகளை உலரப் போட வேண்டும்.

மன்னிக்கு ஒரு விஷயம் தெரிந்திருந்தது. துணி உலர்த்திய பின் சாம்பிராணிப் புகை போட்டால் துணிகள் மிக விரைவாகப் பூரணமாக உலர்ந்துவிடும்.

எனக்கு ஆச்சர்யமாக இருந்தது. எனக்குத் தெரிந்து மன்னி அவளுடைய பாலக்காட்டுக் கிராமாந்தரத்தை விட்டு எங்கும் போனதில்லை. அவளுடைய அப்பாதான் எவ்வளவு ஊர்களில் வேலை செய்திருக்கிறார்! ஆனால், அவர் எந்த ஊருக்கும் குடும்பத்தை அழைத்துச் சென்றதில்லை. அங்கெல்லாம் என்ன கிடைக்கும், என்ன கிடைக்காது என்று தெரியாது. அங்கே தமிழோ மலையாளமோ மட்டும் பேசிச் சமாளிக்க முடியாது.

ஆதலால், படுகிற கஷ்டத்தை தான் மட்டும் அனுபவித்து விடுவது என்றிருந்தார். என்னை மட்டும் எப்படி அழைத்துப் போனார்? அவரை நம்பி வந்திருக்கும் தங்கையின் மகனைத் தன் காலில் நிற்க வைக்க, பத்தாவது வகுப்பு சர்டிஃபிகேட்டாவது பெறச் செய்துவிட வேண்டும். அதில் அவர் வெற்றி கண்டுவிட்டார். எனக்கு அப்படிப் போகவேண்டியிருந்தது. மன்னி, இருந்த இடத்திலேயே எல்லாமே தெரிந்தவளாகிவிட்டாள்.

4

உலக யுத்தம் தீவிரமடைந்தது. ஜப்பானும் யுத்தத்தில் குதித்ததில் யுத்தம் இந்தியாவின் வாயிற் படிக்கே வந்துவிட்டது. பம்பாய் நகரம் அதனுடைய வழக்கமான ஜிலுஜிலுப்பை இழந்துவிட்டது. பகலில் போக்குவரத்து அதிக மாற்றம் அடையாவிட்டாலும் இருட்டின உடனே தெருவே வெறிச்சோடிப் போய் விட்டது.

நிறைய வெள்ளைக்காரர்கள். மிலிட்டரி லாரிகள். அந்த மிலிட்டரிக்காரர்களைக் கண்காணிக்க ஒரு தனி போலீஸ். எம்.பி. என்று கையில் பட்டை அணிந்தவர்கள் மிலிட்டரி இல்லாதவர்களையும் சமயத்தில் வெளுத்து வாங்கினார்கள். காக்கிச் சட்டையையும் கறுப்பு பூட்ஸ் சத்தத்தையும் நினைத்துக் குழந்தைகள் பீறிட்டு அழுதார்கள். இல்லாது போனால் திறந்த வாய் மூடாது பிரமித்து நின்றார்கள்.

எனக்குத் தினமும் வீடு திரும்ப இரவு எட்டு மணியாகிவிடும். என் தொழிற்சாலையில் எனக்கு ஓர் அடையாளச் சீட்டு கொடுத்தார்கள். எம்.பி.க்கள் இல்லாத நேரத்தில் இந்தியச் சிப்பாய்களும் முரட்டுத்தனமாக நடந்துகொண்டார்கள். நான் கேட்டால் பதிலே பேசாத வாடகை சைக்கிள் கடைக்காரன், மிலிட்டரிக்காரர்களுக்குக் கேட்ட வுடனே கொடுத்தான். ஆனால், பதிலுக்கு சிப்பாய் களின் அடையாளச் சீட்டை வாங்கி வைத்துக் கொண்டான்.

இந்தியச் சிப்பாய்களுக்கு ஒரு வாரத்தில் நான்கு மணி நேரம் விடுப்பு. அவர்கள் எந்தக் கடையிலிருந்து சைக்கிளை வாடகைக்கு எடுத்தார்கள் என்று

அடையாளம் தெரியாமல் திண்டாடுவார்கள். ஓரிரு முறை நான்கூட அவர்களுக்கு உதவியிருக்கிறேன்.

ஊரே இரவில் இருட்டில் ஆழ்ந்தது. தெருவில் எம்.பி. மோட்டார் சைக்கிள்கள் விரையும். அவர்களும் விளக்கைப் பாதி மறைத்து இருப்பார்கள். எல்லாத் தெருவிளக்குகளும் எரியாது. மூன்று அல்லது நான்கு கம்பங்களுக்கு ஒன்றுதான் எரியும். அதுவும் தரையில் ஒரு சின்ன மஞ்சள் வட்டம் தெரியும்படி இருக்கும்.

ஊர் மக்களுக்கு இப்படி இருக்க, வெள்ளைக்காரத் துருப்பு களுக்கென்று மாதம் ஒருமுறை 'பால்' நடனம் மூன்று நான்கு பெரிய 'பார்'களில் நடக்கும். இந்த 'பார்'களில் தப்பித் தவறி ஓர் இந்தியன் போய்விடக்கூடாது. இந்தியர்கள் குடிக்கவென வேறு இடங்கள் உண்டு. இந்த 'பார்'களில் ஆங்கிலோ இந்தியப் பெண்களுக்கும் அவர்களை அழைத்து வரும் ஆண்களுக்கும் அனுமதி உண்டு. தனியாக எவனும் அவன் ஆங்கிலோ இந்தியனாக இருந்தால்கூட அனுமதிக்கப்பட மாட்டான்.

இந்த நிகழ்ச்சிகளில் விடுதிக்குள் வெளிச்சம், அலங்காரம் இருக்கும். ஆனால், வெளியே இருட்டுதான். இருட்டுத்தானே என்று இருந்துவிடக்கூடாது. அப்பக்கம் போய்விடக்கூடாது. அங்குதான் பல சோல்ஜர்கள் ஆங்கிலோ இந்தியப் பெண்களிடம் கொஞ்சிக்கொண்டிருப்பார்கள். சாராய வாடை மிகவும் அதிக மாக இருக்கும்.

அங்கு என்ன நடக்கிறது என்று பார்க்க நான் ஒருமுறை எட்டிப் பார்த்தபோது, கடுமையான உதை கிடைத்தது. நான் ஓடினேன். துரத்தி வந்தவர்கள் பத்தடி வந்து திரும்பிவிட்டார்கள். அவர்களுக்கு எப்போதோ கிடைக்கும் விடுப்பை ஓர் இந்தியனைத் துரத்திப் போய் நேரத்தை வீணாக்கலாமா?

சினிமாக் கொட்டகைகளில் இந்த சோல்ஜர்களுக்குப் பாதிக் கட்டணம். அவர்களுடன் கூட வரும் பெண்களுக்கும் பாதிக் கட்டணம். அரசு, எந்த நேரத்திலும் ஜப்பான் தாக்கக்கூடும் என்று எதிர்பார்த்துக் கொண்டிருந்ததால் சோல்ஜர்களை உற்சாகமாக வைத்துக் கொண்டிருப்பதற்காக எதையும் செய்யத் தயாராக இருந்தார்கள். அதே நேரத்தில் ராணுவம் சில அடிப்படைக் கட்டுப்பாடுகளைத் தளர்த்தத் தயாராக இல்லை.

ராணுவத்துக்காகக் கான்ட்ராக்டர்கள் மளிகைப் பொருள்கள், காய்கறி, இறைச்சி முதலியன பெருமளவில் வாங்கிப் போனார்கள். அன்று பம்பாய் நகரில்கூட எல்லா மக்களுமே வயிறார உண்டார்கள் என்று கூற முடியாது.

மில் தொழிலாளிகள் ஏழு அல்லது ஏழரை மணிக்கு ஊதும் சங்கொலியில் அடையாள அட்டை காட்டி மில் கேட்டினுள் கூட்டம் கூட்டமாக நுழைவார்கள். கால் மணி நேரத்தில் அந்த இடம் ஆளரவமற்றதாகிவிடும். கேட்டைப் பூட்டிவிடுவார்கள். மில் தொழிலாளிகள் நேரம் தவறாமல் உணவு உட்கொண்டிருக்க முடியும் என்பதைத் தவிர, வயிறார உண்டார்கள் என்று கூற முடியாது. அவர்களுக்கென சில பகுதியில் சேரிகள் இருந்தன. குழந்தைகளுக்கு ஒழுங்காகப் படிக்க வசதி கிடையாது. அந்தச் சேரிகளில் நகராட்சி விளக்குகள் அமைத்திருந்தது. குழாய்த் தண்ணீருக்கு வசதி செய்திருந்தது.

நான் ஓர் ஏழைக் குடியிருப்பைத் தாண்டித்தான் என் தொழிற்சாலைக்குப் போக வேண்டும். தாதர் என்னுமிடத்தில் இறங்கி ஒரு நீண்ட மேம்பாலத்தில் சென்று இன்னொரு ரயிலில் ஏறிச் செல்ல வேண்டும். அன்று பம்பாயில் நிறையத் துணிமில்கள். சுற்றியுள்ள இடங்களில் சேரிகள். ரயில் போகும்போது ஜன நெரிசல் உள்ள இடத்தையும் காணலாம். வெட்ட வெளியாக இருக்கும் இடங்களையும் காணலாம்.

இந்தியச் சிப்பாய்களும் பம்பாய் நகரில் குவிந்திருந்தார்கள். எப்போது ஒரு கோஷ்டி வரும், அது எங்கே எப்போது அனுப்பப் படும் என்று கூற முடியாது. பம்பாயில் இருக்கும்வரை வாரம் இரு பிற்பகல்கள் விடுப்பு கிடைக்கும். அந்த ஐந்தாறு மணி நேரத்துக்குள் ஊரில் அவர்களுக்குத் தெரிந்த நண்பர்கள், உறவினர்கள் இருந்தால் அவர்களைப் போய்ப் பார்க்கலாம்.

இன்னும் எங்காவது சென்று சீக்கு வாங்கிக்கொண்டு வரலாம். அதிகாரிகள் இது விஷயத்தில் ராணுவ மருத்துவப் பிரிவு மூலம் சிகிச்சைக்கு ஏற்பாடு செய்தது. போர்க்களத்தில் எந்த நேரமும் குண்டுபட்டுச் சாக இருப்பவர்களுக்கு இந்த ஒரு விஷயத்தில் கருணையோடு நடந்துகொண்டது.

பல இந்தியர்கள் போரில் எங்கெங்கோ இறந்து போனார்கள். இந்தியச் சிப்பாய்கள் பெரும்பாலோர் கிராமாந்தரங்களைச் சேர்ந்தவர்கள். அங்கு தந்தி என்றால் உடனே அழ ஆரம்பித்து விடுவார்கள். தந்தி என்பதே சாவோலை என்றாகிவிட்டது.

எனக்கு அன்று இதெல்லாம் தெரிந்தது என்று கூற முடியாது. நானே ஒரு சீருடை இளைஞன் என்றாலும் சிப்பாய்கள் சீருடையும் ஜோடும் என்னை மிகவும் கவர்ந்தன. யாரிடமும் சொல்லிக்கொள்ளாமல் ஆள் சேர்க்கும் அலுவலகத்துக்குப் போய்விடலாமா என்று அடிக்கடி தோன்றியது.

அம்மா வழி உறவினர் ஒருவர், கடற்படையில் இருந்தார். அவர் ஒருமுறை பம்பாயில் எங்கள் வீட்டுக்கு வந்தபோது அவருடைய வெள்ளை நிறச் சீருடை மீது நான் வைத்த கண்ணை நகர்த்த முடியவில்லை. அவர்கள் சீருடைச் சட்டைக்கு 'ப' வடிவக் கழுத்து. மிகவும் குட்டையான அரை நிஜார். ஆனால், மிக அகலமான பெல்ட். எங்கள் வீட்டில் இருந்த நேரத்தில் அவர் கொண்டு வந்த சதுரங்கப் பலகை காய்கள் உதவியால் எனக்குச் சதுரங்கம் கற்றுக்கொடுத்தார். போகும்போது அண்ணாவின் குழந்தைக்கு ஒரு பவழ மாலை அணிவித்தார்.

எனக்குக் கடற்படையில் சேர வேண்டுமென்று தோன்றியது. ஆனால், இதுமாதிரிக் கனவுகளுக்கு ஒரு முற்றுப்புள்ளி வைப்பது போல எங்கள் தொழிற்சாலையில் வழக்கமாக ஆண்டுக்கொருமுறை எடுக்கும் உடல் நலப் பரிசோதனை நேர்ந்தது. ஸ்டெதஸ்கோப் மட்டும் பயன்படுத்திப் போகச் சொல்லிவிடும் வைத்தியர், என் மார்பு எக்ஸ்ரே படம் எடுக்க வைத்தார். எனக்கு டி.பி.யின் ஆரம்ப அறிகுறிகள் இருந்தன என்று கூறினார்.

5

வீட்டில் எல்லாருமே அதிர்ந்துபோய் விட்டார்கள். எங்கள் குடும்பத்தில் இந்த டி.பி. அனுபவம் தொடர்ந்து பெரும் கவலையைக் கொடுப்பதாக இருந்தது. அம்மாவின் இரு சகோதரர்களின் மகள்கள் இருவருக்கும் கிராமத்திலேயே டி.பி. வந்துவிட்டது. ஒரு மாமா போலீஸ் இன்ஸ்பெக்டராக இருந்தவர் வேலையை ராஜினாமா செய்துவிட்டு, தன் பெண்ணுக்காகவும் தன் சகோதரன் மகளுக்காகவும் தாம்பரத்தில் வீடெடுத்துக் குடிபெயர்ந்தார். அந்த நாளில் டி.பி.க்கென்று மருந்து கிடையாது. காற்றோட்டமான, அதே நேரத்தில் ஈரப்பசையில்லாத இடத்தில் வசிக்க வேண்டும் என்பார்கள். பாலக்காடு அருகில் அப்படி எதுவும் இடம் கிடையாது. தமிழ்நாட்டில் தாம்பரத்துக்குச் சிறிது வடக்கே ஒரு டி.பி. ஆஸ்பத்திரி இருந்தது. அந்த இடம் நோயாளிகளுக்கு உகந்த இடம் என்று அறியப்பட்டது.

ஆனால், ஐந்தாறு ஆண்டுகளில் அந்த இரு பெண்களும் இருபது இருபத்தொரு வயதில் இறந்து விட்டார்கள். வீடு, குடும்பம், வேலை எல்லாமே சிதைந்துவிட்டது. என் அப்பா டி.பி.யில் சாகவில்லை. ஆனால், இருபத்தைந்து இருபத்தாறு வயதில் உப்பு இலாகாவில் சப்-இன்ஸ்பெக்டராகத் தேர்வு பெற்றுப் பணியிலிருந்தவர், வீட்டில் உட்கார்ந்த படியே உயிரை விட முடியுமா? இப்படி அற்பாயுளில் போனவர்கள் குடும்பத்தில் இப்போது நானும் டி.பி. நோயாளி.

உண்மையில் எனக்கு டி.பி. இல்லை. வேறு ஏதோ சிக்கல். ஆனால், அந்த நாளில் எக்ஸ்ரேயில் கரும்புள்ளிகள் இருந்தால் உடனே டி.பி. என்று கூறிவிடுவார்கள்.

சுந்தரம் எனக்காக பால், ஆப்பிள் பழம் வாங்கிக் கொடுத்தான். சோப்பு தொழிற்சாலையில் சேர்ந்திருக்கக்கூடாது என்று எல்லாருக்குமே தெரிந்துவிட்டது. ஆனால், அன்று எனக்கு வேலையென்று கிடைத்தது அதுதானே?

நான் உத்தியோகம் என்று ஏதுமில்லாமல் பம்பாயைச் சுற்றிச் சுற்றி வந்தேன். பம்பாயில் ஒரு மாதம் மழை கொட்டித் தீர்த்துவிடும். சில மாதங்கள் வெயில் தலை வெடிக்கும்படியாகக் காயும். அந்த நாளில் நோயாளிகளுக்கும் வயோதிகர்களுக்கும் உகந்த இடங்களில் புனாவும் ஒன்றாகக் கருதப்பட்டது.

அதிக ஜன நெரிசல் கிடையாது. மேட்டுப் பிரதேசம். அதிக ஏற்றத்தாழ்வு இல்லாத சீதோஷ்ணம். ஆனால், புனாவில் நான் மட்டும் தனியாகப் போய் இருக்க முடியாது. சுந்தரம் அவன் நிறுவனத்தில் சற்று முக்கியமானவனாக மாறிவரும் நாட்களில் குடும்பத்தைச் சிதைத்து, அவனுக்குச் சங்கடம் தரும்படியாக எதுவும் நடக்கக்கூடாது. ஆதலால், பம்பாயிலேயே குடும்பத்தாருடன் இருந்து வைத்தியம் பார்த்துக்கொள்ள வேண்டும்.

நான் வீட்டருகிலேயே இருந்த ஒரு கோயிலுக்குப் போக ஆரம்பித்தேன். அது ஆஞ்சநேயர் கோயில். மிக எளிய மக்கள் வரும் கோயில். அவ்வப்போது கட்டுமஸ்தான உடலுடன் சில குஸ்தி வீரர்களும் வருவார்கள். இவர்களுக்கு வேறு வேலை கிடையாது. வருடத்தில் எவ்வளவு நாட்கள் போட்டி நடக்கும்; எவ்வளவு போட்டிகளில் இவர்கள் வெல்வார்கள்? இந்தக் குஸ்தியே இவர்களால் எந்த வயதுவரை பழக முடியும்; போட்டியிட முடியும்? எனக்கு அவர்களைப் பார்த்து பரிதாபமாக இருந்தது. கருகருவென்று பெரிய மீசை கொண்ட முகமாயிருந்தாலும் அவர்கள் கண்களில் அவர்களுடைய எதிர்காலம் குறித்த நிச்சயமற்றத்தன்மையும் இருந்தது.

ஒருநாள் ஒரு உஸ்தாதுடன் அவர் வீட்டுக்குப் போக வேண்டும் என்றும் நினைத்தேன். அன்று நான் தேர்ந்தெடுத்த உஸ்தாத், பஸ் ஸ்டாப்புக்குப் போய் நின்றார். அங்கு மூன்று நான்கு பேர் நின்றுகொண்டிருந்தார்கள். ஒருவர் உஸ்தாதுக்குக் கடைசி என்பது போலக் கையைக் காட்டினார். உஸ்தாத் மறு பேச்சே பேசாமல் வரிசைக் கடைசியில் நின்றான். நான்

அதைத்தான் செய்திருப்பேன். ஆதலால், குஸ்திச் சண்டைக் கோதாவுக்கு வெளியே அவர் என்னைப் போன்றவர்தான்.

என் உடல் நலம் முன்னேற்றமடைவதை நான் உணர முடிந்தது. எப்படியும் நான் வேலைக்குப் போகும் இடமெல்லாம் என்னை ஒரு முறை இருமுறை உடற் பரிசோதனைக்குட்படுத்துவார்கள். நான் முன்பு வேலை பார்த்த இடத்திலேயே எவ்வளவு குடிகாரர்கள், பீடி குடிப்பதால் ஓயாமல் இருமிக்கொண்டிருப்பவர்கள் இருந்தார்கள். எப்படி அவர்கள் நுரையீரல் புள்ளிகள் இல்லாமல் எக்ஸ்ரேயில் வருகிறது? உண்மையில் அவர்களைத்தான் எக்ஸ்ரே எடுக்க வேண்டும். அவர்களை அந்தப் பரிசோதனைக்குட்படுத்தாது என்னை வேலையிலிருந்து துரத்திவிட்டார்கள்.

பட்டாளத்தில் சேரலாமா, அங்கும் இதே பிரச்சனை தானே? இதற்கு முன் எங்கு வேலை பார்த்தாய்? ஏன் வேலையிலிருந்து நின்றாய்? இப்படி நோயாளி என்ற பெயரை வைத்துக்கொண்டு நான் எந்தப் பட்டாளத்தில் சேருவேன், எந்தக் கடற்படையில் சேருவேன்? இப்படிச் சோர்வு வரும் நேரங்களில் ஆஞ்சநேயர் கோயில் எனக்குச் சிறிது ஆறுதலளித்தது.

கோயிலில் ஒரு குஸ்தி பயில்வான் நான் அங்கு அடிக்கடி வருவதைக் கவனித்துவிட்டார். ஒருநாள் என்னருகில் வந்து, “நீ மதறாஸியா” என்று கேட்டார்.

“நான் பாலக்காடு.”

“எங்கே இருக்கிறது?”

“தெற்கே.”

“அதான் மதறாஸ்.”

நான் அவரை மறுத்துப் பேசவில்லை. “உனக்கு என்ன கஷ்டம்?” என்று கேட்டார். அவர் பெயர் விநாயக் என்றார்.

“வேலையிலிருந்து வீட்டுக்கு அனுப்பிவிட்டார்கள்.”

“நல்ல பையனாக இருக்கிறாயே! என்னாயிற்று?”

“எனக்கு டி.பி.யாம்.”

“ரொம்ப சுலபமாகக் குணப்படுத்திவிடலாம், பையா. நான் பதினைந்து வயதிருக்கும்போது எனக்கு டி.பி. என்று கூறி ஸ்கூலிலிருந்து அனுப்பிவிட்டார்கள். என் அப்பா அது போனாலென்ன, குஸ்தி போடு என்று பயில்வானிடம் அனுப்பி வைத்தார்.”

எனக்கு நம்பிக்கை வரவில்லை. அவர் அதைப் புரிந்து கொண்டுவிட்டார்.

"ஜெய் ஹனுமான் சரிசெய்துவிடுவார். ஆனால், நீயும் முயற்சி செய்ய வேண்டும்."

"நான் என்ன செய்ய வேண்டும்?"

"உன் வீடு எங்கேயிருக்கிறது?"

சொன்னேன்.

"அப்போது ஒரு மைல் நடக்க வேண்டும். நீ என் வீட்டுக்கு வருகிறாயா?"

"இப்போதா?"

"ஆமாம். உனக்குத்தான் வேலை இல்லையே. வீட்டில் யார் யார் இருக்கிறார்கள்?"

சொன்னேன்.

"உனக்கென்ன குறைச்சல், பையா. உன்னைப் பார்த்துக் கொள்ள அம்மா இருக்கிறாள், மன்னி இருக்கிறாள்."

நான் அவரைப் பின்தொடர்ந்தேன். அது சந்துகள் நிறைந்த பகுதி. அங்கு ஒரு சிறிய வீட்டில் இருந்தார். அந்தச் சிறிய வீட்டுக்கு ஒரு மிகச் சிறிய திண்ணை. அதில் ஒரு பழைய சாய்வு நாற்காலியில் ஒரு முதியவர் உட்கார்ந்திருந்தார்.

"இதுதான் என் அப்பா. அப்பா இந்தப் பையன் தினமும் கோயிலுக்கு வருகிறான்."

"ஏதாவது கஷ்டமாக இருக்கும்."

"வேலை போய்விட்டதாம்."

"சின்ன வயதுதானே. படித்தவனாகத் தெரிகிறான். பம்பாயிலே இல்லாத வேலையா?"

"இவனுக்கு டி.பி.யாம்."

"எல்லாம் சரியாகிவிடும். நம் ஹகீமிடம் அழைத்துப் போ. முதலில் கேட்டுக்கொள். அவன் வீட்டில் ஹகீம் வைத்திய மெல்லாம் சரிப்படுமா?"

பயில்வான் என்னைப் பார்த்தார். "நான் இப்பொழுது மருந்தே சாப்பிடுவதில்லை" என்றேன்.

பயில்வான் அவருடைய அப்பாவிடம் ரகசியமாக ஏதோ சொன்னார். அப்பாவும் ரகசியமாகப் பதில் சொன்னார். பயில்வான் வீட்டினுள் சென்று உடனே திரும்பி வந்தார்.

பயில்வானுடைய அப்பா சொன்னார்: "பையா, இப்போது என் பெண் உனக்குப் பாதாம் பால் கொண்டு வந்து தருவாள். சாப்பிடு. அப்பா அம்மா இருக்கிறார்களா?"

"அம்மா இருக்கிறாள். அண்ணன், அவன் மனைவி இருக்கிறார்கள்."

"அம்மாவிடம் சொல்லு. நாங்கள் ஏழைகள். இவனுக்கு மிகவும் கஷ்டப்பட்டுத்தான் இரண்டு வேளை பாதாம் பால் தருகிறேன். உம் அம்மாவிடம் சொல்லு. நீ ஒரு வேளை சாப்பிட்டால் போதும், எல்லாம் சரியாகிவிடும்."

அப்போது வீட்டினுள்ளிருந்து ஓர் இளம் பெண் உயரமான வெள்ளை நிற உலோகத் தம்ளரில் பால் கொண்டு வந்து பயில்வானுடைய அப்பாவிடம் கொடுத்தாள். உடனே உள்ளே போய் விட்டாள். பயில்வான் என்னிடம் சொன்னார்: "நாங்கள் ஓரளவு கவலையில்லாமல் இருக்கிறோமென்றால் அது என் தங்கையால்தான். அவள் கல்யாணமாகிக் கணவன் வீடு போய் விட்டால் நாங்கள் திண்டாடுவோம்."

பயில்வானின் அப்பா தம்ளரை என்னிடம் கொடுத்தார். எனக்கு அந்த அளவு பால் குடிப்பது மிகவும் கடினமாக இருந்தது.

காலித் தம்ளரை என்ன செய்வது என்று கேட்பதுபோலக் கையிலேயே வைத்திருந்தேன்.

பயில்வானின் அப்பா சொன்னார்: "அப்படியே வைத்துவிடு. நாங்கள் பார்த்துக் கொள்வோம். உன் அம்மாவிடம் சொல்லு."

நான் விநாயக் பயில்வானின் அப்பா காலைத் தொட்டு வணங்கினேன். திடீரென்று என் அப்பா நினைவு வந்தது. அப்பா என்று நான் உருவகப்படுத்திக்கொள்ள ஒரே ஒரு கோஷ்டி ஃபோட்டோ ஒன்றுதான் என் அப்பாவைப் பெற்ற பாட்டியின் வீட்டில் இருந்தது. அதில் யார் என் அப்பா என்று தெரியாது. வருடக் கணக்கில் அவர் பற்றிய எண்ணம் எனக்கு வந்ததில்லை. என் அம்மா, மன்னி ஆகிய இருவர்தான் என் சிந்தனையில் வருவார்கள்.

இப்போது விநாயக் அவருடைய அப்பாவிடம் கொண்டிருந்த மரியாதையும் விசுவாசமும் என்னை நெகிழ வைத்தது. நான் அப்பா உறவே அறியாதபடி வளர்ந்தது, என் வாழ்க்கையில்

34 அசோகமித்திரன்

ஒரு பெரிய வெற்றிடம் இருப்பதைக் காட்டியது. இதெல்லாம் அந்தக் கணத்தில் தெரியவில்லை. நான் விக்கி விக்கி அழ ஆரம்பித்தபோது, பயில்வான் என்னைக் கட்டிப்பிடித்துக் கொண்டார்.

நான் அழுது ஓயும் வரை யாரும் ஒரு சொல் பேசவில்லை. விநாயக்கின் தங்கையும் வாயிற்படியில் நின்றுகொண்டு வருத்தம் தெரியும் முகத்துடன் உறைந்து நின்றாள்.

விநாயக்கின் அப்பா சொன்னார்: "நீ அப்பா இல்லை என்று அழுகிறாய். இவர்கள் அம்மா இல்லை என்று எப்போதும் துயரத்தில் இருக்கிறார்கள். உன் அப்பாவும் வர மாட்டார். இவர்கள் அம்மாவும் வரமாட்டாள். பையா, நீ என் பெண்ணைக் கல்யாணம் செய்துகொண்டு எங்களோடு இருந்து விடு. இல்லை, உன் வீட்டுக்கு அழைத்துப் போ. நாங்கள் வந்து பார்த்துக் கொள்கிறோம்."

நான் விநாயக்கின் தங்கை முகத்தைப் பார்த்தேன். அவள் மாநிறம்தான். நான் படித்த பள்ளியில் பார்த்த பெண்களின் சாயல் இருந்தது. அதே நேரத்தில் ஒரு கள்ளங்கபடமற்ற தன்மையும் இருந்தது. நாங்கள் இருவரும் ஒருவரை ஒருவர் பார்த்தபடி நின்றோம். முதலில் நான்தான் முகத்தைக் கவிழ்த்துக் கொண்டேன். மெல்லத் திரும்பி என் வீடு நோக்கி நடக்க ஆரம்பித்தேன்.

6

நான் பாதாம் பால் பற்றி என் வீட்டில் சொல்லவில்லை. சோப்புக் குழம்பில் ஒருவன் தள்ளப்பட்டுக் கொலை செய்யப்பட்டதைப் பார்த்ததுகூட என் மனத்திலிருந்து சிறிதுசிறிதாக விலகிப் போய்விட்டது. ஆனால், விநாயக் வீட்டுக்குச் சென்று வந்தது, என்னை மிகவும் மாற்றிவிட்டது.

அம்மா, மன்னியிடம் எனக்கு எதுவும் ரகசியம் என்று இருந்ததில்லை. ஆனால், விநாயக் விஷயம் குறித்து எனக்கு எப்படி யாரிடம் முதலில் சொல்வது என்று தெரியவில்லை. விநாயக் பயில்வானின் அப்பாவை நினைக்கப் பரிதாபமாக இருந்தது. எவ்வளவு வயதிருக்கும்? ஐம்பது? அறுபது? விநாயக்கின் மீசை, புஜம் பெரிதாக இருந்தாலும் அவர் என்னைவிட நான்கைந்து வயதுதான் பெரியவராயிருப்பார். அவருடைய அம்மா எப்படிச் செத்துப்போனாள்? எதிர்பாராத விதமாகத் தான் இறந்ததுபோலத் தோன்றியது. அப்பா இல்லாவிட்டால் கஷ்டம்தான். ஆனால், அம்மா போய்விட்டால் இழப்புகள் அதிகம். விநாயக்கின் தங்கையுடன் விநாயக் அல்லது அவருடைய அப்பா பேசக் கூடியதைவிட அம்மா இன்னும் அந்தரங்கமாகப் பேச முடியும். அந்தப் பெண்ணுக்கும் மேலும் படிக்க வேண்டும் என்று ஆசையிருக்கலாம். இப்போது வீட்டில் சமைத்துப் போட்டுக்கொண்டு அண்ணனுக்கு பாதாம் பால் தயாரித்துக் கொடுத்தபடி இருக்கிறாள்.

முகத்தில்தான் எப்படி உலகளவு எண்ணங்களை அடக்கி வைத்திருக்கிறாள்? அவளுக்கு அதிகம்

போனால் பதினாறு பதினேழு வயதுதான் இருக்கும். அவளுக்கு வீட்டில் உடுத்திக் கொள்ள நல்ல புடவை கிடையாது. சமையலறைக்கு வெளிச்சம் இருக்குமா, காற்றோட்டம் இருக்குமா?

அவளுக்கு மராட்டி, ஹிந்தி மொழிகள் தெரிந்திருக்கும். விநாயக் சைவமா அசைவமா? எதிர்காலம் பற்றி அதிக நம்பிக்கை இல்லாத வாழ்க்கையில் அவர்களுக்கு விருந்தோம்பல் இருக்கிறது; என் டி.பி. சரியாகிவிட வேண்டும் என்று அக்கறை இருக்கிறது.

நான் ஒரு வாரம் கோயிலுக்குப் போகவில்லை. "என்னாச்சுடா?" என்று அம்மா கேட்டார்.

"ஒண்ணுமில்லையே," என்று பதில் சொன்னேன்.

"எப்போ பார்த்தாலும் ஏதோ யோசிச்சுண்டேயிருக்க. யாரோடயானும் சண்டை போட்டயா?"

"இல்லேம்மா. எனக்கே கொஞ்சம் நாள் வீட்டோட இருந்துடலாம்னு இருந்தது."

பகல் சாப்பாட்டுக்குப் பிறகு, அம்மா தூங்கப் போன பிறகு மன்னி கேட்டாள், "நானும் கேக்கணும்னு இருந்தேன். ஏன் ஒரு மாதிரி இருக்கே?"

"ஒரு மாதிரியும் இல்லையே, மன்னி."

"நான் அண்ணாகிட்டே சொல்லியிருக்கேன். உனக்குச் சீக்கிரம் வேலை கிடைச்சுடும். ஆனா நீதான் உடம்பை நன்னாப் பாத்துக்கணும்."

எனக்கு விநாயக்கின் அப்பா சொன்னது மனத்தில் தோன்றியது. ஆனால், நான் பாதாம் பால் என்று சொன்னால், 'அதை யார் சொன்னார்கள்' என்று கேள்வி எழும். அம்மாவோ மன்னியோ அந்தப் பயில்வான் வீடுவரை போய் விசாரித்தாலும் விசாரிப்பார்கள். அப்புறம் விநாயக்கின் தங்கை.

சாதாரணமாக வீட்டில் அதிகம் பேசாத சுந்தரம், ஒரு ஞாயிற்றுக்கிழமை என்னிடம் விசாரித்தான்.

"இன்னும் இரண்டு மாதத்திலே மறுபடியும் எக்ஸ்ரே எடுக்கணும். நிச்சயம் உனக்குக் குணமாயிருக்கும். அதனாலே இந்தச் சமயத்திலே எதையாவது நீயா நினைச்சுண்டு அவஸ்தைப் படாதே."

"எனக்கே தெரியறது, உடம்பு சரியாகிண்டு இருக்குன்னு."

“உனக்குச் சொல்ல வேண்டாம்னுதான் இருந்தேன். உனக்கு சீக்கிரமே வேலை கிடைச்சுடும். சம்பளம் பத்து இருபது குறையலாம். ஆனா அது கன்ஃபர்மேஷன் ஆறப்போ சரியாயிடும்.

நான் பேசாமல் இருந்தேன்.

“நீ ஒரு வாரமாக் கோயில் பக்கம் போகலியாமே?”

“நாளை நாளைன்னிக்குப் போயிடுவேன்.”

“எங்கே இருக்கு?”

“இந்த மெயின் ரோடிலேயே போய் ஒரு சின்ன சந்திலே திரும்பணும்.”

“பிள்ளையார் கோயிலா?”

“ஆஞ்சநேயர் கோயில்.”

“தமிழ் பேசறவா வராளா?”

“ஒண்ணு இரண்டு பேர். நிறையப் பேர் மராட்டிக்காரர்கள்.”

“புனேலே எல்லா குஸ்திப் பயில்வான்களும் அனுமன் கோயிலுக்குத்தான் போவாங்க.”

“இங்கேயும் குஸ்திச் சண்டை இருக்கா, என்ன?”

“புனா மாதிரி இல்லே. ஆனா இங்கேயே பிறந்து வளர்ந்தவங்க என்ன பண்ணுவாங்க?”

“இன்னும் கொஞ்ச நாளில் குஸ்திச் சண்டையே இல்லாமப் போயிடும்.”

எனக்கு விநாயக்கின் தங்கை முகம் மனத்தில் தோன்றியது.

“இந்த யுத்தம் வந்ததுலே நிறையப் பேர் ஆர்மிலே சேர்ந்துட்டாங்க. ஆர்மிலே வேறே ஆட்டங்களுக்கு பெர்மிஷன் உண்டு. குஸ்திச் சண்டைக்கு இல்லே. சரி, சரி, நான் வீட்டுக்குப் போகணும். நீயும் வரயா? இல்லே, வேறே எங்கேயாவது போகப் போறியா, எப்படியும் தெருவிலே இருட்டினப்புறம் நடக்கக் கூடாது.”

“நீ எப்படி வரே?”

“என்னை இப்போ டிராப் பண்ணிடறாங்க. நைட் ஷிஃப்ட் இருக்கிறவங்க ஆறு மணிக்குள்ளே வந்துடணும். பொழுது விடிந்தப்புறம்தான் போகணும்.”

நான் சுந்தரத்தோடு வீட்டுக்குத் திரும்பினேன். சுந்தரமாக என்னைக் கவனித்திருக்கப் போவதில்லை. அம்மாவோ

மன்னியோ சொல்லியிருக்க வேண்டும். அடுத்த நாள் தமிழ் புது வருஷப் பிறப்பு. சுந்தரம் ஒரு மணி நேரம் தாமதமாகத்தான் வேலைக்குப் போனான். கடும் ரேஷனில் என்ன பண்டிகை கொண்டாட முடிந்தது? தேங்காய் ஏகப்பட்ட விலை கொடுத்து வாங்கி உடைத்தது. பஞ்சாங்கத்துக்கு மஞ்சள் குங்குமம் தடவிப் பூஜை செய்தது. துளி வெல்லம் போட்டு ஒரு பாயாசம் வைத்தது. தினம், சப்பாத்தி, சப்பாத்திக் குழம்பு நன்றாக இருக்கும். ஆனால், பருப்புக்கு எங்கே போவது? இரட்டை விலை கொடுத்து எவ்வளவுதான் பிளாக் மார்க்கெட்டில் வாங்குவது?

நான் வெயில் சற்றுக் குறைந்ததும் கோயிலுக்குப் போகலாம் என்றிருந்தேன். ஆனால், நான்கு மணியளவில் எங்கோ தூரத்தில் பெரிய வெடிச் சத்தம் கேட்டது. முதலில் ஏதோ பட்டாசு என்று நினைத்திருந்தோம். ஆனால், பம்பாய் துறைமுகத்தில் ஒரு கப்பலிலிருந்து இறக்க வேண்டிய சரக்குகளில் வெடிமருந்தும் நிறைய இருந்திருக்கிறது. என்ன காரணம் தெரியவில்லை. இரண்டு பெரிய வெடிகள்.

சுந்தரத்தின் அலுவலகம் துறைமுகத்துக்கு அருகில்தான் இருந்தது.

பம்பாய் விக்டோரியா துறையில் பகல் இரண்டு மணிக்கே எங்கிருந்தோ புகை வந்ததைப் பலர் கவனித்திருந்தார்கள். எஸ்.எஸ். ஃபோர்ட் ஸ்டிகைன் என்ற கப்பலிலிருந்து சரக்குகள் இறக்கி வைக்கப்பட்டிருந்தன. கப்பலில் வெவ்வேறு வகை சரக்குகள். மாலை நான்கரை மணிக்கு முதல் வெடிப்பு. தொடர்ந்து பத்து நிமிடங்களுக்குள் இன்னொன்று. இந்த வெடிச் சத்தம் ஏழெட்டு மைல்கள் அதாவது சுமார் பத்து கிலோ மீட்டர் தூரம்வரை கேட்டது. பூகம்பம் ஏற்பட்டது போல பம்பாய்த் துறைமுகமும் இரண்டு மூன்று மைல் தூரத்திலுள்ள கட்டடங்களும் அதிர்ந்தன. துறைமுகம் அருகில் உள்ள நூற்றுக்கணக்கான கட்டடங்கள் இடிந்து விழுந்தன. உடனே அந்தப் பிரதேசத்தில் பெரும் தீ வீசத் தொடங்கி, பயங்கரமாகப் பரவத் தொடங்கியது.

அந்த 1944ஆம் ஆண்டு யுத்தப் போக்கு மாறி ஜெர்மன் துருப்புகளும் ஜப்பான் படைகளும் தோல்வி காணத் தொடங்கின. இந்தியா மீது படையெடுக்கும் முயற்சி கைவிடப்பட்டது. அநேகமாகத் தினமும் பிரிட்டிஷ், அமெரிக்க விமானங்கள் பர்மா, மலேயா, சிங்கப்பூர், டோக்கியோ நகரத்தைக் கூடத் தாக்கின. பர்மா எல்லையில் ஜப்பானியப் படையெடுப்பு நிகழக்கூடும் என்று நினைக்கப்பட்டது. வங்கக் கடற்கரையில் கல்கத்தா, விசாகப்பட்டினம், சென்னை நகரங்கள் ஜப்பானியக் குண்டு வீச்சுக்கு ஆளாகின. இந்திய தேசிய ராணுவமும்

ஜப்பானியப் படைகளும் சேர்ந்து வட கிழக்கு இந்தியாவில் தாக்குதல் தொடங்கி ஆரம்ப வெற்றிகளோடு திருப்தியடைந்து இப்போது பின்வாங்கத் தொடங்கியிருந்தன. ஆனால், இந்தியா வரை ஜப்பான் பற்றிய பீதி நாடு முழுதும் பரவியிருந்தது. முக்கிய நகரங்கள் தாக்கப்படக்கூடும் என்று அங்கிருந்த அரசு அலுவலகங்கள் கடற்கரையிலிருந்து நூறு மைல் தூரமுள்ள சிற்றூர்களுக்கு மாற்றப்பட்டன. விமானந்தாக்கி பீரங்கிகள் பெரிய நகரங்கள், துறைமுகங்கள், ஆயுதத் தொழிற்சாலைகள் அருகில் பொருத்தப்பட்டன. திறந்தவெளிகளில் பள்ளங்கள் தோண்டப்பட்டு மக்கள் பதுங்கக்கூடியதாக அமைக்கப்பட்டன. நாடே யுத்த கிலியில் நடுநடுங்கிக்கொண்டிருந்தது.

இந்த சூழ்நிலையில் பம்பாய் வெடி விபத்து முதலில் ஏதோ எதிரித் தாக்குதல் என்றுதான் எல்லாருக்கும் தோன்றியது. துறைமுகமும் சுற்றுப்புறமும் மூன்று நான்கு நாட்கள் எரிவதைத் தடுக்க முடியவில்லை. எங்கெங்கோ இருந்த தீயணைப்பு வண்டிகள் வந்தாலும் அசாத்தியச் சூட்டினால் உடனே செயல்பட முடியவில்லை. சிதறிக் கிடந்த மனித உறுப்புகள் கொண்டு எண்ணூறு பேர் இறந்திருப்பார்கள் என்று கணக்கிடப் பட்டது. அன்று துறைமுகத் தொழிலாளிகள் சங்கங்கள் பெரிய அளவில் சக்திவாய்ந்ததாக இல்லை. யுத்த காலமாதலால் நாடு ஒருவித சர்வாதிகார ஆட்சிக்குட்பட்ட மாதிரிதான் இயங்கியது. வெடிவிபத்தின் அடையாளங்கள் மாதக் கணக்கில் காணக் கிடைத்தன.

சுந்தரத்தின் தொழிற்சாலை துறைமுகச்சாலையின் அடுத்த சாலையில் இருந்தது. அன்று மோட்டார் கார்கள் இறக்குமதி செய்யப்பட்டு, இந்தியாவில் சில நகரங்களில் பழுது பார்க்கும் மையங்கள் இருந்தன. வெடி விபத்தில் கார் தொழிற்சாலைக் கூரை சிதறிப் போய்விட்டது.

வேறு ஏதேதோ இடங்களில் சிதறிய பொருள்கள் மழை போல ஒரு மைல் வட்டத்தில் விழுந்தவண்ணமிருந்தன. தீ ரசாயனத் சிதறல் ஏற்பட்டதால், பல வண்ணங்களில் நூறடிக்கும் மேலாகக் கொழுந்து விட்டெரிந்தது. தீயணைப்பு வண்டிகள் துறைமுகச் சாலையை நெருங்க முடியாத சூடு. வீடுகளிலும் சாலைகளிலும் மின்சார பல்புகள் வெடித்துச் சிதறின.

துறைமுகம் மட்டுமல்லாது, அந்தச் சாலையிலும் அடுத்த சாலையிலும் பல இடங்களில் தீப்பற்றிக் கொள்ளக்கூடிய பொருள்கள் எரியத் தொடங்கின. சுந்தரத்தின் காலில், மின் விசிறியின் ஒரு சிறு பாகம் விழுந்து கால் வீங்கிப் போய்விட்டது.

தீ அதுவாகவே சற்றுத் தணிந்தபோதுதான் தீயணைப்பு வண்டிகள் தண்ணீரைப் பீய்ச்சி அடிக்க முடிந்தது. விக்டோரியா துறைமுகம் அருகில் சில இடங்களில் கடல் தண்ணீர் கொதித்துக் கொண்டிருந்தது.

நான் அன்று வீட்டிலிருந்தாலும் ஊரில் ஏதோ பெரிய விபத்து நிகழ்ந்துவிட்டதை உணர முடிந்தது. அந்த நாளில் வீட்டில் ரேடியோ இல்லை. யுத்த காலமாதலால் ரேடியோ கேட்பதற்கும் சில நிபந்தனைகள் இருந்தன. வலுவான திறன் வாய்ந்த ரேடியோவை வைத்திருந்தவர்கள், போலீஸ் நிலையத்தில் வருடம் ஒருமுறை அனுமதியைப் புதுப்பித்துக்கொள்ள வேண்டும்.

மாலையானபோதுதான் துறைமுக விபத்தின் சில தகவல்கள் தெரியவந்தன. ஒருமணி நேரம் மின்சார ரயில்கள் ஓடாமல் நிறுத்தி வைக்கப்பட்டு, ஆறுமணிக்கு மேல் மணிக்கு ஒவ்வொரு ரயிலாக ஓடத் தொடங்கின. பொதுவாகவே நேரம் தாழ்த்திவரும் சுந்தரம் இரவு பத்து மணிக்குக் காலில் ஒரு கட்டுடன் வீட்டுக்கு வந்து சேர்ந்தான். மாலை நேர்ந்த வெடி விபத்தின் அதிர்ச்சியிலிருந்து அவன் இன்னும் முழுதாக மீள முடியவில்லை. அவன் சிறிது சிறிதாகச் சொன்னதில் ஏதேதோ பொருள்களும் தளவாடங்களும் பறந்து வந்து விழுந்த அவனுடைய தொழிற்சாலைச் சாலையில், பல உடல்களும் கை கால்களும் விழுந்திருக்கின்றன. ஒரு உடலில்கூட உடை தங்கவில்ல. எல்லாம் எரிந்துவிட்டன. உடல்களே கருகி இருந்தன. இதெல்லாம் கண்கூடாகப் பார்க்கத்தான் வேண்டியிருந்தது.

அவன் தமிழ் புது வருடப் பிறப்பு என்று விடுப்பு எடுத்துக் கொண்டிருக்கலாம். செய்யவில்லை. அவன் உணவு அருந்தும் போது அவன் உடல் திடீர் திடீரென்று தூக்கிவாரிப் போடும். அவன் அன்றிரவு முழுக்கத் தூங்கவில்லை. மன அதிர்ச்சியில் கால்வலி ஒரு பொருட்டாகத் தெரியவில்லை.

சுந்தரத்தைக் கொசுவலை கட்டிய ஓர் அறையில் தூங்கவிட்டு நாங்கள் நால்வரும் முன் அறையில் மூலைக்கொருவராகப் படுத்துக்கொண்டோம்.

அடுத்த நாள் ஆஞ்சநேயர் கோயிலுக்குப் போய்விட்டு, துறைமுகச் சாலை போக வேண்டும் என்று நினைத்துக் கொண்டேன்.

7

நான் அடுத்த நாள் ஆஞ்சநேயர் கோயிலுக்குப் போக முடியவில்லை. பம்பாயில் விக்டோரியா என்று அழைக்கப்பட்ட குதிரை வண்டியில் சுந்தரத்தை மருத்துவமனைக்கு அழைத்துச் சென்றேன். சுந்தரத்துக்கு ஜுரம் அடிக்கத் தொடங்கியிருந்தது. நன்றாகப் பேசிக்கொண்டிருப்பவன் திடீர்திடீரென்று தூக்கி வாரிப்போட்டுப் பேந்த பேந்த விழிப்பான். மருத்துவமனையில் அவன் மாதிரி வேறு நோயாளி களும் வந்திருந்தார்கள். சரியானபடி உணவருந்தித் தூங்க வேண்டும் என்று சொல்லி ஜுரத்துக்கு மிக்சர் கொடுத்தார்கள். நாங்கள் புட்டி எடுத்துப் போகவில்லை. ஆனால், மருத்துவமனை அருகே நடைபாதையில் காலி புட்டிகள் விற்பவர்கள் இருந்தார்கள். நாங்கள் மருத்துவமனையிலேயே மருந்து வாங்கிக்கொண்டு வீடு திரும்பினோம். அவனை வீட்டில் கொண்டு சேர்த்த பிறகு, நான் மருந்துக் கடைக்குப் போய் அவனுக்குத் தூக்க மருந்து வாங்கி வந்தேன்.

இரண்டு மூன்று நாட்களில் சுந்தரத்தின் முகத்தில் சிறிது தெளிவு வந்தது. முதல் நாள் அவன் காது கேட்க முடியாமல் போய் விட்டதென்றான். அவன் இடி விழுந்தது என்றுதான் முதலில் நினைத்திருக்கிறான். பிறகு, கட்டடப் பகுதிகள் சிதறும் போது பூகம்பம் என்று நினைத்திருக்கிறான். அவனும் அவனுடன் வேலை செய்பவர்களும் தெருவுக்கு ஓடி வந்தபோதுதான் துறைமுகம் பற்றி எரிவது தெரிந்தது. அப்போதுகூட அவனுடைய நிதானம் தவறவில்லை. ஆனால், மனித உடல்

உறுப்புகள் கண்ட இடங்களில் சிதறி விழுவதைக் கண்ட பிறகு தான், அவனுக்குப் பிரமை பிடித்த மாதிரி தோன்றியது. வீடு வந்து சேர்ந்த பிறகு அவனுக்கு நினைவேயில்லை.

துறைமுகப் பிரதேசத்தைச் சுத்தப்படுத்த வாரக்கணக்கில் ஆயிற்று. சுந்தரத்தின் அலுவலகக் கட்டடம் அநேகமாக முழுதுமே விழுந்துவிட்டது. தற்காலிக ஏற்பாடாக ரிட்ஸ் என்ற ஹோட்டலில் சில அறைகள் அமர்த்திக்கொண்டு நிறுவனம் நடந்தது. சுந்தரத்துக்குத் தினம் ஒருமுறை அங்குசென்று கையெழுத்திட்டு வர வேண்டும்.

புதுப்புதுச் செய்திகள் வெடி விபத்து பற்றி வந்துகொண்டு இருந்தன. ஒரே நேரத்தில் ஒரே இடத்தில் இவ்வளவு ஆட்சேதமும் பொருட்சேதமும் யுத்தத்தில்கூட நடக்கவில்லை என்று கூறினார்கள். இரு ஜெர்மன் நகரங்கள் மீது அமெரிக்க விமானங்கள் ‘கம்பளி குண்டு வீச்சு’ நடத்தியபோதுதான் இப்படிச் சேதம் மற்றும் நாசம் நேர்ந்தது என்று சொன்னார்கள். இவ்வளவு சேதத்திலும் சாலைகள் பழுதடையவில்லை.

ஒரு மைல் தூரத்தில் ஒரு பார்ஸிக்காரர் கூரையைப் பொத்துக்கொண்டு ஒரு செங்கல் விழுந்தது. முதல் மாடியில் சீமை ஓட்டு வீடு. செங்கல்லைப் பரிசோதித்ததில் அது ஒரு தங்கப்பாளம். இது கப்பலிலிருந்து வந்திருக்கக்கூடியதல்ல. துறைமுகச் சாலையில் ஏதோ ஒரு செல்வந்தர் வீட்டிலிருந்துதான் அது பார்ஸிக்காரர் வீட்டில் விழுந்திருக்கிறது. பார்ஸிக்காரர் மனைவியை இழந்தவர். இரு மகன்கள் வெளியூரில் தொழில் செய்துகொண்டிருந்தார்கள். ஒரு மகன் மோட்டார் கார் ரிப்பேர் கம்பெனி. இன்னொருவன் மூக்குக் கண்ணாடி வியாபாரம். அவர்களுக்கு பம்பாய் பிடிக்கவில்லை.

அப்பா தனியாக அவருக்குத் தெரிந்த சமையல், அவருடைய பணியாளுக்குத் தெரிந்த சமையல், இருவருமாக மாடி, கீழ் இரண்டு தளங்களில் கூட்டிப் பெருக்கி ஒட்டடை அடித்து நல்ல நிலையில் வைத்திருந்தார்கள். இன்னும் ஆறு வாரங்களில் பம்பாயில் மழை கொட்டத் தொடங்கும். அதற்குள் கூரையைச் சரிசெய்ய வேண்டும். அதுகூடச் செய்துவிடலாம், தங்கப்பாளத்தை என்ன செய்வது?

பணியாட்கள், உறவினர்கள் யாரிடமும் அவர் ஒருவார்த்தை சொல்லவில்லை. யாராவது ஒருவர் அவரைக் கொன்றாலும் கொல்லக்கூடும். இரு நாட்கள் கழித்து தங்கப்பாளத்தைப் பெரிய துப்பட்டியில் சுற்றிக் கட்டி ஓர் ஆள் வைத்து துறைமுகக் காவல் நிலையம் சென்றார். அதை எப்படி ஏற்றுக்கொள்வது

என்று போலீஸ் இன்ஸ்பெக்டருக்கும் குழப்பம். அவர்களுடைய அந்தரங்கக் காரியதரிசியைக் கேட்டு தங்கப்பாளத்தை எடை எடுத்து வாங்கிக்கொண்டார். சுமார் 70 கிலோ. பம்பாயில் பலர் 70 கிலோ எடை இருக்க மாட்டார்கள். அந்தப் பார்ஸிக்காரர் 45 கிலோ எடைகூட இல்லை. தங்கத்தைக் கொடுத்து விட்டு நிம்மதியாகத் திரும்பியவர் அதே வாரத்தில் ஒருநாள் தூக்கத்தில் இறந்துவிட்டார்.

பெரும் சூட்டுடன் வெடி விபத்து நிகழ்ந்திருந்ததால் சிதறி விழுந்த உடல்களும் உடல் உறுப்புகளும் கருகி எங்கெங்கோ விழுந்திருந்தன. கண்ணுக்குத் தெரியாதது தவிர, வேறு மூலை முடுக்குகளில் விழுந்தவை அவை அழுகி நாற்றமடிக்கும்போது தான் கண்டுபிடிக்கப்பட்டு அகற்றப்பட்டன. யார் அகற்றுவது? ஒருடல், இரண்டு மூன்று உடல்கள் என்றால்கூட போலீஸ்காரர்கள் தூக்கிச் சென்று அரசு மருத்துவமனையுடன் இணைந்த மருத்துவக் கல்லூரிக்கு எடுத்துச் செல்வார்கள். தெருக் குப்பை அள்ளுபவர் களும் முதலில் முடியாது என்று சொல்லி அதன் பிறகு பணிக்கு வந்தார்கள். அவர்களும் போதாது ராணுவ மருத்துவப் பிரிவு அழைக்கப்பட்டது. உண்மையில் இறந்தவர்கள் பெரும்பாலும் சரக்கு தூக்கும் போர்ட்டர்களும் துறைமுகத்துக்கருகே இருந்த குப்பை அள்ளுவோர் குடியிருப்பில் இருந்தவர்களும்தான்.

செய்திகள் கேட்கக் கேட்க எனக்குத் துறைமுகத்தருகில் சென்று பார்க்கும் ஆர்வம் குறைந்தது. என் அண்ணா உயிர் தப்பியது, அம்மா மேற்கொள்ளும் கடும் விரதங்களால்தான் இருக்க வேண்டும்.

யுத்தம் இன்னும் தீவிரமாயிற்று. ஐரோப்பாவில் 'இரண்டாம் முனை' என்று நாஜி ஆக்கிரமிப்பில் இருந்த பிரான்ஸ் நாட்டில் பிரிட்டிஷ் அமெரிக்கப் படைகள் கடும் எதிர்ப்பையும் சேதத்தையும் பொருட்படுத்தாது படை எடுத்தன. அதன் விளைவு இந்தியாவில், குறிப்பாக பம்பாயில் ராணுவத்தினர் கெடுபிடி அதிகமாயிற்று. காய்கறி வகைகள் கடைக்கே வராது மொத்தமாக ராணுவத்துக்குப் போய்விட்டன. திறமையான சேவைக்குப் புகழ்பெற்ற பம்பாய் மின்சாரக் கம்பெனி தடுமாறியது. விலைவாசி உயர்வுக்கென கொடுத்த 'பஞ்சப்படி' போதவில்லை. வேலைநிறுத்தம் யுத்த காலச் சட்டம் கொண்டு தடுக்கப்பட்டிருந்தது. மின்சாரம் தயாரிக்கத் தேவையான எரிபொருள் உரிய காலத்தில் கிடைக்கவில்லை. ஏழைகளும் நம்பிக்கையோடு பயணம் செய்யும் டிராம் வண்டிகளில் கட்டணம் இரட்டிப்பாக்கப்பட்டது. பம்பாயின் லட்சக்கணக்கான குடும்பங்கள்போல எங்கள் குடும்பமும் தடுமாறித் தவித்தது.

இவ்வளவிலும், சுந்தரத்தின் குழந்தை, முகம் பார்த்துச் சிரிக்க ஆரம்பித்தது. குப்புறத் திரும்பிக்கொண்டது. தரையில் நீச்சலடிக்கத் தொடங்கியது.

சுந்தரம் அவனுடைய தற்காலிக அலுவலகமான ரிட்ஸ் ஹோட்டல் போகத் தொடங்கிய பிறகுதான், ஒருநாள் ஆஞ்சநேயர் கோயிலுக்குப் போனேன். கூட்டமே இல்லை. விநாயக் பயில்வான் பற்றி விசாரித்தேன். நெற்றிக்குத் தரித்துக்கொள்ள காவி நிறப் பசை தரும் பூசாரி, விநாயக்கைப் பார்த்துப் பத்து நாட்களா யிற்று என்றார். வெடிவிபத்து பத்து நாட்கள் முன்பு தான் நடந்தது. விநாயக் துறைமுகப் பகுதி போகாமல் இருந்திருக்க வேண்டுமே என்று நினைத்துக்கொண்டேன். அன்று எனக்கு அதிக நேரமில்லை. ரேஷன் வாங்கப் போக வேண்டியிருந்தது.

அடுத்த நாள் காலை நான் நேராக விநாயக் வீட்டுக்குப் போனேன். வீடு பூட்டி இருந்தது.

8

அது சிறிய சந்து. வீடுகளும் சிறியவை. அங்கு வீடுகள் நாள் கணக்கில் பூட்டியிருப்பது அபூர்வ மல்ல. விநாயக் பயில்வான் எங்கு, எப்போது போனார் என்று யாருக்கும் தெரியவில்லை. ஒரு வயதானவர், விநாயக்குடைய அப்பாவுக்கு உடல் நிலை சரியில்லாமல் காணப்பட்டதாகவும், அது பொருட்டே எங்காவது போயிருக்கலாம் என்றார். அங்கே ஹகீம் யாராவது இருக்கிறார்களா என்று விசாரித்தேன். இரு வெவ்வேறு சந்துகளில் இரு ஹகீம்கள் இருக்கிறார்கள் என்று தெரிந்துகொண்டேன்.

முதல் ஹகீம் பக்கத்து சந்து. ஹகீம் வீடும் மோசமாக இருந்தது. யாரோ ஒருவர் அங்கு பொந்துகளாகப் பல வீடுகள் கட்டி வாடகைக்கு விட்டிருக்க வேண்டும். ஆனால், இந்தச் சந்துகளுக்கு அங்கங்கே தெரு விளக்கு இருந்தது. சில தண்ணீர்க் குழாய்களும் இருந்தன.

முதல் ஹகீமுக்கு விநாயக் பயில்வானைத் தெரியாது. நான் இன்னொரு ஹகீமைத் தேடிப் போனேன். அவர் வீடும் அந்தச் சுற்று வட்டாரத்தில் தான் இருந்தது. நான் போனபோது அவரைப் பார்க்க இரு நோயாளிகள். வாசல் கதவுக்கு ஏழ்மை தெரியும் திரை. இரு நோயாளிகளும் அவரைச் சந்தித்து வெளியே போனபிறகு, இன்னும் யாராவது இருக்கிறார்களா என்று பார்ப்பதுபோல ஒரு சிறு பெண் திரையை விலக்கிப் பார்த்தாள். "என்ன வேண்டும்?" என்று கேட்டாள்.

"ஹகீமைப் பார்க்க வேண்டும்."

அவள் திரையைச் சிறிது விலக்கி நிற்க, நான் உள்ளே போனேன். சிறிய அறை. பிரகாசமானதொரு விளக்கருகே ஒரு வயதானவர் பழங்கால மர நாற்காலி யில் உட்கார்ந்திருந்தார். "என்ன உடம்புக்கு?" என்று கேட்டார்.

"நான் விநாயக் பயில்வானைத் தேடி வந்தேன்."

"இங்கே அப்படி யாரும் இல்லையே?"

"அவர் அப்பா, என்னை ஒரு ஹகீமிடம் அழைத்துப் போக வேண்டும் என்றார். இப்போது அந்த வீடு பூட்டி இருக்கிறது."

"பரவாயில்லை. கையைக் கொடு."

"நான் வைத்தியத்துக்கு வரவில்லை. விநாயக் பயில்வானைத் தேடி வந்தேன்."

"இங்கே அப்படி யாரும் இல்லை."

நான் திரும்பிப் போக இருந்தேன். அப்போது அவர் கேட்டார், "பயில்வான் என்றால் என்ன பயில்வான்? பளு தூக்குபவனா?"

"எனக்குத் தெரியாது. குஸ்தி போடுவான் என்று தெரியும்."

"அவன் பயில்வான் இல்லையே?"

"அவர் பெயர் அதுதான்."

"விநாயக் மாஸ்டர். அவன் அப்பாதான் மாஸ்டர். பத்து நாட்கள் முன்பு மகன் அப்பாவைத் தூக்கி வந்தான். அந்த மாதிரி ஜுரத்துக்கு என்னிடம் மருந்து கிடையாது. ஆஸ்பத்திரிக்குப் போ என்றேன்."

"என்ன ஆஸ்பத்திரி?"

"இங்கே ஒரே ஒரு ஆஸ்பத்திரி கவர்ன்மென்ட் ஆஸ்பத்திரி தான்."

"அடன்வாலா ரோடு கோடியில் இருக்கிறதே, அதுவா?"

"இங்கே இருப்பது அது ஒன்றுதானே?"

அங்குதான் சுந்தரத்தை அழைத்துப் போயிருந்தேன். அதே நேரத்தில் விநாயக்கும் அதே ஆஸ்பத்திரியில் வேறு ஒரு மூலையில் இருந்திருப்பான்.

நான் வீட்டுக்குத் திரும்பி விட்டேன். அரசு ஆஸ்பத்திரியில் காலை பத்து மணிக்கு வெளி கேட்டை மூடிவிட்டால் யாரும்

மாலை நான்கு மணிவரை உள்ளே போக முடியாது. மிகச் சில நோயாளிகளுக்கே வீட்டுப் பகலுணவு அனுமதிக்கப்பட்டது. உணவு கொண்டு வருபவர்கள் அவர்களுக்குக் கொடுக்கப்பட்ட சிவப்பு அட்டையைக் காண்பிக்க வேண்டும். நான் ஆஸ்பத்திரி போய்ப் பயனில்லை.

விநாயக்கின் அப்பாவுக்கு உடல் நலக்குறைவு ஏற்படும் என்று எனக்குத் தோன்றியதில்லை. எடுத்த எடுப்பிலேயே 'என் பெண்ணைக் கல்யாணம் செய்துகொண்டு என் வீட்டிலேயே இருந்துவிடு' என்று சொன்னது எனக்குத் தவறாகத் தோன்ற வில்லை. பெண்ணைப் பெற்றவர்கள் எல்லாருமே ஏதாவது ஒரு வகையில் மருமகனுக்குத் தேடிய வண்ணம் இருப்பார்கள் என்று என்னைவிட நன்றாகத் தெரிந்தவர்கள் அதிகம் இருக்க மாட்டார்கள். அதேபோல டி.பி. நோய், குடும்பத்தில் விளைவிக்கும் இன்னல்களையும் துயரங்களையும் என்னைவிட அதிகம் தெரிந்தவர்கள் அதிகம் இருக்க மாட்டார்கள்.

விநாயக்கின் குடும்பம் டி.பி.க்கென்றே ஏற்படுத்தப்பட்ட குடியிருப்பில் வசித்தது. ஆண்களில் அநேகமாக அவ்வளவு பேரும் துணி ஆலைகளில் பணிபுரிவார்கள். பெண்கள் பெரும்பான்மை யோர் வீட்டு வேலை புரிபவர்கள். அதனாலேயே பகல்வேளையில் வீட்டுக் கதவு பூட்டியிருப்பது யாருக்கும் அசாதாரணமாகத் தோன்றவில்லை. விநாயக் ஒரு விதிவிலக்கு. அவனும் எளிதாக ஒரு துணி ஆலையில் தினக்கூலிக்குச் சேர்ந்துவிடலாம். குஸ்திச் சண்டையை நம்பி இந்த யுத்த காலத்தில் வாழ்க்கை நடத்த முடியுமா? ஒரு காலத்தில் வட இந்திய சமஸ்தானங்களில் ராஜா வின் பொழுதுபோக்குக்கு மல்லர்கள் இருந்தார்கள். அவர்களுக்கு அளிக்கப்படும் பணம் ஒரு சிறு குடும்பம் எளிய வாழ்க்கை நடத்தப் போதுமானதாயிருக்கும். அப்படித்தான் இருக்க வேண்டும். இல்லாதுபோனால் தொடர்ந்து மல்லர்கள் இருப்பார்களா?

"கோயிலுக்குப் போயிட்டு வர இவ்வளவு நேரமா?" என்று அம்மா கேட்டாள்.

நான் முதல்முறையாக வீட்டில் விநாயக் பயில்வான் பற்றிச் சொன்னேன். "என்னை ஒருநாள் கோயிலுக்கு அழைச்சுண்டு போயேன்," என்று அம்மா சொன்னாள்.

"இன்னிக்கு முடியாதும்மா. நாளை காலையிலே சாப்பாட்டுக்கு முன்னாலே போயிட்டு வரலாம்."

"சரி."

நான் நான்கு மணிக்கே ஆஸ்பத்திரியை அடைந்துவிட்டேன். ஆனால், விநாயக் மாஸ்டர் என்ற ஒரு பெயரை வைத்துக்கொண்டு, அவனையோ அவனுடைய தகப்பனாரையோ கண்டுபிடிக்க முடியவில்லை. விநாயக்கின் அப்பாவின் பெயரை நான் விசாரித்துக்கொள்ளவில்லை. அது மிகப்பெரிய மருத்துவமனை, அங்கு பல நோயாளிகளுக்குக் கட்டில் இல்லாமல், தரையில் பாய் விரித்துப் படுக்க வைத்திருந்தார்கள். அவர்கள் உடல் நிலைமை ஓரளவு குணமாகியிருக்க வேண்டும். பல பாய்கள் வெறும் துப்பட்டி, தலையணையோடு காணப்பட்டன. ஒரே ஒரு பாய் நோயாளி அருகே ஒரு போலீஸ்காரர் தென்பட்டார். ஆனால், போலீஸ்காரர் அந்த நோயாளியிடமும் அவருடைய உறவினர்களிடமும் பேசிக்கொண்டிருந்த விதத்தில் அவரும் நோயாளிக்கு உறவோ என்று நினைக்க வைக்கும்.

இதெல்லாம் பெரிய பெரிய அறைகளில் டஜன் கணக்கில் இருந்த நோயாளிகள். விநாயக்குடைய பொருளாதார நிலையில் தனி அறை சாத்தியமில்லை. ஆதலால், மாடிக்குப் போக வேண்டியதில்லை. ஆனால், மாடிக்குச் சென்றேன்.

அது தரையோடு சேர்த்து மூன்று அடுக்குகள் கொண்டது. அதேபோல இன்னும் மூன்று கட்டடங்கள் இருந்தன. அந்தக் கட்டடங்கள் அருகே இருந்த சூழ்நிலை, அவை சற்றுப் பணம் செலவழிக்கக்கூடியவர்களுக்கு என்பதைத் தெரியப்படுத்தியது.

மூன்றாவது மாடிக்கும் போனேன். நான் வெராண்டாவைச் சுற்றும்போது ஒரு வெள்ளையுடைப் பணியாள், "யார் வேண்டும்?" என்று கேட்டார். நான் சொன்னேன்.

"நீ சொல்கிறபடியான நோயாளி இருந்தால் இந்த ஒரு கட்டடத்தில்தான் இருக்க வேண்டும். எல்லா அறைகளையும் பார்த்துவிட்டாயல்லவா?"

"ஒரு மாதிரிப் பார்த்துவிட்டேன்."

"அப்போது அந்த மனிதர் நோய் குணமடைந்து வீட்டுக்குப் போய்விட்டிருக்கலாம்."

"இல்லை. காலை வீடு பூட்டியிருந்தது."

"உறவினர் வீட்டுக்குப் போயிருக்கலாம்."

அந்த ஆள் போய்விட்டார். நான் படி இறங்க ஆரம்பித்தேன். அந்த ஆஸ்பத்திரியின் நான்கு கட்டடங்களைத் தவிர, சற்றுத் தள்ளி ஒரு சிறு கட்டடம் இருந்தது. அங்கே நின்றிருந்த ஓர்

உருவம் விநாயக்கின் தங்கைபோலத் தெரிந்தது. நான் வேகமாகப் படி இறங்கி அங்கு விரைந்தேன். நான் அந்தக் கட்டடத்தை நெருங்க நெருங்க விநாயக்கின் தங்கை அழுதுகொண்டு நிற்பது தெரிந்தது. நான் ஓடினேன். அவளும் என்னைப் பார்த்துவிட்டாள். என்னைக் கண்டவுடன், "பாபா" என்று கத்தியவள் என்னைக் கட்டிக்கொண்டாள். "என்னாயிற்று என்னாயிற்று?" என்று பரபரப்புடன் கேட்டேன். அவள் என்னை விட்டு விட்டுத் தரையில் உட்கார்ந்து, "அப்பா செத்துப் போய்விட்டார்," என்று சொல்லிப் பெரிதாக அழ ஆரம்பித்தாள்.

"விநாயக் எங்கே?" என்று கேட்டேன்.

அவள் அக்கட்டடத்தைக் காட்டினாள். நான் அதனுள் போனேன். விநாயக் அங்கு காக்கிச் சீருடை அணிந்த இருவரிடம் ஏதோ கேட்டுக்கொண்டிருந்தான்.

அது அந்த ஆஸ்பத்திரியின் பிணவறை.

9

நான் ஒரு விக்டோரியா பிடித்து வந்தேன். முன்பே சொல்லிவிட்டேன். அதிகப்படி ஒரு ரூபாய் தர வேண்டும். நானும் விநாயக்கும் அவன் அப்பா வின் உடலை ஒரு பக்க இருக்கையில் ஒருவாறு பொருத்திவைத்துவிட்டு, நான், விநாயக், அவன் தங்கை மூவரும் எதிர்ப்பக்கத்தில் உட்கார்ந்தோம். விக்டோரியாவின் பக்கப் படுதாக்களைக் கொண்டு வண்டியை முழுதும் மூடிக்கொண்டோம்.

விநாயக் வீடு ஆஸ்பத்திரியிலிருந்து ஒரு மைல் தூரம்தான் இருக்கும். ஆதலால், கால் மணி நேரத்தில் வீட்டை அடைந்துவிட்டோம். சாவியை அவன் தங்கை இடுப்பில் சொருகிக்கொண்டிருந்தாள். சப்தமே எழுப்பாதபடி உடலை வீட்டில் உள்ளே கிடத்தினோம்.

வீட்டில் பணமே இல்லை. இவர்கள் எப்படிச் சமாளிக்கிறார்கள் என்று எவருக்கும் தோன்றும். நான் என் வீட்டுக்குப் போய், வெளியிலிருந்தபடியே அம்மாவைக் கூப்பிட்டேன். மன்னிதான் வந்தாள். “எனக்கு ஐம்பது ரூபாய் வேண்டும்” என்றேன். ஏன் எதற்கு என்று கேட்காமல் மன்னி கொண்டு வந்து கொடுத்தாள். நான் விநாயக் வீட்டுக்கு ஓடினேன். அதற்குள் பக்கத்து வீட்டுக்காரர்கள், இரு உறவினர்கள் வந்திருக்கிறார்கள். அன்று சவ அடக்கம் பெரிய விஷயம் இல்லை. பாடை கட்டிப் பிணத்தை எடுத்துப் போனால் அங்கிருக்கும் ஆட்கள் எரிக்கவா புதைக்கவா என்று கேட்பார்கள். புதைப்பது மலிவு. நாங்கள் முப்பது ரூபாயில்

விநாயக்கின் அப்பாவைக் குழியில் தள்ளி மண்ணை அள்ளிப் போட்டோம். அது வெயில் காலம். ஏழு மணி வரை நல்ல வெளிச்சம் இருந்தது. நான் இருமுறை பணம் கொடுக்க முயற்சி செய்தும் அவர்கள் வேண்டாம் என்று கூறிவிட்டார்கள். உண்மை யில் அந்தச் சிறு மராட்டிக் கும்பலில் நான் தனித்து நின்றேன்.

உறவினர்கள் மயானத்திலிருந்து நேரே அவரவர்கள் வீடுகளுக்குச் சென்றுவிட்டார்கள். தலை முழுகுவது, தலையை மழித்துக் கொள்வதெல்லாம் அவர்கள் ஜாதியில் இல்லை. விநாயக் அவனுடைய மீசையை மட்டும் எடுத்துவிட்டான். நான் அவன் வீட்டருகே இருந்த குழாயில் குளித்துவிட்டு ஈரத் துணியுடன் என் வீட்டுக்குப் போய்ச் சேர்ந்தேன். அம்மா, மன்னி இருவரும் ஒரு கேள்வியும் கேட்கவில்லை.

அன்று படுத்தவுடனே தூங்கிவிட்டேன். தடாலென்று விழிப்பு வந்தது. எங்கள் வீட்டில் மணியடிக்கும் கடிகாரம் இருந்தது. அது அரை மணி குறித்த ஒருமுறை மணியடிக்கும். இன்னும் அரை மணி நேரம் காத்திருந்தால்தான் மணி என்ன என்று தெரியும். அது மறுபடியும் ஒரு மணி அடித்தது. அதாவது இரவு ஒரு மணி. எனக்கு கிராமத்திலும் புனாவிலும் நண்பர்கள் இருந்தார்கள். ஓரிருவரைத் தவிர மற்றவர்களின் பெயர்கள் மறந்துவிட்டன. விநாயக் விஷயத்திலும் அப்படித்தான் ஆகிவிடுமோ? அன்று எவ்வளவு பெரிய, தீவிரமான நிகழ்ச்சிகள் நடந்துவிட்டன! கையில் பணமும் உத்தியோகமும் இல்லாமல் எப்படி விநாயக்கின் குடும்பம் பம்பாய் போன்ற நகரத்தில் வசிக்க வந்தது? அக்கம் பக்கத்திலும் பெரிதாக உதவக்கூடியவர்கள் யாருமிருந்ததாகத் தெரியவில்லை. இரவு ஏதாவது உணவு அருந்தியிருப்பார்களா? நான் அந்த ஐம்பது ரூபாயை விநாயக்கிடம் கொடுத்துவிட்டு வந்திருக்க வேண்டுமோ?

நான் மறுபடியும் தூங்கிவிட்டேன். கண் விழித்தபோது நன்றாகப் பொழுது விடிந்தது. சுந்தரம் வேலைக்குப் போகத் தயாராகிவிட்டான். "ஏன், உடம்புக்கு ஒண்ணுமில்லையே?" என்று கேட்டான்.

எனக்குச் சட்டென்று பதில் சொல்லத் தெரியவில்லை. "நேத்திக்கு மன்னிகிட்டேந்து அம்பது ரூபாய் வாங்கிண்டு போனயாம். உனக்கு எதுக்குடா அவ்வளவு பணம்?"

"எனக்குத் தெரிஞ்சவன் ஒருத்தனோட அப்பா, ஆஸ்பத்திரி யிலே செத்துப்போயிட்டார்."

"யாரது?"

“நான் கோயில்லே பாக்கிற பயில்வான்.”

சுந்தரம் அவன் கைக்கடிகாரத்தைப் பார்த்தான். “சீக்கிரம் பல் தேச்சுட்டு காபி சாப்பிட்டுட்டு வா. அவன் வீட்டுக்குப் போகலாம்.”

நான் ஐந்தே நிமிஷத்தில் தயாராகிவிட்டேன். மன்னி கொடுத்த ஐம்பது ரூபாயை சுந்தரத்திடம் கொடுத்தேன். “நீயே வச்சுக்கோ,” என்றான்.

விநாயக் வீட்டுத் திண்ணை காலியாக இருந்தது. வாசல் கதவு திறந்தது. “விநாயக் பயில்வான்?” என்று கூப்பிட்டேன்.

அவன் தங்கை வெளியே வந்தாள். “அண்ணா சுடுகாட்டுக்குப் போயிருக்கிறார்,” என்றாள்.

சுந்தரம் என்னிடம் சொன்னான், “அந்த அம்பது ரூபாயை அவகிட்டே கொடு.”

நான் என் பையிலிருந்து பணம் எடுத்து அவளிடம் கொடுத்தேன். அவள் ஒரு விநாடி எண் கண்களைப் பார்த்தாள்.

“வா, போகலாம் . . .”

நாங்கள் மெயின் ரோடு வந்தவுடன் சுந்தரம் கேட்டான், “செத்துப் போனவர் பேர் என்ன”

“எனக்குத் தெரியாது.”

“அந்தப் பொண்ணு பேர்?”

“அதுவும் தெரியாது.”

சுந்தரம் என் முகத்தைப் பார்த்தான்.

“நான் அந்த வீட்டுக்கு ஒரே ஒரு தரம்தான் போயிருக்கேன். அன்னிக்கு அங்கே இருந்ததே அஞ்சு பத்து நிமிஷம்தான் இருக்கும். அன்னிக்கு அந்தப் பயில்வானின் அப்பாதான் பேசிண்டிருந்தார்,” என்று சொன்னேன்.

சுந்தரம் ரிட்ஸ் ஹோட்டலுக்குப் போய்விட்டான். அவனுடைய பிரதானமான மோட்டார் கார்களை சர்வீஸ் செய்து பழுது பார்ப்பது அந்தக் கொட்டகைதான். துறைமுக வெடிவிபத்தில் சிதறிப் போய்விட்டது. இப்போது சற்று உள்தள்ளி நல்ல விசாலமான இடத்தைத் தயார் செய்துகொண்டிருந்தார்கள்.

நான் வீட்டுக்குப் போனதும் அம்மா கேட்டாள், “என்னடா, என்ன நடக்கிறது?”

எனக்கு என்ன அல்லது எதைச் சொல்வது என்று தெரிய வில்லை. "என்னம்மா?" என்றேன்.

"நேத்திக்கு அம்பது ரூபாய் வாங்கிண்டு போனே. வீட்டுக்கு வந்து குளிச்சே. என்னது?"

"எனக்கு ஆஞ்நேயர் கோயில்லே ஒரு சிநேகிதன். நம்ம பக்கம் இல்லே. மராட்டி. அவனோட அப்பா திடீர்னு செத்துப் போயிட்டார். நேத்திக்கு என்கிட்டேர்ந்து பணம் வாங்கிக்கலே. வாங்கக் கூடாதோ என்னமோ. அண்ணா கிட்டே சொன்னேன். அண்ணாவே என்னை அந்த வீட்டுக்கு அழைச்சிண்டு போய் அந்த அம்பது ரூபாயைக் கொடுத்தான்."

"அந்த வீட்டு உள்ளே போனேளோ?"

"வெளியிலேந்தே கொடுத்துட்டோம். என் சிநேகிதன் சுடுகாட்டுக்குப் போயிருந்தான். பணத்தை அவன் தங்கைகிட்டே கொடுத்துட்டு வந்தோம்."

"ஏதாவது தப்பா நினைச்சுப்பானா?"

"எனக்கும் தெரியாது. ஒழுங்கா வேலை இருந்தாலே பம்பாயிலே காலம் தள்ளறது கஷ்டம். அவன் குஸ்தியை நம்பிண்டிருக்கான்."

"என்ன?"

"அவன் ஒரு குஸ்திச் சண்டைக்காரன்."

"ஏதாவது வேலைக்குப் போகலாமே?"

அசோகமித்திரன்

10

அன்று மாலையே விநாயக் அவனுடைய தங்கையையும் அழைத்துக்கொண்டு எப்படியோ எங்கள் வீட்டைத் தேடிக்கொண்டு வந்துவிட்டான். அவன் வந்த சமயத்தில் நான் ரேஷன் கடைக்குப் போயிருந்தேன். திரும்பி வந்தபோது அவர்கள் இருவரும் வெளியே காத்துக்கொண்டிருந்தனர்.

"ஒரு நிமிஷம்," என்று சொல்லிவிட்டு நான் வாங்கி வந்த கோதுமையையும் அரிசியையும் மன்னி யிடம் கொடுத்தேன். அம்மாவிடம், "இதுதான் அந்தக் கோயில் சிநேகிதன்" என்றேன்.

"அவா இரண்டு பேர்தானாமே?"

"அப்படித்தான் நினைக்கிறேன். எனக்குத் தெரியாது."

"நான் விசாரிச்சேன். அவன் வேலைக்குப் போகலாம். ஆனால், பொண்ணு ரொம்பச் சின்னவளா இருக்காளே?"

நான் பதில் சொல்லவில்லை.

வெளியே வந்தேன். விநாயக் என் கையைப் பிடித்து நன்றி சொல்ல வந்தான். நான் அதற்கு இடம் கொடுக்காமல், "விநாயக், நீ ஏதாவது வேலைக்குப் போகணும். நான் வேலை பண்ணின சோப்பு ஃபாக்டரியிலே கிடைக்கும். உனக்குச் சரின்னா நான் வந்து சொல்லறேன்."

அவன் கண்களில் கண்ணீர் மல்க நின்றான்.

"நாளைக்கே போகலாம். முதலில் தினக்கூலிதான். நான் டிப்ளமோ வாங்கினவன். எனக்கே முதல் ஆறு மாதம் தினக்கூலி தான்."

"எத்தனை மணிக்குப் போக வேண்டும்?" என்று அவன் தங்கை கேட்டாள்.

"இங்கேயிருந்து ஆறு மணிக்குக் கிளம்பினால் போதும். அது சரி, உங்கள் அப்பா பெயர் என்ன?"

"ஈஷ்வர். ஈஷ்வர் மாஸ்டர் என்பார்கள்" என்று விநாயக் சொன்னான்.

"உன் தங்கை பெயர்?"

"நிர்மலா. நாங்கள் போடஸ் குடும்பத்தைச் சேர்ந்தவர்கள். சதாரா ஜில்லாவைச் சேர்ந்தவர்கள். அங்கே நாற்பத்திரண்டில் பிரிட்டிஷ்காரர்கள் அட்டூழியம் செய்தார்கள். அதனாலேதான் நாங்கள் பம்பாய் வந்தோம்."

"நீங்கள் பம்பாய் வந்து இரண்டு வருஷங்கள்தானா ஆகிறது?"

"ஆமாம். அங்கே பட்டாளம் இப்படி அப்படியென்று அக்கிரமம் செய்யவில்லை. ஒரு வெள்ளைக்கார சிப்பாயைத் தனியாகப் பிடித்து அவனுடைய உள்ளங்கால்களில் லாடம் அடித்துத் துரத்தினார்கள். பதிலடியாக ராணுவம் சதாராவில் கிராமம் கிராமமாகத் தாக்கினார்கள். எங்கள் அம்மா ஒரு விறகுக் கட்டை கொண்டு ஒரு சிப்பாயைத் தாக்கினாள். அவன் துப்பாக்கிச் சனியனால் அம்மா வயிற்றைப் பிளந்தான். அதெல்லாம் இப்போ எதற்கு?"

"நீ சோப் தொழிற்சாலையில் வேலை பார்த்தால் நிர்மலாவும் வேலைக்குப் போகலாம். எவ்வளவு படித்திருக்கிறாள்?"

"தேர்டு ஃபார்ம்." நிர்மலா சொன்னாள்.

"நான் காலை ஆறு மணிக்கு இங்கே வந்துவிடட்டுமா?" விநாயக் கேட்டான்.

"இங்கே வந்தால் நேரே ஸ்டேஷனுக்குப் போய் ஆறு பத்து வண்டியைப் பிடித்து விடலாம்."

என் வீட்டில் என் அந்தஸ்து திடீரென்று கூடிவிட்ட மாதிரி இருந்தது. எனக்கெனப் பார்வையாளர்கள்! ஒழுங்காக இருபத்திரண்டு வயதாகவில்லை, நான் பம்பாயில் இந்த யுத்த காலத்தில் எனக்குத் தெரிந்தவன் ஒருவனுக்கு வேலை வாங்கித் தரப்போகிறேன்!

அடுத்த நாள் நாங்கள் இருவரும் ஆறு பத்து ரயிலைப் பிடித்து தொழிற்சாலை கேட் திறந்திருக்கும்போது அனுமதி வாங்கி ஃபோர்மேனைப் பார்க்கப் போனோம். அந்த நேரத்தில் வொர்க்ஸ் மானேஜர் அங்கிருந்தார். அவருக்கு விநாயக்கின் அப்பாவைத் தெரிந்திருந்தது. ஒரு படிவத்தில் விநாயக்கின் கையெழுத்தை வாங்கிக்கொண்டு அன்றே வேலைக்குச் சேர்த்துக் கொண்டார். "நீ எப்போது வரப் போகிறாய்?" என்று என்னைக் கேட்டார்.

"அடுத்த மாதம் எக்ஸ்ரே எடுத்த பிறகு."

விநாயக் என்னைத் தனியாக அழைத்து," என் தங்கையிடம் விவரம் சொல்லிவிட முடியுமா? அவள் கவலைப்பட்டுக் கொண்டிருப்பாள்" என்றான்.

நான் விநாயக் வீட்டுக்குப் போனபோது கதவு மூடியிருந்தது. 'விநாயக்!' என்று இருமுறை கூப்பிட்டேன்.

ஜன்னல் வழியாக நிர்மலா என்னைப் பார்த்தாள். "அவர் உங்களோடு சோப் ஃபாக்டரிக்குப் போவதாகச் சொன்னாரே, வரவில்லையா?" என்று கவலையுடன் கேட்டாள்.

"வந்தார். அவருக்கு நான் சொன்ன வேலையைவிட நல்ல வேலையே கிடைத்துவிட்டது. உங்கள் அப்பா பெயர் அங்கு தெரிந்திருந்தது."

நிர்மலா தலையைக் கவிழ்த்துக்கொண்டாள்.

"அவன் வேலை முடிந்து சரியாக ஐந்தரை மணிக்கு வீட்டுக்கு வந்துவிட முடியும். தைரியமாக இரு" என்று சொல்லிவிட்டு நான் கிளம்பினேன்.

என் அம்மாவும், நிர்மலா வயதில் திண்டாடி இருப்பாள். சப்–இன்ஸ்பெக்டருடன் கல்யாணம் என்று குடும்பத்தில் எல்லாரும் பெருமைப்பட்டுக் கொண்டிருந்தார்கள். அவளுடைய கணவன் வீட்டில் பேசுவதே புரியாது. ஆனால், ஓயாமல் பேசிக் கொண்டிருப்பார்கள். அவளுடைய கணவன் தப்பிப் பிறந்தவன். அதுதான் காரணமோ அற்பாயுளுக்கு?

அம்மாவுக்கு உதவுவதற்கென்று வெளி மனிதர்கள் யாரும் வரவில்லை. அவளுடைய அம்மா, அண்ணா தம்பிகள்தான் இரு குழந்தைகளை வளர்க்க வேண்டியிருந்தது. ஏன் நம் பெண்கள் ஒரு நொடிப் பொழுதில் நிராதரவாகப் போய் யார் யார் தயவிலேயோ நிற்க வேண்டிவந்துவிடுகிறது? படிப்பு இல்லை என்று சொல்லலாம். படித்துவிட்டால் மட்டும் பெண்கள் எல்லா

வசதிகளையும் பாதுகாப்பும் பெற்றுவிட முடிகிறதா? அம்மா படிக்கவில்லை. நிர்மலா ஓரளவு படித்திருப்பாள். மராட்டிப் பெண்கள் முடிந்தவரை படித்து விடுகிறார்கள். நிர்மலாவுக்கு சைக்கிள் விடத் தெரியுமோ?

"என்ன ஆச்சுடா?" என்று அம்மா கேட்டாள்.

"அந்த மனுஷனுக்கு வேலை கிடைச்சுடுத்தம்மா. இவ்வளவு சுலபமா முடியும்னு நான் நினைக்கலை."

"அவா மராட்டிக்காரா, இல்லையா?"

"அதனாலே மட்டுமில்லை. அவருடைய அப்பாவை அங்கே தெரிஞ்சுருக்கு."

11

திடீரென்று என் வாழ்க்கை வெற்றுச்சுவர் போலத் தோன்றியது. ஆறு மாதங்களாக அப்படித் தான் இருந்திருக்கிறது. விநாயக்கின் தந்தை இறந்த கையோடு விநாயக்கை என் பழைய தொழிற்சாலை யில் சேர்த்து முடித்தவுடன் எனக்கு வாழ்வதற்கே ஒரு இலக்கும் இல்லாதது போலத் தோன்றியது. இவ்வளவுக்கும் நான் விநாயக்கை ஏழெட்டு முறை தான் சந்தித்திருப்பேன். அதற்குள் என் வாழ்க்கை யில் ஒரு பெரிய அத்தியாயம் முடிந்துவிட்டது போலிருந்தது.

இன்னும் ஒரு வார காலத்தில் மழை தொடங்கிவிடும். வீட்டோடு கிடக்க வேண்டும். ஆதலால், துறைமுகப் பகுதியைப் பார்த்துவிட்டு வரலாம் என்று நான் ரயில் ஏறினேன். தாதர் என்னுமிடத்தில் இறங்கிப் படியேறி அதே தாதர் என்ற பெயர் கொண்ட நிலையத்துக்குச் சென்று அங்கு இன்னொரு ரயில் ஏறினேன். அது முடியும் இடத்தில் கடல் வந்துவிடும்.

நான் துறைமுகப் பக்கமாக நடந்தேன். நான் அதற்கு முன் சிறு சிறு வீடுகள் குட்டிச்சுவராக நிற்பதைப் பார்த்திருக்கிறேன். ஆனால், இங்கே பம்பாயில் கண்ட நாசம் கற்பனை செய்து கொள்ள முடியாததாக இருந்தது. பம்பாய்த் துறைமுகம் பல மைல் தூரம். அதில் விக்டோரியா துறை கிட்டத்தட்ட மத்தியில், வெடித்த சரக்குகளும் கப்பலும் அநேகமாக எல்லாமே தளவாடங்கள்; வெடிபொருள்கள். சுற்று வட்டாரத்தில் தரைமட்ட மாக ஆகக்கூடியவை தரைமட்டமாகிவிட்டன.

அங்கோர் இடம் இங்கோர் இடத்தில் ஒரு தூண், அல்லது ஒரு சுவர். ஒரு சுவரில் மர ஜன்னல் கருகிப்போய் இரும்பினால் ஆனது போலிருந்தது. நான் போனபோது மனித உடல்கள், கை கால்கள் எல்லாம் அநேகமாக விலக்கப்பட்டுவிட்டன.

சாலைகளில் வண்டிகள் ஒரு வரிசையில் போகிறபடி இடிபாடுகளைச் சுவரோரமாகத் தள்ளியிருந்தார்கள். தனியார் லாரிகளும் பம்பாய் கார்ப்பரேஷன் லாரிகளும் இடிபாடுகளை வேறொரு இடத்தில் கடலில் கொட்டின. அந்த இடம் ஓரளவு பழையபடியாகப் பல மாதங்கள் ஆகும் போலிருந்தது. யுத்த காலமாதலால் துறைமுகப் பகுதி கடுமையான காவலில் இருந்தது. அது விபத்துதான், ஒற்றர்களின் நாசவேலை அல்ல என்று முடிவு செய்ததில் மனிதவேட்டை குறைந்திருந்தது. நான் பயந்து பயந்துதான் அங்கு ஓரமாக நடந்து சென்றேன். மழை தூறியது.

மழையில் நனையக்கூடாது என்று நான் ரயில் நிலையம் திசையில் ஓடினேன். ஆனால், நொடிப் பொழுதில் மழை பெரிய சூறாவளி போல வீசத் தொடங்கியது. தெருக்கள் காலியாகி விட்டன. மழை பெரிய தண்ணீர்க் கற்கள் போல சாலையில் விழுந்து சிதறியது.

நான் துறைமுகப் பகுதியைக் கடந்துவிட்டாலும் கடலை ஒட்டிய சாலையில்தான் ஓடிக்கொண்டிருந்தேன். பிரம்மாண்ட மான அலைகள் கரையைக் கடந்து சாலையிலும் பாய்ந்தன. கிடுகிடுவென சாலையே ஒரு ஆறு போல ஆயிற்று. எங்கோ ஒரு சாலைச் சாக்கடை மூடி பிய்த்துக்கொண்டு பறந்து போய், அந்தத் துவாரத்திலிருந்து தண்ணீர் சாலையில் பீய்ச்சியடித்தது.

எனக்கு ஒதுங்குவதற்கு எங்கும் இடம் கிடைக்கவில்லை. ஓரிடத்தில் கேட் திறந்திருந்தது. பழங்காலக் கட்டடம். அது வீடா அலுவலகமா தெரியவில்லை. ஆனால், அந்தநாள் பாணியில் வண்டிகள் வந்து நிற்க போர்ட்டிகோ இருந்தது. அங்கே ஒண்டிக்கொண்ட ஐம்பது அறுபது பேர்களுடன் நானும் ஒண்டிக்கொண்டேன். எல்லாருமே தொப்பலாக நனைந்திருந் தார்கள்.

மழை மேலும் மேலும் அதிகரித்தது. இருட்டவும் தொடங்கி யது. எனக்கு உதறத் தொடங்கியது. என் பக்கத்தில் நின்ற குஜராத்திக்காரர் என்னைக் கெட்டியாக அணைத்துப் பிடித்தார். “இந்த உதறலைக் கட்டுப்படுத்தாவிட்டால் நீ இங்கேயே செத்துப் போய்விடுவாய்” என்று சொன்னார். “உனக்கு டி.பி. வந்ததா?” என்று கேட்டார். ஆமாம் என்றேன். “எதற்காக இந்த மழையில் கிளம்பினாய்? வீடு எங்கே இருக்கிறது?” என்று கேட்டார்.

நான் சொன்னேன். மழையையும் பொருட்படுத்தாது ஒருவர் இருவராக அந்த இடத்தை விட்டு அகன்றனர். என் உதறல் சற்று அடங்கியது. இப்போது குஜராத்திக்காரரே என்னைக் கேட்டார், "சர்ச் கேட் வரை ஓடிப் போகலாமா?"

சரி என்றேன். இருவரும் அந்தப் பேய் மழையில் அரையிருட்டில் ஓடினோம். சர்ச் கேட் நிலையத்தில் சொல்லி முடியாத நெரிசல். பிளாட்ஃபாரத்திலிருந்து ரயிலில் ஏறச் சிறிது நேரம் திறந்தவெளியிலிருப்பதைத் தவிர்க்க முடியாது. கூட்டமே அவனை ரயில் பெட்டியில் ஏற்றிவிட்டது. உள்ளே எல்லாருமே சொட்டச் சொட்ட நனைந்தவர்கள்.

அந்த நாளில் மூன்றாம் வகுப்புப் பெட்டியில் மின்விசிறி கிடையாது. மழை இரு ரயில் நிலையங்கள் தாண்டிய பிறகு நின்றுவிட்டது. சில பகுதிகளில் மழை பெய்யவே இல்லை. மிகவும் சிரமப்பட்டு தாதர் நிலையத்தில் இறங்கினேன். மழையில் நனைந்துகொண்டே மேம்பாலத்தில் ஏறி நடந்து இன்னொரு தாதர் நிலையத்தை அடைந்தேன். வீட்டில் அம்மா, அண்ணா, மன்னி மூவரும் கோபத்தை அடக்கிக்கொண்டு, "துடைச்சுக்கோ," என்றார்கள். அன்று நன்றாகத் தூங்கினேன்.

மழையோ வெயிலோ தினக்கூலிக்காரர்கள் நாள் தவறாமல் போக வேண்டும் என்பதை விநாயக்கிடம் நான் சொல்லவில்லை. அது என்னை உறுத்திக்கொண்டிருந்தது. ஆனால், பத்து நாட்கள் வெளியே போக முடியாதபடி மழை கொட்டித் தீர்த்து விட்டது. ஓவர்கோட் போட்டுக்கொண்டு சுந்தரம் ரிட்ஸ் ஹோட்டலுக்குப் போய் வந்தான். அவனுக்குப் பால் டப்பாக்கள் வாங்கத் தெரிந்தது. காய்கறி வாங்கத் தெரியவில்லை. நாங்கள் ஒரு வாரம் வத்தல் குழம்பு சாதம் சாப்பிட்டுச் சமாளித்தோம். டப்பாப் பால் குழந்தைக்கு.

மழை ஓயவில்லை. நாங்கள் எல்லாரும் முடங்கிக் கிடந்தோம். அந்த மழையிலும் கதவை யாரோ தட்டுவது கேட்டது. அம்மாதான் கதவைத் திறந்தாள். வெளியே சொட்டச் சொட்ட நனைந்த ஒரு சிறு பெண் குடையோடு நின்றாள். அம்மா ஒரு பழைய துண்டைக் கீழே விரித்து, இங்கே நில் என்பது போல கையைக் காட்டினாள். அந்தப் பெண் தயக்கத்துடன் உள்ளே வந்து நின்றாள். அது விநாயக்கின் தங்கை நிர்மலா.

"என்ன?" என்று நான் கேட்டேன்.

"அண்ணா இன்னும் வரவில்லை."

"வழக்கமா எப்போது வருவார்?"

“மழையிலும் ஆறரை ஆறே முக்காலுக்கு வந்துவிடுவார். இன்று இன்னும் காணோம்.”

அண்ணா சொன்னான்: “இந்த மழை நாளில் சில சமயங்களில் ரயில் வராது. அவர் ஃபாக்டரியிலேயே இருப்பார்.”

அவள் அழ ஆரம்பித்தாள். அம்மா சுந்தரத்தைக் கேட்டாள். “நாம என்னடா பண்ண முடியும்?”

“உங்க அண்ணா பத்திரமாக இருக்கிறார். பொழுது விடிந்தபின் நான் விசாரிக்கிறேன். அவர்கள் பம்பாய் ஆபீஸ் சர்ச் கேட்டருகில்தான் இருக்கிறது. இப்போது யாரும் இருக்க மாட்டார்கள்.”

அவள் அழுகையை நிறுத்தித் திரும்பிப் போக இருந்தாள். அம்மா சொன்னாள்: “இந்த இருட்டிலும் மழையிலும் அவளை எப்படீடா அனுப்ப முடியும்?”

“என்ன பண்ணணும்னு சொல்லறே?”

“அவளை இங்கேயே படுத்துண்டு காலையிலே போகச் சொல்லு.”

நான் மராட்டியில் நிர்மலாவுக்கு அம்மா சொன்னதைச் சொன்னேன். அவள் தயங்கினாள். “அண்ணன் இரவு வந்து விட்டால்?”

அம்மா அவ்வளவு கவலைப்பட்டு நான் பார்த்ததில்லை. அம்மாவுக்குப் பெண் பிறக்கவில்லை. மன்னியை அவளால் மகளாக நினைத்துப் பார்க்க முடியவில்லை.

எனக்கும் நிர்மலாவைப் பார்க்கப் பரிதாபமாக இருந்தது. சினிமாக்களில் ஒரு அண்ணன், எந்நேரமும் தங்கையைப் பாதுகாத்து, அவளுக்கு அவள் மனம்போலத் திருமணம் செய்வித்து அவளுக்காக உயிரையே விடுவான். ஆனால், நிஜ வாழ்க்கையில் எவ்வளவு சிக்கலான இழைகள்!

“ஏண்டா, அந்தப் பொண்ண இந்த இருட்டுலேயும் மழையிலேயும் தனியாகப் போக விடலாமா?” என்று அம்மா கேட்டாள்.

“போனா நாம இரண்டு பேருமாத்தான் அவளைக் கொண்டு போய்விட முடியும்.”

“இரண்டு குடை இருக்கே, கொண்டு போய் அவ வீட்டுலே சேத்துடலாம்.”

நான் நிர்மலாவை "நிர்மலா, நிர்மலா! என்று கூப்பிட்டேன்.

அவள் திரும்பி வந்தாள். "ஒரு நிமிஷம் இரு. அம்மாவும் கூட வருகிறார். உன்னை வீட்டில் கொண்டுபோய் விட்டு விடுகிறோம்."

"உங்களுக்கு ஏன் கஷ்டம்?"

அம்மா குடைகளுடன் வந்துவிட்டாள். அம்மாவும் நிர்மலாவும் ஒரு குடையுடனும், நான் இன்னொரு குடையுடனும் நடந்தோம். பம்பாய் மழையில் தெருவில் தண்ணீர் ஆறாக ஓடும். மிகச் சில இடங்களில்தான் தேங்கும். பெரும்பாலான இடங்களில் மழை நின்றதும் தெரு நன்றாகக் கழுவி விட்ட மாதிரி இருக்கும்.

ஆஞ்சநேயர் கோயிலை மூடியாயிற்று. அதைத் தாண்டி அடுத்த தெருவையும் தாண்ட விநாயக் இருந்த குடியிருப்பில் நுழைந்தோம். அந்த சந்துகளில் ஓரளவு மக்கள் நடமாட்டம் இருந்தது. மேடான பகுதியானதால் அதிகம் தண்ணீர் இல்லை. அவள் வீட்டை அடைந்தோம். இடுப்பில் முடிந்திருந்த சாவி கொண்டு நிர்மலா வாயில் பூட்டைத் திறந்தாள். அவள் சொன்னது நிஜந்தான். எதிர்த் திண்ணையில் விநாயக் ஒண்டிக் கொண்டிருந்தான். எங்களைப் பார்த்து பரபரத்து ஓடி வந்தான்.

"என்ன ஆயிற்று? என்ன ஆயிற்று?" என்று கேட்டான்.

"ஒன்றும் ஆகவில்லை. நீ ஏன் இன்னும் வரவில்லை என்று உன் தங்கை விசாரிக்க வந்தாள்."

விநாயக் ஏதும் சொல்லத் தெரியாது நின்றான். அப்போதும் யாரும் எதிர்பாராதபடி அம்மாவின் காலில் நிர்மலா விழுந்து நமஸ்கரித்தாள்.

12

அவன் 'வேண்டாம் வேண்டாம்' என்று சொன்னாலும், நாங்கள் விநாயக்கிடம் ஒரு குடையைக் கொடுத்துவிட்டு எங்கள் வீட்டுக்குக் கிளம்பினோம். வழியெல்லாம் அம்மா தனக்குள் ளேயே ஏதேதோ பேசிக்கொண்டிருந்தாள். அவள் மிகவும் நெகிழ்ந்து போயிருந்தாள்.

நாங்கள் வீடு திரும்பியவுடன், "இந்த மழையிலே நீ எங்கேம்மா போயிருந்தே?" என்று சுந்தரம் கேட்டான். ஒரு சிறு கோபம் அவன் குரலில் இருந்தது.

"கொட்டற மழையிலே நம் வீட்டைத் தேடி ஒரு சின்னப் பொண்ணு நடந்து வந்திருக்கு. அதைப் பத்திரமா அவ வீட்டிலே போய்ச் சேர்க்க வேண்டியது நம்ம பொறுப்பில்லையா?"

"மணி மட்டும் போனாப் போறாதா?"

"போறாது."

அம்மா எவ்வளவு தெளிவாகவும் தீர்மான மாகவும் இருக்கிறாள். அவளுக்கும்தான் அப்படி என்ன வயதாகிவிட்டது? நாற்பத்திரண்டு நாற்பத்தி மூன்று இருக்கும். அதில் பாதி நாட்களாக வெள்ளைப் புடைவையில் இருந்து வருகிறாள்!

அன்று இரவு படுத்தவுடனே தூங்கிவிட்டாலும், அதிகாலையில் விழிப்பு வந்துவிட்டது. நிர்மலா கொட்டும் மழையில் வந்தது, நானும் அம்மாவுமாக அவளை வீட்டில் கொண்டு போய்விட்டது, விநாயக் எதிர் வீட்டில் ஒண்டிக்கொண்டு தவித்திருந்தது,

அம்மா சிறிது கண்டிப்பாகவே சுந்தரத்துடன் பேசியது, எல்லாமே எனக்கு ஏதோ வரப்போகும் பெரிய நிகழ்ச்சிக்கு சகுனமாகத் தோன்றியது. வீட்டில் பெரிய ஆசார அனுஷ்டானங்களைக் கடைப்பிடிக்காவிட்டாலும் ராகு காலம், செவ்வாய், வெள்ளி, சனி நாட்களைச் சாதாரணமாகக் கருத முடிந்ததில்லை. யார் இந்த குஸ்திப் பயில்வான்? நான் ஏன் அவன் அப்பாவைத் தேடிக்கொண்டு பொது மருத்துவமனைக்குப் போனேன்?

இதெல்லாம்கூடப் பெரிய விஷயமாக இல்லாது போய் விடலாம். நான் அவனுக்கு வேலை தேடித் தருகிறேன். அவன் தங்கை அவனைத் தேடி எங்கள் வீட்டுக்கு வருகிறாள்!

இந்தப் பரபரப்பெல்லாம் ஓரிரு நாட்களில் தணிந்துவிட்டது. சுந்தரம் எப்போதும்போல சகஜமாக இருந்தான். மழை நாட்களிலும் அவன் தொழிற்சாலை வேலை ஏதோ ஒரு மாதிரி நடந்து வந்திருக்கிறது. மழை விட்டுவிட்டால் பழையபடி வேலைக்கு, காலையில் போய் இரவுதான் வீடு திரும்ப வேண்டும். மழை குறையத் தொடங்கியது. அப்புறம் பம்பாய்ப் பகல்கள் பரபரப்பு மிகுந்ததாக மாறத் தொடங்கின. விநாயக் ஒருநாள் வீட்டுக்கு வந்து குடையைத் திருப்பிக் கொடுத்துப் போனான். நான் இரண்டு மூன்று நாட்களுக்கு ஒருமுறை கோயிலுக்குப் போய் வந்தேன். மழையில் கோயில் கூரை ஒழுகியிருந்ததோ என்னமோ, செந்தூரம் பூசிய ஆஞ்சநேயர் பளிச்சென்று தெரிந்தார். எனக்கு விநாயக் வீட்டுக்குப் போக வேண்டுமென்று ஓரிரு முறை தோன்றியது. ஆனால், அங்கே அவனுடைய தங்கை தனியாக இருப்பாள். அந்தக் குடியிருப்பில் அது தவறில்லை. ஆனால், நான் விநாயக் வீட்டுக்கு அவனிருக்கும் போதுதான் போக வேண்டும். அவன் இன்னமும் தினக்கூலியாகத்தான் வேலை செய்துகொண்டிருப்பான். ஆதலால், ஞாயிற்றுக்கிழமைகளில்கூட அவன் வேலைக்குப் போய் விடுவான்.

ஒரு வெள்ளிக்கிழமை. அண்ணா சுந்தரம் சாப்பிட்டு விட்டு ரிட்ஸ் ஹோட்டலில் கையெழுத்துப் போட்டுவிட்டு அப்படியே அவனுடைய தொழிற்சாலை இருக்கும் இடத்துக்கும் போய்விட்டு வர வேண்டும். அவன் வெளியில் போனவுடன் அம்மா, "நீ அந்தப் பொண்ணை இன்னிக்கு வந்து வெத்தலை பாக்கு வாங்கிண்டு போகச் சொல்லறியா?" என்று கேட்டாள்.

எனக்கு முதலில் சற்றுப் புரியவில்லை. "யாரை?" என்று கேட்டேன்.

"உன் சிநேகிதன் தங்கையைத்தான். அவள் பேர்கூடச் சொன்னாளே?"

"நிர்மலா."

"நிர்மலா, நிர்மலா அந்த மழையிலே நான் அவளைச் சரியாகப் பார்க்கலே. அவளை நாலு நாலரை மணிக்கு வரச் சொல்லேன்."

நாங்கள் அண்ணன் தம்பி இருவருமே அம்மா சொல்லைத் தட்டியதில்லை. ஏன், எதற்கு என்று கேட்டாலும் கடைசியாக அவள் சொன்னதுதான்.

நான் கிளம்பினேன். "அவன் வீடு ரொம்ப தூரமோ? அன்னிக்கு மழையிலே ஒண்ணுமே புரியலை."

"என்ன, ஒரு பதினைஞ்சு இருபது நிமிஷம் நடக்கணும். நடக்கிறதுகூட ரொம்ப நாழியாகாது. இரண்டு தடவை ரோட்டைக் கடந்து போகணும்?"

"அவ தனியா வெளியே வருவாளோ இல்லையோ?"

"அவன் காலையிலேயே போயிட்டால் வீட்டுச் சாமானெல்லாம் அவதானே வாங்கணும்?"

"இந்த ஊர்ப் பெண்கள் எல்லாம் தைரியமா இருக்கா."

"துணிச்சலா இருக்கிறவா எல்லா ஊரிலேயும் இருக்கா."

நான் கிளம்பிவிட்டேன். அம்மாவுடைய தைரியத்துக்கு என்ன குறைவு? அப்பா செத்துப் போனப்புறம் அவள் பிறந்த வீடு சென்றாலும் இரண்டு குழந்தைகளையும் பாதுகாத்துக் கொண்டு, அவளையும் பாதுகாத்துக் கொண்டிருந்திருக்கிறாள்! வாயே திறக்காமல் இரு பையன்களையும் ஆளாக்கியிருக்கிறாள்.

என்னைப் பார்த்தவுடன் நிர்மலா பரபரப்புடன், "வாருங்கள், வாருங்கள்" என்று உள்ளே அழைத்து அவள் வீட்டில் உறுதியாக இருந்த ஒரு மர முக்காலியை எனக்கு எடுத்துப் போட்டாள். மிகச் சிறிய வீடு. ஆனால், அதுவும் சாமானேயில்லாது காலியாகக் கிடந்த மாதிரி இருந்தது. இரண்டு வஜ்ரம் பாய்ந்த கர்லாக் கட்டைகள் ஒரு மூலையில் நிறுத்தி வைத்திருந்தது. நான் அவற்றைப் பார்த்தேன்.

"அண்ணா இப்பவும் அரைமணி நேரம் பழகி விட்டுத் தான் வேலைக்குப் போனான்" என்று நிர்மலா சொன்னாள்.

"எங்கள் அம்மா, உன்னை இன்று மாலை வீட்டுக்கு வரச் சொன்னாள்."

"என்னையா?"

அசோகமித்திரன்

"ஆமாம். உன்னைத்தான்."

"எனக்குக் கொண்டுவர ஒன்றுமே இல்லை. எங்கள் சப்பாத்தி எல்லாம்கூடக் கட்டை மாதிரி இருக்கும்."

"அப்படியா?"

"ஆமாம். சோளமில்லையா? அதில் இரண்டைத்தான் அண்ணா பகல் சாப்பாட்டுக்கு எடுத்துப் போவார்."

"அண்ணா சந்தோஷமாக இருக்கிறாரா?"

"உங்கள் புண்ணியத்தில்."

"நீ ஒன்றும் கொண்டுவர வேண்டாம். வீட்டுக்கு வா, அவ்வளவுதான். வழி ஞாபகம் இருக்கிறதில்லையா?"

ஆம் என்று சொல்வதுபோல அவள் தலையை அசைத்தாள்.

"நான் வருகிறேன்," என்று சொல்லிவிட்டுக் கிளம்பினேன். அந்தச் சிறு சந்திலேயும் என்னைக் கவனித்தவர்கள் இருந்தார்கள். ஒரு வீட்டுத் திண்ணையில் பீடி குடித்துக்கொண்டிருந்த ஒரு வற்றல் கிழவர், "உன் வஸ்தாது தோழன் தினக்கூலிக்குப் போகிறானாமே?" என்று கேட்டார். நான் பதில் பேசாமல் அவரை வணங்கிவிட்டு நகர்ந்துவிட்டேன். பம்பாய் பெரிய நகரம்தான். அங்கே நல்லவர்கள் கெட்டவர்கள் நிறையவே இருக்கக் கூடும். ஆனால், தெரிந்த ஒரு ஏழைக் குடும்பத்துக்கு நான் ஏன் வம்பு வரக் காரணமாக இருக்க வேண்டும்?

அம்மா பேச்சைத் தட்டாமல் நிர்மலா நான்கு மணியளவில் எங்கள் வீட்டுக்கு வந்தாள். தயங்கியபடிதான் வீட்டுக் கதவைத் தட்டினாள். மன்னி கதவைத் திறந்தாள்.

"வா, வா. உள்ளே வா."

நிர்மலா உள்ளே வந்தாள். அவள் செருப்பே போடாமல் வந்திருக்கிறாள். ஒருவேளை அவளுக்குச் செருப்பு இல்லையோ?

ஒரு பாயை விரித்துப் போட்டு மன்னி உட்கார்ந்து நிர்மலாவையும் உட்காரச் சொன்னாள். மன்னி அவளைக் கேட்டாள், "உன் பெயர் என்ன?"

"நிர்மலா போடஸ்."

"போடஸ் என்று ஒரு ஜாதி இருக்கிறதா?"

"ஜாதி என்று பார்த்தால் நாங்கள் யாதவர்கள். யாதவர்கள் மாடு வளர்ப்பார்கள், குஸ்தி போடுவார்கள்."

"மாம்சம் சாப்பிடுவீர்களா?"

"நாங்கள் மாட்டை வணங்குபவர்கள்."

அம்மாவும் வந்து உட்கார்ந்துகொண்டாள். "மணி, நீ கொஞ்சம் வெளியே போய்விட்டு வாயேன்," என்றாள்.

அம்மா சொன்னது முதலில் புரியவில்லை. சில விநாடிகளுக்குப் பிறகுதான், அவர்கள் பேசிக்கொண்டிருக்கும்போது அங்கு நான் இருக்க வேண்டாம் என்று கூறுகிறார்கள் என்று தெரிந்தது.

நான் டிராம் ஓடும் சாலையை அடைந்தேன். அது பரேல் வரை நேர்கோடாக இருக்கும். நான் எதிர் திசையில் சென்றேன். அங்குதான் அரோரா என்ற பெயர் கொண்ட சினிமாக் கொட்டகை இருந்தது. நகரின் பெரிய அரங்குகளில் பார்க்கத் தவறிய ஆங்கில மொழிப் படங்களை அரோராவில் பார்த்து விடலாம். சனி, ஞாயிறுதான் பகல் மூன்று மணிக் காட்சி. இதர நாட்களில் இரண்டே காட்சிகள். நான் போனபோது, அங்கு எல்லாக் கதவுகளையும் திறந்து வைத்திருந்தார்கள். முன் வராந்தாவில் ஒரு கண்ணாடி அலமாரியில் அன்று ஓடிக்கொண்டிருந்த படத்தின் காட்சிகள். இன்னொரு கண்ணாடி அலமாரியில் அடுத்து வரப்போகும் படங்கள். எரால் ஃபிளின் நடித்த 'ஸீ ஹாக்' அடுத்த வாரம். நான் ஒரு முறை பார்த்திருக்கிறேன். அது சரித்திரக் கதை என்று தெரியும். ஆனால், யாருடைய சரித்திரம், கதை எந்தக் காலத்தைச் சேர்ந்தது என்றெல்லாம் தெரியாது. ஆனால், படத்தில் யார் கதாநாயகன், யார் கெட்டவன் என்று தெரியும். சினிமாப் படங்களே நல்லவன் கெட்டவன் சண்டை பற்றியதுதான்.

ஒரு மணி நேரம் பொறுத்து வீட்டுக்குத் திரும்பினேன். அதற்குள் நிர்மலா கிளம்பிப் போயிருந்தாள். மன்னி அவளுக்கு மஞ்சள் குங்குமத்துடன் புடைவையும் கொடுத்திருந்தாள்.

மாலை ஆறு மணிக்கு அண்ணா வந்தபோது அவனுடைய காலணியைக்கூடக் கழற்றாமல், "அம்மா! அம்மா!" என்று கூப்பிட்டான்.

"என்னடா? நான் இங்கேயே இருக்கேனே, ஏன் கத்தறே?"

"எங்க புது ஃபாக்டரி கட்டியாச்சு. திங்கட்கிழமைலேர்ந்து அங்கேதான் வேலை."

"அதுக்கென்ன?"

"ஆனால், நான் அங்கே போகலை. என்னை ஒரு வருஷம் அமெரிக்காவுக்கு அனுப்பறாங்க."

"ஒரு வருஷமா?"

"அதோட எனக்கு டெபுடி மானேஜராகப் புரமோஷன்."

"மணி சமாசாரம்?"

"சொல்லி வைச்சுட்டேன். நான் கிளம்ப எப்படியும் ஒரு மாதம் ஆகும். அவனை வர திங்கட்கிழமையிலேர்ந்தே எங்க வொர்க்ஷாப்பிலேயே சேர்த்துக்கப்போறாங்க. மெடிகல் டெஸ்ட் மட்டும் மறுபடியும் இருக்கும்."

அம்மா சிறிது நேரம் பேசவில்லை. மன்னி, அண்ணாவுக்கு டீ போட்டுக்கொண்டு வந்தாள்.

அண்ணா கேட்டான், "என்னது, கீழே பூ குங்குமம் விழுந்திருக்கே?"

"நம்ம வீட்டுக்கு ஒரு லட்சுமி வந்தா."

"யாரு?"

"அந்த மராட்டிப் பொண்ணு."

"மழையிலே நனைஞ்சுண்டு வந்துதே?"

"அதுதான். அது வெறுமனே வரலை. மணிக்கு வேலையும் உனக்குப் புரமோஷனும் கொண்டு வந்தா."

13

அண்ணாவின் பாஸ்போர்ட் விண்ணப்பத்துக்கு ஒரு ஐ.சி.எஸ். அதிகாரியின் கையெழுத்து வேண்டி யிருந்தது. பம்பாய் ராஜதானியில் ஒரு பாலக்காட்டுக் காரர் பெரிய பதவியில் இருந்தார். ஒருநாள் காலை அண்ணா, அம்மாவையும் அழைத்துக்கொண்டு அவரைப் பார்க்கப் போனான். அரை மணி நேரத்தில் அவரைப் பார்த்துக் கையெழுத்தும் வாங்கி விட்டான். ரப்பர் ஸ்டாம்ப் மட்டும் அவருடைய அலுவலகத்தில் தலைமை எழுத்தரைப் பார்த்துப் போட்டுக்கொள்ளச் சொல்லியிருக்கிறார். அம்மாவும் அண்ணாவும் கிளம்பும் நேரத்தில் பையனுக்குக் கால்கட்டு போட்டாச்சா? என்று கேட்டிருக்கிறார். இதை வீட்டில் சொல்லி, "அவருக்குப் பெண் இருக்கும்," என்று அம்மா சொன்னாள். மன்னி பேசவேயில்லை.

எனக்குத் தெரிந்த அளவில் விசாரித்தேன். அவருக்குப் பெண்களே கிடையாது. இதை அம்மா விடம் சொன்னபோது, "அவருக்கில்லாமல் போனால் அவருடைய அக்கா தங்கை இருக்கலாமில்லையா?" என்றாள்.

ஒரு ஞாயிற்றுக்கிழமை நான் விநாயக் வீட்டுக்குப் போனபோது, நிர்மலாவையும் பக்கத்தில் வைத்துக் கொண்டு விநாயக் சொன்னான். "நான் ஒரு வருஷம் எங்கோ போய் இருக்க வேண்டுமென்றால் அது பெரிய காரியமில்லை. ஏன், நீகூட ஒரு வருஷம் தனியாக இருந்துவிடலாம். ஆனால், உன் அண்ணன் சிறுவயதிலேயே திருமணமாகி ஒரு குழந்தையும் பெற்றுக்கொண்டவன். அதனால்தான் அந்த அதிகாரி கேட்டிருக்கிறார்." இந்தக் கோணம் வேறு யாருக்கும் தோன்றவில்லை.

எப்போதும் சீருடையே போட்டிருக்கும் அண்ணாவுக்கு சூட் தைத்தது ஒன்று போதாது, இரண்டு தைத்துக்கொள்ளுங்கள் என்றார்கள். அண்ணா அப்போதுதான் அவனுடைய மேனேஜரைக் கேட்டிருக்கிறான். "உனக்குப் பயணச் செலவுக்காக ரூபாயாக ஆயிரத்தைந்நூறும் அமெரிக்க டாலராக நூறும் எப்போதோ எடுத்து வைத்திருக்கிறதே, உனக்குத் தெரியாதா?" என்று கேட்டார். விமானப் பயணத்தின்போது எதை எடுத்துப் போகலாம், எது கூடாது என்றில்லை. ஆனால், கைப்பையையும் சேர்த்து ஐம்பது ராத்தல்கள் எடுத்துச் செல்லலாம். நாங்கள் ஒரு மளிகைக் கடைக்குச் சென்று பெட்டியை எடை போடுவோம். அது பெரிய தராசு. அதன்முள் அப்படியும் இப்படியுமாக ஆடும்.

இதற்குள் என்னுடைய மெடிக்கல் செக்கப் நடந்தது. எனக்கு டி.பி. பூரணமாகக் குணமாகிவிட்டது என்றார்கள். ஆனால், அண்ணா ஊருக்குப் போவதற்கு முன் எனக்கு நியமனச் சீட்டு கிடைக்க வாய்ப்பில்லை.

எல்லா ஏற்பாடுகளும் முடிந்து அண்ணா ஊருக்குக் கிளம்பும் நாள் வந்தது. நாங்கள் ஒரு டாக்சி ஏற்பாடு செய்துகொண்டு சாண்டா குரூஸ் விமான நிலையம் சென்றோம். அந்த நாளில் பம்பாயில் அது ஒன்றுதான் பம்பாய்க்கு விமான நிலையம். அன்று நிலையத்துள் செல்ல அனுமதிச் சீட்டு என்றெல்லாம் கிடையாது. வாரம் ஒரு முறை லண்டனுக்கு விமானம். அங்கிருந்து இன்னொரு விமானம் ஏறி நியூயார்க் செல்ல வேண்டும். அங்கிருந்து இன்னொரு விமானம் ஏறி சிகாகோ நகரம் செல்ல வேண்டும். அங்கிருந்து டெட்ராய்ட் நகருக்கு அழைத்துச் செல்ல அண்ணாவின் கம்பெனி கார் வந்துவிடும்.

சாண்டா குரூஸ் விமான நிலையத்துக்கு விநாயக்கும் அவன் தங்கையும் வந்திருந்தார்கள். அந்த ஒரு நாளைக்காக விநாயக்கின் சம்பளத்தில் பதினைந்து ரூபாய் பிடித்து விடுவார்கள். அம்மாவும் மன்னியும் நிர்மலாவைப் பார்த்ததில் மிகுந்த மகிழ்ச்சி அடைந்த மாதிரி இருந்தது. அண்ணாவின் சிநேகிதர்கள் அவனை மொய்த்துக்கொண்டு அவன் மன்னியுடன் பேசவோ குழந்தையுடன் கொஞ்சவோ முடியாதபடி செய்து கொண்டிருந்தார்கள். ஒரு வருடம் ஒரு மாதம் பதின்மூன்று மாதங்கள் அவன் மன்னியைப் பார்க்க முடியாது. குழந்தையைப் பார்க்க முடியாது. அவன் ஊர் திரும்பும்போது குழந்தை அவனை ஒரு புது மனிதன் போலப் பார்க்கும்.

விநாயக்தான் அந்தக் கூட்டத்தில் புகுந்து, "அவரை மனைவி மற்றும் அம்மாவுடன் பேச விடுங்கள்" என்றான். அவன் ஜிப்பா போட்டுக்கொண்டிருந்தால்கூட அவன் ஒரு பயில்வான் என்று சந்தேகமறத் தெரிந்தது.

அண்ணா கஸ்டம்ஸ் அறைக்குள் சென்றான். அதன் பிறகு அவன் விமானம் வரை நடந்து போகும்போது நான் பார்த்துக் கையை வீச முடிந்தது. அவன் விமானத்தில் ஏறியும் அரை மணி நேரம் விமானம் நின்றுகொண்டிருந்தது. பின்பு அரை மனதாகக் கிளம்புவது போல் நகர்ந்தது.

விமானம் கண்ணுக்குத் தெரியும்வரை நாங்கள் நிலையத்தி லேயே இருந்தோம். யாரும் ஒரு வார்த்தை பேசவில்லை. அப்புறம் டாக்சி அருகே போனோம். அப்போது அம்மா, "இந்தப் பொண்ணும் நம் கூடவே வந்துவிடட்டுமே," என்றாள். ஆனால், டாக்சியில் விநாயக்குக்கும்கூட இடம் இருந்தது. நாங்கள் வீடு திரும்பும் வரை மீண்டும் மௌனம்.

நாங்கள் வீட்டுக்குள் நுழைந்தவுடன் அம்மா அழ ஆரம்பித் தாள். "அவனுக்கு யார் சாப்பாடு போடுவா, அவன் வாய்க்குப் பிடிக்குமா, ஒரு வருஷம் ஜலதோஷம் சுரம் வராமல் இருக்க வேண்டுமே" என்றெல்லாம் சொல்லி அழுதாள். நிர்மலாதான் பெரிய மனுஷிபோல அம்மாவைக் கட்டிப்பிடித்து "எல்லாம் நல்லதாகவே இருக்கும். அவர் ராஜா போலத் திரும்பி வருவார்" என்றாள். எனக்கு ஆச்சர்யமாக இருந்தது. அம்மாவை மன்னி கூடத் தொடப் பயப்படுவாள். ஆனால், ஒரு மராட்டிப் பெண் சர்வ சகஜமாகக் கட்டிப் பிடித்து ஆறுதல் சொல்கிறாள்!

நாங்கள் விமான நிலையத்திலிருந்து பகல் இரண்டு மணிக்கே வீடு திரும்பிவிட்டாலும், நிர்மலா நன்றாக இருட்டும் வரை வீட்டில் இருந்துவிட்டுப் போனாள். அவள் போன பிறகு, வெகு நேரம் அம்மா ஏதோ யோசித்துக்கொண்டிருந்தாள். திடீரென்று என்னைப் பார்த்து, "மணி இந்தப் பொண்ணைக் கல்யாணம் பண்ணிக்கோ" என்றாள்.

எனக்கு வெலவெலத்துவிட்டது.

"நீயும் சந்தோஷமா இருப்பே, நாங்களும் சந்தோஷமா இருப்போம்."

"அவ மனுஷாளைக் கேக்க வேண்டாமா?"

"ஊர்லே அத்தனை பேரையும் வெள்ளைக்காரங்க சுட்டுக் கொன்னுருக்காங்க."

"மன்னி மனுஷாளை எல்லாம்?"

"அவாளை என்ன கேக்கறது? என்னைக் கேட்டாளா?"

"மன்னி?"

"மன்னிதான் இந்த யோசனையைச் சொன்னா."

ஆனால், அது நடைபெறவில்லை.

இந்தியா 1948

1

இரண்டாண்டுகளுக்குப் பிறகு மீண்டும் அட்லாண்டிக் பெருங்கடலைக் கடக்கிறேன். முதல்முறை எதைப் பார்த்தாலும் பயமாக இருந்தது. விமானத்தில் இருக்கும் நூற்றிருபது பேரும் என் ஒவ்வொரு அசைவையும் பார்த்துக்கொண்டிருப்பது போலிருந்தது. பல மணி நேரம் இடுப்புப் பட்டையைக் கழட்டாமல் இருந்தேன். உட்கார்ந்த இடத்திலிருந்து பார்த்தபோது பலர் தூங்கிக்கொண்டிருந்தார்கள். சிலர் விமானத்திற்குள் இருந்த நடைபாதையில் ஒரு கோடிக்கு மறுகோடி நடந்துகொண்டிருந்தார்கள். என் கால்கள் மரத்துப்போய்விட்டன. எங்கே பாத்ரூம் என்று யாரைக் கேட்பது? என்னருகில் இருந்தவர்கள் எல்லாரும் வெவ்வேறு வயதுப் பெண்மணிகள்.

அதன் பிறகு அமெரிக்காவிலேயே பல இடங்களுக்குக் குட்டிப் பயணங்கள் மேற்கொள்ள வேண்டியிருந்தது. பம்பாயில் உதிரிப் பாகங்களை ஒன்று சேர்த்தல்கூட எனக்குச் சரியாகத் தெரியாது. இங்கு செவ்வர்லே வண்டியைக் கழட்டிப்போட்டு மீண்டும் ஒன்றுசேர்க்க வேண்டும். அமெரிக்காவிலேயே வெவ்வேறு இடங்களில் வெவ்வேறு மாதிரியாகப் பழுதடையும். இன்னும் உறைபனியை அதிகம் சேரவிடாமல் முன் கண்ணாடிக்கு சூடேற்றும் கருவியைக் கண்டுபிடிக்கவில்லை. மழைநீர் துடைப்பான் ஓரளவு செயல்படும். கடுங்குளிரில் வண்டியில் போகவே முடியாது.

இரண்டாண்டுகளில் எங்கள் உற்பத்திச் சாலை இருந்த டெட்ராய்ட் தவிர அமெரிக்கா

மற்றும் கனடா நாட்டிலிருந்த பல விற்பனைக் கிளைகளுக்கும் தொழிற்சாலைகளுக்கும் போக வேண்டியிருந்தது. எப்படிப் போவது, எங்கே தங்குவது, எங்கு உணவு கிடைக்கும் எல்லாம் நாமாகவே கண்டறிந்துகொள்ளவேண்டும். ஒருமுறை என் மேலதிகாரியைக் கேட்டேன்.

"நீ ஒரு டிராவல் ஏஜண்டிடம் போய்க் கேட்டுக்கொள்ள வேண்டும்."

டிராவல் ஏஜண்ட் எங்கிருக்கிறார் என்ற கேள்வி எனக்குள் உடனே எழுந்தது. ஆனால், நான் கேட்கவில்லை. சிறிது சிறிதாகத் தொலைபேசியைப் பயன்படுத்தப் பழகிக்கொண்டேன். நான் பம்பாயில் தொலைபேசியில் பேசியதே கிடையாது. அமெரிக்கா வில் பல விஷயங்களைத் தொலைபேசியில் பேசித்தான் முடிவு எடுப்பது, எடுக்க வேண்டும். அதே போல உணவு விஷயங்களிலும்.

சமையலறை கூடிய ஒரு சிறிய அறையை எனக்கு அமர்த்தி யிருந்தார்கள். அந்தக் கட்டடமே எங்கள் கம்பெனியுடையது. பெரிய அதிகாரிகள் ஊருக்கு வெளியில் தனி மாளிகைகளில் வசித்தார்கள். பிடித்தாலும் பிடிக்காது போனாலும் எல்லாருக்கும் செவ்வர்லே வண்டிதான். எனக்கும் ஒரு கார் தருகிறோம் என்று சொன்னார்கள். எனக்கு மோட்டார் வண்டியோட்டும் உரிமம் கிடையாது. பம்பாயில் நூறு ரூபாய் செலவாகும். டெட்ராய்ட்டில் முந்நூறு டாலர். சுமார் ஆயிரம் ரூபாய்!

வெளியூர் சென்று வீடு திரும்புபவர்கள் எவ்வளவு துடிப் போடும் ஆவலுடனும் இருப்பார்கள்? டெட்ராய்ட் வந்த முதல் மாதம் மூன்று கடிதங்கள் எழுதிவிட்டேன். அப்புறம் அது இரண்டு ஒன்றாகக் குறைந்தது. மாதக் கணக்கில் கடிதமே எழுதவில்லை. இப்போது வீடு திரும்புகிறேன், அதைக்கூடத் தெரிவிக்கவில்லை. எனக்கு விசேஷப் பொறியியல் பட்டம் அளிக்கப்பட்டதைக்கூடப் பரிமாறிக் கொள்ளவில்லை.

ஆனால், பார்வதி எப்படியும் பதினைந்து நாட்களுக்கு ஒரு முறை கடிதம் எழுதிவிடுவாள். அவளாக எழுதாதது போல எல்லாமே அம்மா சொற்படி என்று எழுதுவாள். நான் கடிதம் எழுதிய நாட்களில் அம்மா பெயர்தான் முதலில் எழுதுவேன். அம்மாவுக்குப் புதுக் கண்ணாடி வாங்கித்தரவேண்டும். இரண்டாண்டுகள் முன்பே எழுத்தைப் பார்த்தால் பூச்சி பறக்கிறது போலிருக்கிறது என்று சொன்னாள். என் கடிதங்களையும் பார்வதிதான் அம்மாவுக்குப் படித்துக்காட்டவேண்டும். அவளுக் கென்று நான் ஒரு கடிதம் எழுதியது கிடையாது. இப்படி வெளியூர் சென்றால் கணவன் தனக்கென்று ஒரு வரிகூட

எழுதவில்லையே என்று பார்வதி நினைத்திருப்பாளோ? அவனுடைய அம்மாவிடம்கூட ஒரு வார்த்தை சொல்லாமல் பார்வதியை எனக்குக் கல்யாணம் செய்வதாக முடிவு எடுத்துப் பத்திரிகையும் மாமா அச்சிட்டுவிட்டார். இப்போது குடும்பத்தில் ஒவ்வொரு விஷயத்தையும் அம்மாதான் தீர்மானிக்கிறாள். அவளுடைய பேச்சுக்கு மறுவார்த்தை கிடையாது. ஆனால், அவளுடைய அண்ணாவின் ஆதரவில் அவளும் அவளுடைய இரு குழந்தைகளும் இருந்தவரையில் அவள் அண்ணாவின் பேச்சுக்கு மறுசொல் பேசியது கிடையாது. அண்ணாவிடம் அவள் வைத்திருந்த நம்பிக்கையைத் தவறென்று கூற முடியாது. வெறும் மலையாளம் மட்டும் சிறிது எழுதப்படிக்கத் தெரிந்த ஒரு விதவை வேறெப்படி இருந்திருக்க முடியும்?

என் கல்யாணத்தின்போது எனக்குப் பதினேழுதான் முடிந்திருந்தது. அதன் பொறுப்புகளும் விளைவுகளும் என்னால் உணர முடியவில்லை. ஆனால், என் அம்மாவுக்கு ஆதரவாக இருந்த அந்த ஒரு அண்ணனும் சந்நியாசம் வாங்கிப் போய்விட்டவுடன் நானெப்படி என் அம்மாவைக் காப்பாற்றாது இருக்க முடியும்? அம்மா எனும்போது என் தம்பியும் பார்வதியும்தான்.

அன்று எனக்கு என்ன பெரிய படிப்பு? ஒரு எல்.எம்.ஈ. தானே? பாலக்காட்டிலேயோ சென்னையிலேயோ இருந்துவிட்டால் ஐம்பது ரூபாய்கூடக் கிடைத்திருக்காது. புனா, பம்பாய் போனதில் இப்போது நான் அமெரிக்காவில் பயிற்சி பெற்ற இஞ்சினியர் ஆகிவிட்டேன்.

இதர பயணிகள் தூங்கிக்கொண்டே இருந்தார்கள். லண்டன் அடையும் வரை சுமார் எட்டு ஒன்பது மணி நேரம் என்ன செய்வதென்றே தெரியாது. பூமி ஒரு கோளம் என்பது இப்படி நீண்ட பயணத்தை விமானத்தில் மேற்கொள்ளும்போதுதான் தெரிய வரும். நான் இதற்கு முன்பு இந்த அட்லாண்டிக் சமுத்திரத்தைக் கடந்தபோது எப்போதுமே காலை நேரமாக இருந்தது. இப்போது எல்லாமே இரவு நேரம். பம்பாய் வரை இரவே. நியூயார்க்கில் இரவு பத்து மணி. இந்த விமானம் பம்பாய் அடையும் நேரம். நள்ளிரவு என்றார்கள்.

நான் ஒவ்வொரு முறையும் தூங்கலாம் என்று கண்ணை மூடினால் பத்தே நிமிடத்தில் எழுந்துவிடுவேன். எனக்குத் தெரியும், எப்படியும் நானே அறியாதபடி தூங்கிப்போய்விடுவேன். அந்த நேரம் பார்த்து உணவு பரிமாறத்தொடங்குவார்கள். நான் பம்பாயிலிருந்து வந்தபோது அது இந்திய விமானம். ஆதலால் சைவ உணவு கிடைப்பதில் சிரமம் இல்லை. ஆனால், இப்போது அமெரிக்க விமானம். மிகப் பெரியது. நான்

இந்தியா 1944–48

பயணச்சீட்டு வாங்கும்போதே சொல்லி வைத்து விட்டேன். இன்னும் உணவென்று தரப்படவில்லை. அந்தப் பயணத்தில் சிற்றுண்டி என்றும் சொல்ல முடியாத சாப்பாடு என்றும் சொல்லமுடியாத உணவுதான் தந்தார்கள். நடுநடுவில் ஏறும் பயணிகளுக்கு அது பொருத்தம். இப்போது முழுப் பயணமும், அதாவது இருபத்து நான்கு மணி நேரமும் இரவாகவே இருக்கும். லண்டன் வரை யாரும் இறங்க முடியாது, ஏறவும் முடியாது. லண்டனில் பாதி விமானம் காலியாகிவிடும். அதன் பிறகு சிறு சிறு தூரம் பயணம் செய்பவர்கள் அதிகம் இருப்பார்கள் என்று டிராவல் ஏஜண்ட் சொல்லியிருந்தான். நியூயார்க்கிலிருந்து நேராக சிங்கப்பூர் போகும் பயணிகள் சிலர் இருக்கக்கூடும். அவர்கள் பயணம் முடிவடையும்போது அவர்களுக்கு வாழ்க்கையே வெறுத்துவிடும். ரயிலில் இரண்டு நாட்கள் மூன்று நாட்கள் பயணம் உண்டு. விமானத்தில் அரைநாள் பயணம்கூடத் தாங்க முடியாதபடி போய்விடும். தூங்குபவர்கள் போல இருப்பவர்கள் ஒன்றும் செய்யத் தோன்றாமல் கண்ணை மூடிக்கொண்டு இருப்பவர்களாகத்தான் இருப்பார்கள். தூக்கம் அதுவாக வரவேண்டும். வலிய வரவழைத்துக்கொள்ள முடியாது.

என்னை ஜன்னலுக்குப் பக்கத்தில் உட்கார வைத்திருந்தார்கள். எழுந்து நடக்கலாம் என்றால் பக்கத்திலிருப்பவர் வாயைத் திறந்து கொண்டு ஆழ்ந்து தூங்குகிறார். அவர் உட்கார்ந்திருந்த விதத்தில் எனக்கு இருக்கைக் கைப்பிடி மீது கை வைக்க முடியாது. அவர் முகத்திலிருந்து அவர் எந்த நாட்டுக்காரர் என்று சொல்வது கடினம். அவர் நியூயார்க்கிலேயே ஜன்னலருகே உட்காருகிறேன் என்றார். நான்தான் முடியாது என்று சொல்லிவிட்டேன். அது தவறு என்று இப்போது தெரிகிறது.

இரண்டாண்டுகள் அயல் தேசத்திலிருந்தவன் ஊர் திரும்பும் போது இதெல்லாமா பெரிய விஷயங்களாகத் தோன்றும்? என்று எந்த வேளைக்கு வருவேன் என்று நான் தெரிவிக்கவில்லை. தந்தி கொடுத்திருக்கலாம். ஆனால், அம்மாவுக்குத் தந்தி வந்திருக்கிறது என்றாலே படபடப்பு வந்துவிடும். நல்ல காரியங்களுக்குத் தந்தி அடிப்பது கிடையாது. ஆனால், என் தொழிற்சாலை அதிகாரிகளுக்குத் தெரியும். அவர்கள் யாராவது என் வீட்டுக்குச் சென்று தகவல் தந்திருக்கலாம். அதைவிட அவர்கள் விமான நிலையத்துக்கு வண்டி அனுப்பித்திருந்தால் நன்றாக இருக்கும். அந்த வண்டி மணியையும் அழைத்து வந்திருந்தால் மிகவும் சௌகரியமாக இருக்கும்.

என்னையறியாமல் நான் தூங்கிவிட்டேன். நான் பக்கத்து இருக்கையில் இருந்தவர் மீது திரும்பத்திரும்ப விழுந்தேன் என்று

அவர் வேறிடம் தேடிப் போய்விட்டார். நான் தூங்கி எழுந்தபோது விமானம் ஒரு விமானநிலையத்தில் நின்றுகொண்டிருந்தது. அது லண்டன் இல்லை. அதற்கு அடுத்த நாடாக இருக்கும். ஜன்னல் வழியே சில வண்டிகள், கட்டடங்கள் மீது ஏதோ எழுதியிருந்தது. அது ஆங்கிலம் இல்லை.

ஒரு விமானப் பணிப்பெண் என்னிடம் வந்தாள். "உங்களுக்குச் சாப்பிட, குடிக்க ஏதாவது வேண்டுமா?" அவள் பளிச்சென்று இருந்தாள். சீருடை ஒரே மாதிரியிருந்தாலும் லண்டனில் பணிப்பெண்கள், விமான ஓட்டிகள் எல்லாரும் மாறியிருக்கவேண்டும்.

"நான் பல் தேய்க்க வேண்டும்."

அவள் யோசித்தாள். "சரி, நாங்கள் பயன்படுத்தும் பாத்ரூமுக்குப் போங்கள்."

"எங்கே இருக்கிறது?"

"இதோ, பக்கத்திலேயே."

விமானத்தில் நூற்றைம்பது நபர்கள் மத்தியில் தனியனாக இருந்ததற்கும் இந்தக் குட்டி பாத்ரூமில் எனக்குக் கிடைத்த சுதந்திரத்திற்கும் நிறைய வேறுபாடு. கையெட்டுத்தான் அங்கு கிடைத்த பற்பசையை எடுத்துப் பல் தேய்த்தேன். முகத்தில் தண்ணீர் விட்டுக் கொண்டேன். இரு வருட அமெரிக்க வாசத்தில் காகிதக் கைக்குட்டைகளைப் பயன்படுத்துவது பழகிவிட்டது. முகத்தைத் துடைத்துக் கொள்ளும்போது கண்ணாடியில் எனக்கு நானே அழகு காட்டிக்கொண்டேன். என் உடல் இலேசாகப் போயிருந்தது. வெளியே வந்து என் இருக்கைக்குப் போனேன். ஆனால், பணிப்பெண் காணவில்லை.

புதுப் பயணிகள் வர ஆரம்பித்தார்கள். அவர்களுக்கும் இருக்கை எண்கள் கொடுக்கப்பட்டிருக்கும். ஆனால், அந்த இருக்கையில் வேறு யாரோ நன்கு தூங்கிக்கொண்டிருப்பார். எல்லாம் சமம் போல இருந்தாலும் இருக்கைகள் சில சித்திரவதை புரிவதாக இருக்கும். விமானத்தின் சிறகுப் பகுதிகளில் விமானத்தின் இஞ்சின் சப்தம் அசாத்தியமாக இருக்கும். ஒன்றும் தெரியாத அப்பாவிப் பயணிகளுக்கு அந்த மாதிரி இடத்தைத் தந்துவிடுவார்கள். அதேபோல விமானத்தின் பின் கோடியில் உள்ள இருக்கைகள். விமானப் பணிப்பெண்கள் உணவு எடுத்துக் கொண்டு வரும்போது உங்கள் இடம்தான் கடைசியாக இருக்கும். நீங்கள் பாதிகூடச் சாப்பிட்டிருக்க மாட்டீர்கள், தட்டை எடுத்துப் போக வந்துவிடுவார்கள். என்னுடையது சிறகுப் பகுதி.

விமானம் கிளம்ப ஆயத்தமாயிற்று. என் பக்கத்தில் யாரும் உட்காரவில்லை. ஆனால், அப்போதுதான் நான் தூங்கி எழுந்திருந்ததால் தூங்க நினைத்தாலும் முடியாது. முகத்தில் தண்ணீர் அடித்துக் கழுவின பிறகு யாராலும் தூங்க முடியாது? பசித்தது. விமானம் நல்ல உயரம் அடைந்த பிறகுதான் பணிப் பெண்கள் கண்ணில் படுவார்கள்.

இன்னொரு முறை இரவு உணவு. என் முழுப் பயணமும் உண்ணக் கிடைக்கப் போவது மீண்டும் மீண்டும் இரவு உணவு.

இந்த முறை உண்டபின் கிடைத்த இடத்தில் மேலும் கீழுமாக நடந்தேன். பிறகு என் இருக்கையில் உட்கார்ந்து கண்களை மூடிக்கொண்டேன். என் பக்கத்தில் யாரும் இல்லை. இரு இருக்கைகள் நடுவில் இருக்கும் தடுப்பை மடக்கிவிட்டு நான் படுத்துக்கொள்ளலாம்.

என்னை ஏதோ கலங்க வைத்துக்கொண்டே இருந்தது. இதுதான் நான் வீடு திரும்பும் ஆர்வத்தையும் பின்தள்ளி என்னை உறுத்திக்கொண்டிருந்தது.

2

இந்த முறை விழித்துக்கொள்ளும் போதும் விமானம் ஒரு நிலையத்தில் நின்றுகொண்டிருந்தது. வெளியே தெரிந்த ஒன்றிரண்டு பெயர்ப் பலகைகளில் அரபி லிபி காணப்பட்டது. விமானம் கராச்சி வந்து சேர்ந்திருக்கக்கூடும். ஒரு மணி நேரத்தில் பம்பாய் போய்ச் சேர்ந்துவிடும்.

பம்பாய்! இப்போது எப்படி இருக்கும்? நான் கிளம்பும்போது ஆங்கிலேயர்கள்தான் ஆட்சியாளர்களாக இருந்தார்கள். ஐ.என்.ஏ. தலைவர்கள் மூவரை டில்லி செங்கோட்டையில் விசாரித்து வந்தார்கள். நாடெங்கும் கலவரம். லட்சுமி என்ற பெயர் பிரபலமாயிற்று. அப்பெயர் எப்போதுமே பிரபலமானதுதான். ஐ.என்.ஏ.யால் லட்சுமி இன்னும் அதிகப்பிரபலம் அடைந்தது. எந்த நிமிஷத்தில் எங்கு கலவரம் வெடிக்கும் என்ற நிலைமை. இன்று நான் நாடு திரும்பும்போது இந்தியா சுதந்திரம் பெற்று விட்டது. அமெரிக்காவில் பலர் என் கையைக் குலுக்கினார்கள். எனக்கு அந்த மாபெரும் மாறுதல் பற்றி ஆழ்ந்து யோசிக்க வேண்டியதுதான். பத்தாயிரம் மைல் தூரத்தில் இருந்துகொண்டு எதைக் கற்பனை செய்துகொள்ள முடியும்?

விமானம் கிளம்பிவிட்டது. கராச்சியில் புதுப் பயணிகள் யாரும் ஏறியதாகத் தெரியவில்லை. கராச்சியே இந்தியாவாகத்தான் இருந்தது. அன்று கராச்சியில் இவ்வளவு அரபுப் பலகைகள் இருந்திருக்குமா? ஒன்றிரண்டு இருந்திருக்கலாம். அது புது நாட்டைச் சேர்ந்ததில் இது ஒரு மாறுதல். பம்பாயிலும் இப்போது இந்தி மொழியில் நிறைய பெயர்ப் பலகைகள் இருக்கக்கூடும்.

இப்போது என் ஆர்வம் கூடுவதை உணர்ந்தேன். எல்லோரும் போல முன்கூட்டியே கடிதமோ தந்தியோ கொடுத்திருக்கலாம். இப்போது நான் பம்பாயில் இறங்கும்போது என்னை வரவேற்க யாரும் இருக்கமாட்டார்கள். நள்ளிரவு என்றால்கூட ரயிலி லிருந்தோ விமானத்திலிருந்தோ இறங்கும்போது ஒரு தெரிந்த முகம் கண்ணில் பட்டால் எவ்வளவு ஆறுதலாகவும் – ஏன் மகிழ்ச்சியாகவே – இருக்கும். இனிமேல் நான் எங்கு வெளிநாடு போகப்போகிறேன்? என்னை அனுப்பியது சுற்றிப் பார்க்க அல்லவே? ஒவ்வொரு நாளும் பயிற்சி. வாரம் ஒரு முழு வண்டியைக் கழட்டிப் போட்டுத் திரும்ப ஒன்று சேர்க்க வேண்டும். முதல் ஆண்டு, கார் சொந்தக்காரரிடம் கம்பெனி அதிகாரிகள் ஒப்படைத்தார்கள். இரண்டாம் ஆண்டு வண்டியைச் சொந்தக் காரரிடம் வாங்கி, அவர் கூறிய குறைகளைக் குறித்துக் கொண்டு, அவர் குறை என்று கூறிய பாகத்தை ஒரு முறைக்கு இருமுறை இயக்கிப் பார்த்து, அவருக்கு ஒரு குறிப்பிட்ட நாள் நேரத்தைச் சொல்லி அன்று வண்டியைத் தயாராக வைக்க வேண்டும். அவர் மீண்டும் குறை கூறாதபடி பணியைச் செய்திருக்க வேண்டும். சனி, ஞாயிறு முழு ஓய்வு. நான் வந்த புதிதில் அநேகமாக தினம் கடிதம் எழுத நேரம் இருந்தது. அப்படிக் கடிதங்கள் எழுதியவன் ஊர் திரும்புவதைத் தெரிவிக்க நேரமில்லை.

பம்பாயில் இறங்க வேண்டிய பயணிகள் தம் மீது இருக்கும் அலமாரியிலிருந்து பைகள், பெட்டிகளை எடுத்து வைத்துக்கொண் டார்கள். இவர்கள் எப்படி சீட் பெல்ட் போட்டுக்கொள்வார்கள்? விமானம் நல்ல முறையாகக் கீழே இறங்க வேண்டும்.

விமானம் தரையில் நீந்தியது. பம்பாய் நிலையத்தில் இறங்க வேண்டியவர்கள் எழுந்து நின்றார்கள். அந்த அமெரிக்க விமானப் பணிப்பெண்கள் சற்றுக் கடுமையாக, "நிற்காதீர்கள்! நிற்காதீர்கள்! விமானக் கதவு திறந்த பிறகு எழுந்தால் போதும்" என்று கூறினார்கள். சிலர் உட்கார்ந்தார்கள். "உட்காரு!" என்று பணிப்பெண் அதட்டினாள். நான் எழுந்து நிற்கவில்லை. என்னிடம் இரு பைகள் இருந்தன. அது தவிர இரண்டு சூட்கேஸ்கள் விமானக்காரர்களே கொண்டு வருவதற்காக ஒப்படைத்திருந்தேன். என் கடிகாரம் ஏதோ சம்பந்தமில்லாத மணி காட்டிக்கொண்டிருந்தது. இவ்வளவு அதட்டலும் கண்டிப்பும் காட்டும் பெண்கள் விமானம் தரையிறங்கிய விமான நிலையத்தில் நேரம் என்ன என்று அறிவித்திருக்கலாம். இந்த மகா பெரிய, மகா நவீன அமெரிக்க விமானத்தில் இதெல்லாம் ஒரு பொருட்டில்லை. கீழைய திசையில் உள்ள நாட்டினருக்கு அவர்கள் காட்டிய உபசரிப்பு போதும் என்றிருக்கலாம்.

முதலில் உயர் வகுப்புப் பயணிகள் இறங்கிய பிறகு நாங்கள் இறங்க அனுமதிக்கப்பட்டோம். சாண்டா குரூஸ் விமான நிலையக் கடிகாரம் பளிச்சென்று தெரிந்தது. அதிகாலை இரண்டு மணி.

பயணிகளை வரவேற்க வந்தவர்கள் ஓடுபாதைக்கே வந்து விட்டார்கள். ஒரு போலீஸ் அதிகாரி லாட்டியைத் தரையில் அடித்து அவர்களைக் கட்டுப்படுத்தினார். எவ்வளவு பெண்கள், குழந்தைகள்! இங்கே நடு இரவு வரும் விமானத்தில் வரும் மகளையோ தந்தையையோ வரவேற்பதற்கு சாண்டா குரூஸ் வருவதற்கு அவர்கள் எப்போது கிளம்பினார்களோ? எவ்வளவு பேர் தூக்கம் கெட்டுவிடும்? இன்றிரவு யாரும் தூங்க முடியாமல் அதிகாலையில் தூங்கி வழிவார்கள். நாளெல்லாம் தூங்கி வழிவார்கள். அந்த ஒரு காரணத்திற்காகவா நான் யாருக்கும் தகவல் தரவில்லை? எனக்கு யார் நினைவுதான் இருந்தது?

விமான நிலையத்துள் வந்தேன். வயிறு சரியில்லை. பாத்ரூம் சென்றேன். பிறகு சூட்கேஸ்களுக்காகக் காத்திருக்கும் கும்பலிடம் சென்றேன். எல்லாரும் சாமான்கள் கொண்டு வரப்படும் கதவு மீதும் கவனமாக இருந்தார்கள். அவர்களை வரவேற்க வந்திருந்தவர்களிடமும் பேசிக்கொண்டிருந்தார்கள். ஒருவர் அவருக்குப் போடப்பட்ட சாமந்திப் பூமாலையைக் கழற்றாமலே பேசிக்கொண்டிருந்தார். அது விசாலமான இடமல்ல. ஒரு கொத்தாகக் குப்பை போட்டால் பளிச்சென்று தெரியும். பெரும்பாலும் குஜராத்திகள். என்னை ஓரிருவர் கவனித்ததை உணரமுடிந்தது. இறுதியாகப் பெரிதும் மிகப் பெரிதுமான சூட்கேஸ்களைக் கொண்ட டிராலிகளை நிலையச் சிப்பந்திகள் கொண்டுவரத் தொடங்கினர். இவ்வளவு பெரிய சூட்கேஸ்களை எங்கேயாவது அவற்றுக்குரியவர்கள் தூக்கியிருக்க வேண்டும். எப்படி முடிந்தது?

இரண்டாவது டிராலியில் என் சூட்கேஸ்கள் வந்துவிட்டன. நான் அவற்றை எடுத்து வைத்துக்கொண்டிருக்கும்போது ஒரு சிப்பந்தி டாக்சி வேண்டுமா என்று கேட்டான். நான் இரவு அங்கேயே தங்கிக் காலையில் போகலாம் என்றிருந்தேன். அப்போது ஒரு குஜராத்தி அம்மாள் “நீங்கள் எங்கே போக வேண்டும்? எங்களுடைய ஒரு வண்டி காலியாகத்தான் போகப் போகிறது” என்றாள்.

நான் அந்த அம்மாள் முகத்தை உற்றுப் பார்த்தேன். “ஒன்றும் சந்தேகப்படவேண்டாம். நான் லட்சுமியின் அம்மா.”

3

லட்சுமி! லட்சுமியின் அம்மா! அம்மாவின் உடையிலிருந்து அவள் விதவை என்று தெரிந்து கொள்ளலாம். லட்சுமி அவளுடைய ஒரே குழந்தை. நன்றாகப் படித்திருக்கிறாள். சமூகவியலில் டாக்டர் பட்டம் வாங்குவதற்கு ஹார்வர்டுப் பல்கலையில் சம்பளம் கட்டிப் படிக்கிறாள். அவள் கேட்காதபடியே அவளுக்குப் பல்கலை ஆட்சியாளர்கள் அவள் படிப்புடன் ஹாஸ்டல் செலவையும் ஏற்றுக்கொள்வதாக முன் வந்தார்கள். அவள் படித்துக்கொண்டிருக்கும்போதே அவளைப் பல இடங்களில் உரை நிகழ்த்தவும் கருத்தரங்குகளில் பங்குகொள்ளவும் அழைத்த வண்ணம் இருந்தார்கள். உள்ளூர்ப் பத்திரிகையில் லட்சுமி என்ற பெயர் பார்த்து அவள் தமிழ்ப் பெண்ணாக இருக்கக்கூடும் என்று நான் அவளுடைய ஓர் உரைக்குப் போனேன். அவள் லட்சுமி அல்ல, 'லக்ஷ்மி' என்று அங்கு போன பிறகுதான் தெரிந்தது. குஜராத்திக்காரர்களுக்கு உள்ள சிவப்பும் மென்மையும் இருந்தது. அவள் முறை வந்தபோது அவள் இந்தியா பற்றித்தான் பேசினாள். ஸ்குரூ டிரைவரும் பிளையர்ஸுமே அறிந்த எனக்கு உலகம் பற்றி நான் தெரிந்துகொள்ள வேண்டியது மலையத்தனை இருப்பது உணர முடிந்தது. நான் பிறந்து வளர்ந்த பாலக்காட்டில் மக்கள் எவ்வளவு பிரிவுகள் என்று உத்தேசமாகக்கூட எனக்குத் தெரியாது. ராமகிருஷ்ண மடம் நிறைய சமூகச் சேவையில் ஈடுபட்டிருந்தது. நான் அதில் அதிகம் கவனம் செலுத்தவில்லை. மடத்தில் சமையலறை யிலும் கழிப்பறையிலும் நிறைய உழைத்திருக்கிறேன். அதே போல பிரார்த்தனை மண்டபத்தை வாரம்

ஒருமுறை என் தவணை வரும்போது – அந்தப் பெரிய இடத்தை– நானும் இன்னொரு மாணாக்கனுமாகப் பளபளவென்று சுத்தம் செய்திருக்கிறேன். ஆனால், காலம் காலமாக இதையே சமூகத்தின் ஒரு பிரிவு செய்திருக்கிறது, செய்துவருகிறது என்று எனக்குத் தெரிந்துகொள்ள வாய்ப்பு இல்லை, அதைவிட எனக்கு ஆர்வம் இல்லை என்றுதான் கூறவேண்டும்.

உரை முடிந்தபிறகு நான் வெளியே போகத் தயாரானேன். அது கடுமையான குளிர்காலம். என் கம்பளிக் கோட்டு, கையுறை, மப்ளர் எல்லாம் நான் அணிந்துகொள்வதிலிருந்து நான் அமெரிக்காவிலேயே வாழ்பவனில்லை என்று யாரும் சட்டென்று தெரிந்துகொண்டு விடுவார்கள். லக்ஷ்மி என்னைக் கவனித்துவிட்டாள். புன்னகையுடன் என்னை நெருங்கினாள். நான் என்றும் அவ்வளவு படித்தவர்கள் மத்தியில் இருந்ததில்லை. என் மாமா மெத்தப் படித்தவர்தான். ஆனால், இந்த இடத்தில் குழுமியிருந்தவர்கள் போல நான் அதிகம் படிப்பில்லாதவன் என்று உணர வைத்ததில்லை. எனக்கு அப்பெண் என்னை நெருங்கி, "இந்த இடத்தில் உனக்கு என்ன வேலை?" என்று கேட்கக்கூடும் என்று நான் நினைத்திருந்தேன். ஆனால், அப்படி இல்லாமல், அவள் பரிவுடன், "இந்த கோட் இந்த ஊர்க் குளிருக்குப் போதாதே" என்றாள்.

"ஆமாம். இதைப் போட்டுக்கொண்டாலும் குளிருகிறது. என்ன செய்வது? நான் எப்படி இன்னொரு கோட் வாங்கிக் கொள்ள முடியும்?"

"எங்கு படிக்கிறீர்கள்?"

"படிப்பு இல்லை, பயிற்சி."

நான் எங்கள் கம்பெனி பெயரைச் சொன்னேன்.

"அங்கே உங்களுக்கு உதவுபவர்கள் இல்லையா?" அவள் கேட்டாள்.

நான் பதில் சொல்லவில்லை.

"பத்து நிமிடம் இருங்கள். நான் அவர்கள் அலுவலகத்தில் இரண்டு மூன்று கையெழுத்துப் போட வேண்டியிருக்கிறது. போய்விடாதீர்கள்."

அவள் உரை ஏற்பாடு செய்தவர்கள் போலத் தோன்றியவர் களிடம் ஏதோ சொன்னாள். அவர்கள் அவளிடம் ஒரு கையெழுத்து வாங்கிக்கொண்டு, பணத்தை எண்ணிக் கொடுத்தனர். அவள் அதைக் கையில் வைத்தபடியே வந்தாள்.

“இது இந்தக் கல்லூரி மாணவர் இல்லம். இவர்கள் இந்த நாற்காலியில் உட்காருவதற்குக்கூடக் கட்டணம் வாங்கிவிடுவார்கள். அதே போல, நீங்கள் ஆற்றிய எந்தப் பணிக்கும் கட்டணம் தராமல் விடமாட்டார்கள்.”

அவள் கோட் அணிந்துகொண்டு கையுறையும் போட்டுக் கொண்டாள்.

“நீங்கள் இங்கு வந்து எவ்வளவு நாட்களாகிறது?”

“ஜூன் மாதம் வந்தேன்.”

“சரி, வாருங்கள். உங்களுக்கு இந்த ஊருக்குப் பொருத்தமான கோட் வாங்கித் தருகிறேன்.”

“உங்களுக்கு எதற்குச் சிரமம்?”

“ஒரு சிரமமுமில்லை. நானும் இங்கு வந்த முதல் வருடம் திண்டாடிப்போய்விட்டேன்.”

“நீங்கள் இந்தியாவின் எந்தப் பகுதியைச் சேர்ந்தவர்?”

“போர்பந்தர் தெரியுமா?”

“மகாத்மா காந்தியின் ஊர்.”

“ஆமாம். எங்கள் பக்கத்துத் தெருக்காரர். அவருடைய அம்மா பெரிய மனுஷி” என்றுவிட்டு . . .

“ஆமாம். என் கணவன் இறந்தவுடன் அவள்தான் என்னிடம் வந்து தலையை மொட்டையடித்துக்கொள்ள வேண்டாம், ஜப மாலையை உருட்டிக்கொண்டிருக்க வேண்டாம் என்றாள்.”

“எனக்குப் புரியவில்லை.”

“எனக்கு ஐந்துவயதில் கல்யாணம். பத்து வயதில் நான் விதவை.”

என் அம்மா நினைவு வந்தது.

அம்மாவுக்காவது இரண்டு மகன்கள் இருந்தார்கள்.

“நான் பத்து வயது மேல்தான் படிக்க ஆரம்பித்தேன். சரி, டாக்சி கூப்பிடுவோமா?”

“என்னிடம் வண்டி இருக்கிறது.”

“அட! அப்போது நீங்கள் என்னைவிடப் பணக்காரர்.”

“எங்கள் கார் கம்பெனியில் அநேகமாக எல்லா ஊழியர்களுக்கும் கார் கொடுத்திருக்கிறார்கள். இந்த ஊரில் கண்ணில் தென்படும் கார்களெல்லாம் எங்கள் கம்பெனியுடையது.”

"நீங்கள் இங்கேயே இருந்துவிடப் போகிறீர்களா?"

"இல்லை. முதலில் ஒருவருடம் பயிற்சி என்றுதான் வந்தேன். இப்போது என்னை இஞ்சினியராகப் பயிற்சி அளிக்கிறார்கள். ஆதலால் இரண்டு வருடம்."

"சரி, வாருங்கள். முதலில் ஒரு கோட் வாங்கிவிடுவோம். நீங்கள் அணிந்திருப்பதை ஸ்பிரிங்க் கோட் என்பார்கள். அமெரிக்கக் குளிர் அசாத்தியம். அதுவும் டெட்ராய்ட். ஆனால், பாருங்கள், இந்த ஊர் மனிதர்கள் இந்தக் குளிரிலும் செயலற்றுப் போகவில்லை. எல்லாருடைய வீட்டிலும் அடித்தளத்தில் ஒரு பெரிய அடுப்பு இருக்கும். அதன் மூலம் சூடான காற்றைக் குழாய் மூலம் டிராயிங் ரூம், படுக்கையறைக்கு அனுப்புவார்கள். இல்லாதுபோனால் அறையில் ஒரு பக்கமாக விறகு எரியும் இடம் இருக்கும். நீங்கள் பார்த்திருப்பீர்கள்."

"எங்கள் வைஸ் பிரசிடென்ட் மாளிகையில் பார்த்திருக்கிறேன்."

"ஃபேக்ட்ரியில் எப்படி?"

"எனக்குத் தெரியாது. பெரிய கதவுகள் மூடி இருக்கும். அங்கே இயந்திரங்கள் இயங்குவதால் அந்தச் சூடு இருக்கும்."

"உங்கள் வண்டியை நான் ஓட்டுகிறேனே. இங்கே காரை நிறுத்தி வைப்பதில் மிகவும் கவனமாக இருக்க வேண்டும். இல்லாதுபோனால் டிக்கெட் கொடுத்துவிடுவார்கள்."

"நான் இரண்டு முறை வாங்கி அபராதம் கட்டியிருக்கிறேன்."

"அப்படியென்றால் நீங்கள் நூறு சதவீத அமெரிக்கன்."

அவள் வண்டி ஓட்டும்போது நான் பேச்சுக் கொடுக்கவில்லை. ஆனால், டெட்ராய்ட்டில் போக்குவரத்து மிகவும் குறைவு என்பதோடு ஓடும் வண்டிகள் சீராக ஓடின.

லட்சுமி பெரிய கடைத் தெருவில் வண்டியை நிறுத்தி, காரை நிறுத்த ஒரு மணி நேரத்துக்குக் காசை இயந்திரத் தூணில் செலுத்தினாள். என்னை அவள் அழைத்துச் சென்ற கடைக்குள் நுழைய எனக்கு பயமாக இருந்தது.

4

"உங்கள் மனைவி மற்றும் அம்மாவுக்குத் தகவல் தெரியுமா?" லட்சுமியின் அம்மா கேட்டாள்.

"நான் உத்தேசமாக இந்த மாதம் ஊர் திரும்புவேன் என்று தெரியும். ஆனால், இன்று என்று தெரியாது."

"உங்கள் வீட்டில் இரவில் கதவைத் தட்டினால் திறப்பார்கள் அல்லவா?"

"குரலும் கொடுக்க வேண்டும்."

"சரி, வாருங்கள். உங்களை வண்டியில் ஏற்றி விட்டு டிரைவரிடமும் சொல்லிவிடுகிறேன்."

லட்சுமியின் அம்மா டிரைவரிடம் இந்தியில் சொன்னாள். டிரைவர் என் இரு பெட்டிகளையும் இரு பைகளையும் வண்டியின் டிக்கியில் வைத்தான். பின் கதவைத் திறந்து, "உட்காருங்கள்" என்றான்.

நான் லட்சுமியின் அம்மாவிடம் விடை பெற்றுக் கொண்டு வண்டியில் ஏறினேன்.

5

அன்று எனக்குத் தடித்த கம்பளி கோட் வாங்கிக் கொடுத்த பிறகு லட்சுமி, இரவு உணவை யும் வாங்கிக்கொடுத்தாள். அந்த ஊரில் அவளுக்கு குஜராத்தி உணவு பரிமாறும் இடம் ஒன்று தெரிந்திருந்தது.

“நீங்கள் எவ்வளவு நாட்களாக அமெரிக்காவில் இருக்கிறீர்கள்.”

“இது நான்காம் வருடம். இந்த ரெஸ்டாரண்ட் எப்படித் தெரியும் என்று கேட்கிறீர்களா? வந்த இரு மாதங்களுக்குள் எந்தெந்த ஊர்களில் எங்கு சைவ உணவு கிடைக்கும் என்று விசாரித்து ஒரு பட்டியல் வைத்திருக்கிறேன். உண்மையில் இங்கு இதற்கு முன்பு நான் வந்தது கிடையாது.”

அது சமணச் சாப்பாடு. அவர்கள் வெங்காயம் கூடச் சேர்க்கவில்லை. எவ்ளோ மிருதுவான ரொட்டி, சாதம்! ஏன் நான் இதெல்லாம் தெரிந்துகொள்ள வில்லை?

உணவு முடித்த உடனேயே நான் லட்சுமியை டெட்ராய்ட் ரயிலடியில் விட்டேன். அந்த ரயிலடியை நான் அப்போதுதான் பார்த்தேன். அது ஊர் நடுவில் ஒரு பிளாட்பாரமும் இல்லாமல் அது ரயிலடி என்றே தெரியாதபடி இருந்தது. ஏழு மணியளவில் ஒரு ரயில் புகைவிட்டபடி ஊர்ந்து வந்தது. மூன்று படி ஏறி லட்சுமி ரயிலில் ஏறினாள். ரயில் பிட்ஸ்பர்க் வரை செல்லும். அதன் பிறகு அவள் ஒரு பேருந்தில் அவளுடைய ஹாஸ்டல் போயடைய வேண்டும். அமெரிக்கா வந்து ஒன்றரை

வருடங்களே ஆகிறது. அதற்குள் நாடே அவள் கைக்குள் இருப்பது போல அவள் செயல்படுகிறாள்!

என்ன என்று நினைத்து இந்த உரைக்கு வந்தேன்? நானே கல்லூரியில் அடியெடுத்து வைக்கவில்லை, இங்கே ஓர் உரை கேட்கும் சாக்கில் கல்லூரிக்குப் போய் உரை நிகழும் அறையில் போய் உட்காருகிறேன்! உரை நிகழ்த்த வந்த பெண்ணே எனக்கு ஒரு புது கோட் வாங்கிக் கொடுத்து இரவு உணவையும் வாங்கிக் கொடுக்கிறாள்! அவளைச் சந்தித்ததன் ஒரு பயன் இந்த ஊரில் ஜெயின் உணவு தரும் ஒரு ரெஸ்டாரண்ட் எனக்குத் தெரிய வந்திருக்கிறது.

எங்கள் டெட்ராய்ட் உற்பத்திச் சாலையிலும் நிறைய பெண்கள் வேலைக்கிருக்கிறார்கள். எல்லாருமே செகரட்டரிகள்! பம்பாயில் உள்ள தொழிற்சாலையிலும் தட்டச்சு செய்வதற்கென்றே நான்கு பேர் உண்டு. இருவர் ஆண்கள், இருவர் பெண்கள். அவர்களுக்கு டைப்பிஸ்ட் என்றுதான் பெயர். வாடிக்கையாளர்களுக்குப் பழுது பார்க்க உத்தேசச் செலவு, வேலை பார்த்த பிறகு மொத்தம் எவ்வளவு தொகை இதையெல்லாம் டைப்பிஸ்ட்கள் தட்டச்சு செய்வார்கள். எனக்கு அவர்களோடு பழக்கம் கிடையாது. வொர்க்ஸ் மேனேஜர் என்று ஓர் அதிகாரி. அவர் அதிகாரம் செய்வதைப் பார்த்தால் அவர்தான் எங்கள் மோட்டார் கம்பெனிக்கு அதிகாரி போல இருக்கும். மூன்றாம் மனிதர் முன்னிலையில் அவர் ஊழியர்களைத் திட்டுவார். ஆனால், அமெரிக்காவில் பயிற்சி என்றபோது அவர் போகவில்லை. என்னை அதிகாரிகளுக்கு சிபாரிசு செய்தார். நான்தான் அவரிடம் எப்படி எல்லாம் திட்டு வாங்கியிருக்கிறேன். இங்கேயும் வேலையில் தவறுகள் செய்திருக்கிறேன். இவர்கள் வாயைத் திறக்காமல் திட்டுவார்கள். அந்தரங்கமாக என்ன அபிப்பிராயம் வைத்திருக்கிறார்கள் என்று தெரியாது.

இரண்டு வருடங்கள் அமெரிக்காவில் வசித்தும் பல விஷயங்களில் கண்ணைக் கட்டிக் காட்டில் விட்ட மாதிரிதான் இருக்கிறது. ஆனால், அசாத்தியக் குளிரைச் சமாளிப்பது, பசிக்கு உணவு எது எது என்று கண்டுகொள்வது, இடது புறத்தில் இருக்கும் ஸ்டியரிங் உள்ள மோட்டார் காரை ஓட்டுவது, அமெரிக்கப் பேச்சைப் புரிந்துகொண்டு அதற்கேற்ப பதிலளிப்பது. அப்புறம் லட்சுமி...

6

பம்பாய்ச் சாலைகள் சிறப்பானவை என்று கூற முடியாது. தெற்குப் பகுதியில் ஓரளவு சீராக இருக்கும். அங்குதான் டிராம் வண்டி, பேருந்து உண்டு. ஆனால், வேறு எந்த வண்டிகளையும் அனுமதித்தது கிடையாது. குதிரை வண்டிகள் உண்டு. ஆனால், மாட்டு வண்டிகள் கிடையாது. லட்சுமியின் தாயார் ஏற்பாடு செய்து தந்த வண்டி ஃபோர்டு வண்டி. ஹென்ரி ஃபோர்டு ஒவ்வொரு அமெரிக்கனிடமும் ஒரு மோட்டார் கார் இருக்க வேண்டும் என்ற எண்ணத்தில் மலிவு விலையில் கார்களைத் தயாரித்தார். ஆனால், செவர்லே தயாரிப்பாளர்கள் மோட்டார் வண்டி வாங்க வேண்டுமென்போர் சற்று வசதியாகவும் பயணம் செய்யட்டும் என்று வண்டிகள் தயாரித்தார்கள். கிரைஸ்லர் கம்பெனிக் காரர்கள் முதலிலிருந்தே விசேஷ வசதிகளும் வண்டி பார்ப்பதற்கே ஒரு கலைப் பொருள் போலத் தயாரித்தார்கள். எல்லாருக்கும் மேலாக இங்கிலாந்து ரோல்ஸ் ராய்ஸ். அரச குடும்பத்தினராலே அந்த வண்டியை வாங்கிப் பயன்படுத்த முடியும். நான் பம்பாயில் ஏழெட்டு ரோல்ஸ் ராய்ஸ் வண்டிகளைப் பார்த்திருக்கிறேன். பம்பாய்ச் சாலைகளிலும் அந்த வண்டி மிதந்துகொண்டு விரைவது போல இருக்கும். சொல்வார்கள், அந்த வண்டியில் ஒரு திறந்த தம்ளரில் தண்ணீர் வைத்திருந்து பயணம் செய்தால் பயணம் முடிக்கும்போது தம்ளரிலிருந்து பொட்டுத் தண்ணீர் வழிந்திருக்காது.

லட்சுமி குடும்பத்து ஃபோர்டு வண்டி உயர் ரகத்தைச் சேர்ந்தது. எவ்வளவு சௌகரியமான

இருக்கைகள்! எவ்வளவு சீராக இஞ்சின் செயல்படுகிறது! டிரைவர் கியர் மாற்றுவதே தெரியவில்லை. அநேகமாக முஸ்லிம் டிரைவராக இருக்கவேண்டும். பம்பாயில் சாலை விபத்துகள் எப்போதோதான் நிகழும். ஒருமுறைகூட முஸ்லிம் பெயர் வராது. லட்சுமியின் வீட்டு டிரைவர் பல ஆண்டுகளாக அந்தக் குடும்பத்தோடு இருந்துகொண்டிருக்க வேண்டும். அன்று இரவு முழுவதும் அவருக்குத் தூக்கமே கிடையாது. வண்டியை அவரிடம் ஒப்படைத்ததில் சொந்தக்காரர்களுடைய நம்பிக்கை தெரிந்தது.

"கஹான் சாப்?" என்று டிரைவர் நான் போக வேண்டிய இடத்துக்கு வந்துவிட்டார். வீடு ஒரு ஃபர்லாங்கு தூரத்தில்.

எங்கள் வீடு இருக்கும் தெருவைச் சொன்னேன். அது அவருக்குத் தெரியாது.

"நேராகப் போய் முதல் இடது பக்கத் தெருவில் நுழைய வேண்டும். முதல் வீடு. தரைத்தளம்."

அந்தத் தெரு என்று மட்டுமல்ல, அந்தக் குடியிருப்பிலேயே எல்லா வீடுகளும் தரைத்தளத்துடன் இரண்டு மாடிகள் கொண்டதாக இருக்கும். கிட்டத்தட்ட எல்லாக் கட்டடங்களும் – சுமார் ஆயிரம் அல்லது ஆயிரத்தைநூறு – ஒரே மாதிரி இருக்கும். கீழே நாற்பது ரூபாய் வாடகை என்றால் முதல் மாடி முப்பத்தைந்து, இரண்டாவது மாடி முப்பது. ஏனென்றால் அவர்கள் இரண்டு மாடிப்படி ஏறி இறங்க வேண்டுமல்லவா?

வீட்டு முன்னால் வண்டி நின்றபோது அந்த வீட்டுடன் தெருவே ஆழ்ந்த தூக்கத்தில் இருந்தது. ஒவ்வொரு தளத்திலும் நாலு குடியிருப்புகள். இரண்டு அறைகள், ஒரு சமையலறை, ஒரு சின்னக் குளியலறை, அதைவிடச் சிறிய கழிப்பறை. இரண்டு குடியிருப்புகளுக்குத் தெருப் பக்கமே வாயிற்கதவு. மீதி இரண்டு குடியிருப்புகளுக்கு இரு பக்கங்களில் வாயிற்படி. நான் முன் இரு குடியிருப்புகளையும் வாடகைக்கு எடுத்திருந்தேன் என்று என் அம்மாவுக்குக்கூடத் தெரியாது. இரண்டாம் உலக யுத்தம் இன்னும் தொடங்கவில்லை. மொத்தமாக எழுபது ரூபாய். சொந்தக்காரரான குஜராத்திக்காரருக்கு மிகவும் சந்தோஷம். நானாக ஒரு காலத்தில் என் கூடப் பணிபுரிந்தவனுக்கு ஒரு குடியிருப்பை வாடகைக்கு விட்டிருந்தேன். அதற்கு மட்டும் ஐம்பது ரூபாய். ஒரு நிபந்தனை; மணிக்குக் கல்யாணம் ஆனவுடன் வீட்டை எனக்குத் திருப்பித் தரவேண்டும்.

நான் என் பெட்டிகளை எல்லாம் இறக்கி வைத்துக்கொண்டு டிரைவரிடம் ஏதாவது பணம் தர என் பர்ஸை எடுத்தேன்.

“வேண்டாம், சாஹப். நான் பெரிய மேம்ஸாப்புக்கு வேலை செய்பவன்.”

“யார் பெரிய மேம் ஸாப்?”

“ஏர்போர்ட்டில் உங்களைச் சந்தித்தவர்தான்.”

“எங்கே இருக்கிறார்கள்?”

“ஜுஹுவில் . . . அதைத் தவிர மலபார் ஹில்லிலும் ஒரு வீடும் தோட்டமும் இருக்கிறது, ஏதாவது சொல்ல வேண்டுமா?”

“அவர்கள் இங்கு வந்து சிரமப்பட வேண்டாம். நானே வந்து பார்க்கிறேன் என்று மட்டும் சொல்ல வேண்டும்.”

“அவர்கள் ரொம்ப கண்ணியப்பட்டவர்கள், ஸாப். அந்த வீடு எப்போதும் கலகலவென்று இருக்கும். சின்ன மேம்சாபின் கணவர் ஆக்ஸிடெண்டில் செத்தவுடன் வீடு மாறிவிட்டது, நான் வருகிறேன்.”

டிரைவர் வண்டியைக் கிளப்பிச் சென்ற பிறகு, நான் என் வீட்டுக் கதவருகில் சென்றேன். கதவைத் தட்டப் போனேன். கதவு அதுவாகவே திறந்தது, அம்மா இருட்டில் நின்றுகொண்டிருந்தாள்.

7

“அம்மா!” நான் உடனே நமஸ்கரித்தேன்.

“இன்னிக்கு வரப்போறதா கடிதாசு போடக் கூடாதா?”

“திடீர்னு நீ பம்பாய்க்குப் போன்னு சொல்லி டிக்கெட்டும் கொடுத்தாங்க.”

“உள்ளே வா.”

நான் ஒவ்வொரு பெட்டியாக எடுத்து வீட்டி னுள்ளே வைத்தேன். விளக்கு போடவில்லை.

“அம்மா, நான் கொஞ்சம் தூங்கணும்மா.”

அதற்குள் பார்வதி விழித்துக்கொண்டு வந்தாள். எனக்கு அவள் கண்களைச் சந்திக்க முடியவில்லை.

“அவனுக்குப் படுத்துக்கணுமாம். இரண்டு வருஷம் ஊரில் இல்லாமல் திரும்பி வந்தவனுக்கு படுத்துக்கத்தான் தோணும் போலிருக்கு. அந்த ரூம்லே குழந்தை தூங்கறது. அதை எழுப்பிவிட வேண்டாம்.”

“நான் இங்கே படுத்துக்கொள்ளறேன். இரண்டு நாளா தூக்கம் இல்லே. மணி எங்கே?”

“நீ தூங்கு, எல்லாம் பொழுது விடிஞ்சப்புறம் பாக்கலாம்.”

அம்மாவுக்கு ஏதோ சரியில்லை என்று தோன்றி விட்டது. பார்வதி ஒரு பாயும் தலையணையும் துப்பட்டியும் கொண்டு வந்து கொடுத்தாள். பெட்டிகள் இரண்டையும் சுவரோரமாக வைத்து நான் வாயிற்கதவுக்குப் பாதைவிட்டுப் படுத்துக் கொண்டேன்.

நான் பொய் சொல்லவில்லை. படுத்தவுடனேயே தூங்கிவிட்டேன்.

8

தூங்கி எழுந்தபோது நல்ல பகல். குளியலறையில் ராமா துணி தோய்த்துக்கொண்டிருந் தான். குழந்தை ஒரு பெட்டி மீது ஏறி உட்கார்ந்திருந்தது. நான் எழுந்து உட்கார்ந்து குழந்தை பக்கம் இரு கைகளை நீட்டினேன். அவள் என்னைச் சந்தேகக் கண்கள் கொண்டு உற்றுப் பார்த்தாள். வீட்டில் எல்லோரும் எழுந்து அவர்களுக்குரிய பணிகளைச் செய்து முடித்து ஓய்வாக இருக்கக்கூடிய நேரம். மணி வேலைக்குப் போயிருப்பான். வீட்டில் குழந்தை இருக்கிறது என்பதுகூட என் கவனத்துக்கு வரவில்லை. என்னாயிற்று எனக்கு?

திடீரென்று எழுந்தேன். குழந்தை பயந்து கொண்டு "அம்மா!" என்று அழைத்தது. பார்வதி, என் அம்மா இருவரும் வந்தார்கள். நான் அவர்களைப் பார்த்தேன். இரண்டாண்டுகளில் அவர்களிடம் பெரிய மாறுதல் இல்லை.

"எழுந்துட்டயா? பத்து நிமிஷம். ராமா போயிடு வான். உங்க ஃபேக்ட்ரிக்குத் தெரியுமா?"

"சொல்லியிருப்பாங்கன்னு நினைக்கிறேன். திடீர்னுதான் என்னைத் திரும்பிப் போகச் சொன்னாங்க."

"ஏன்?"

"அம்மா, நீ கவலைப்படாதே. இங்கே நான் டிரெயினிங்குக்குப் போறப்போ வெள்ளைக்காரங்க இருந்தாங்க. இப்போ கவர்ன்மெண்ட் மாறியாச்சு, அதனாலே இருக்கலாம்."

ராமா வேலையை முடித்துவிட்டுப் போய்விட்டான். நான் குளியலறைக்குப் போனேன். அங்கு போன பிறகுதான் என் பெட்டி பைகளை நான் திறக்காதது கவனத்துக்கு வந்தது. அம்மா, பார்வதி உபயோகிக்கும் சிவானந்தா பல்பொடியைக் கொண்டு பல் தேய்த்தேன். வாய் ஆரோக்கியமாக இருந்தது. பசித்தது.

“அம்மா, சாப்பிடலாமா? நான் நன்னாச் சாப்பிட்டு ரொம்ப நாளாறது.”

பார்வதி உடனே என் தட்டைக் கழுவி நான் வழக்கமாகச் சாப்பிடும் இடத்தில் வைத்தாள். குடிக்கத் தண்ணீரும் எடுத்து வைத்தாள். பரிமாறத்தொடங்கினாள். நான் உணவருந்த ஆரம்பித்தேன்.

எனக்காக விசேஷச் சமையல், “யார் சமைத்தது?” என்று கேட்டேன். எப்போதுமே இந்தக் கேள்விக்கு உடனே பதில் கிடைக்காது.

“ஏன், ஏதாவது நன்னாயில்லயா?”

“எல்லாமே ரொம்ப நன்னாயிருக்கு. அங்கே இரண்டு மூணு பேர் தமிழ் மனுஷா என்னைக் கூப்பிட்டுச் சாப்பாடு போட்டாங்க. எல்லாக் காய்கறியும் தளதளன்னு இருக்கும். என்னமோ கொஞ்சம் வேறே மாதிரி இருக்கும்.”

“எல்லாரும் நம்ம வீடு மாதிரி சமைப்பாளா?”

“இந்தச் சாப்பாடு, அப்புறம் பேசறதுக்கு ஒரு ஆள் கிடையாது. என் ஃபேக்ட்ரியிலே பத்துப் பதினைஞ்சு பஞ்சாபி, வங்காளி இருந்தாங்க. ஆனா தமிழ், மலையாளம் கிடையாது. எல்லாருமே டிரெயினிங்கு வந்தவங்க. அவங்களோடு பேசணும்னாக்கூட இங்கிலீஷ்லே தான்.”

அம்மா பேசவில்லை. நான் சாப்பிட்டு எழுந்திருக்கும்போது அம்மா கேட்டாள், “அவுங்க யாரும் அவுங்க அம்மா, பொண்டாட்டிக்குக் கடுதாசு எழுத மாட்டாளா?”

“ஓ, எழுதுவாளே. அதிலும் ஒரு வங்காளிப் பையன் இரண்டு வருஷமும் தினம் கடுதாசு எழுதினான்.”

“நீ ஒரு வருஷமாக் கடிதாசு எழுதலை.”

அம்மா எவ்வளவு எளிதாக என்னைப் பலமாக அடித்து விட்டார்? இந்த அம்மா வருடக் கணக்கில் வாயே திறக்காமல் இருந்திருக்கிறாள்! இப்போது பார்வதி வாயே திறக்காது இருக்கிறாள். இன்றைக்குச் சமையல் அவளுடையதுதான்.

"நீ எப்போ ஆபீஸுக்குப் போகணும்?"

"நாளைக்கு. நான் இன்னிக்கு பம்பாய் வந்துவிட்டது அவுங்களுக்குத் தெரிஞ்சிருக்கும்."

"அவங்கதான் வண்டி அனுப்பினதா?"

"இல்லைம்மா. எட்டு மணிக்கு மேலே டிரைவர்ஸுக்கு இரட்டைச் சம்பளம்."

"அப்போ உன்னைக் கொண்டு விட்டது?"

அம்மாவிடம் மறுபடியும் மாட்டிக்கொண்டேன். "தெரிஞ்சவாதான். ஒரு வண்டி அதிகமா இருந்தது. என்னைக் கொண்டுபோய்விடச் சொன்னா?"

"யாரது?"

"குஜராத்திக்காரா."

"அவாகிட்டேதான் நிறைய கார் இருக்கும்."

நான் திரும்பி வந்ததிலிருந்து அம்மாதான் கேள்வி கேட்ட வண்ணம் இருந்தாள். நான் ஒரு பதில் கேள்வி, நீங்கள் எல்லோரும் எப்படி இருக்கிறீர்கள், என் ஃபேக்ட்ரியிலிருந்து ஒழுங்காக மாதாமாதம் சம்பளம் கொண்டு வந்து கொடுத்தார்களா, யார் கையெழுத்துப் போட்டு வாங்கியது, பார்வதிதான் வாங்க வேண்டும் . . . நான் ஒரு கேள்வி கேட்கவில்லை. குழந்தையிடம் கையை நீட்டினேன். இப்போது என்னிடம் அவள் வந்தாள். அவளைத் தூக்கி வைத்துக்கொண்டேன்.

"நீ அமெரிக்கா போறப்போ அவளுக்குப் பேச்சு சரியா வரலை. இப்போ பொளந்து கட்டுவா."

நான் மெதுவாக, "மீனா" என்று அழைத்தேன். நான் ஊர் திரும்பியதிலிருந்து நானாகச் சொன்ன சொல் என் மகளின் பெயர்.

"எல்லாரும் அம்மா ஜாடைன்னா, எனக்கு என்னமோ உன் ஜாடைதான் இருக்கிற மாதிரித் தோணறது."

நான் குழந்தையின் முகத்தைப் பார்த்தேன். தலையில் நிறைய மயிர். இன்னும் முடியிறக்கவில்லை. முகம் வட்டமாக இருந்தது. நான், பார்வதி இரண்டு பேருக்குமே வட்டமுகம் கிடையாது.

பார்வதியும் அறைக்கு வந்து ஓர் ஓரத்தில் நின்றுகொண் டிருந்தாள். நான் சாப்பிட்ட பிறகும் பாத்திரங்கள் சிலவற்றை அவளே தேய்க்க வேண்டும். ஆரம்பத்திலிருந்தே எங்கள் வீட்டில்

சிறுசிறு பாத்திரங்கள். ஒரு வேளை நாங்களே எங்கள் பாத்திரங்களுக்கேற்பக் குறைவாகச் சாப்பிட்டோமோ? நான் அம்மா, பார்வதி சாப்பிட்டுப் பார்த்ததில்லை. விடுமுறைநாட்களில்கூட அவர்கள் வேண்டுமென்றே இரகசியமாகச் சாப்பிடுகிறார்களோ என்று தோன்றியதுண்டு. மணியும் கொறிப்பான். டி.பி. வந்து சரியான பிறகுகூட அவன் மிகவும் குறைந்த அளவு சாப்பிடுவான். அவன் வேலை இப்போது நிரந்தரமாகியிருக்கும். அவன் வேலை பார்க்கும் இடத்தில் பகலில் சப்பாத்திதான் என்றாலும் மூன்று காய்கறிகள் உண்டு என்று அவன் சொல்லியிருக்கிறான்.

நான் குழந்தையைக் கீழே விட்டுவிட்டுப் பெட்டி, பைகளைத் திறக்க ஆரம்பித்தேன். அமெரிக்காவிலும் சீருடையானபடியால் இதர உடைகள் மிகவும் குறைவு, சீருடைத்துணி உயர்த்தியானது. கழுத்தில் டை கட்டிக்கொண்டு டை நுனிகளை ஷர்ட்டின் இரண்டாவது மூன்றாவது பொத்தான்களுக்கு இடையில் சொருகி விடவேண்டும். காரணம், இயந்திரங்களோடு வேலை செய்கையில் டை மாட்டிக்கொள்ளக்கூடாது.

விமானத்தில் கொடுத்த சாக்லேட்கள் இரண்டு கிடைத்தன. அதை நான் குழந்தையிடம் கொடுத்தேன். மீனாவுக்கு இன்னும் என் மீது முழு நம்பிக்கை வரவில்லை.

கைப்பையில் என் அழுக்குத்துணி இரண்டு மூன்று இருந்தன. அதைத் தவிர நான் விமானப் பயணத்தில் உடுத்த உடை, கம்பளிக் கோட்டு கம்பளி ஓவர்கோட்டு, ஸ்வெட்டர்கள், கையுறைகள் முதலியவற்றை ஒரு துணிப்பையில் ஒழுங்காக வைத்து வீட்டு மரப்பெட்டியில் வைத்தேன். அந்தப் பெட்டியில்தான் கம்பளிப் போர்வைகளை வைப்பது. பாச்சையுருண்டை மணம் ஒரு கணம் மூச்சு வாங்க வைத்தது.

வாசலில் ஒரு குரல் கேட்டது. கதவைத் திறந்தால் மணியின் நண்பன் விநாயக்.

அவன் என்னைப் பார்த்ததும் மிகுந்த மகிழ்ச்சியுடன் “பையா!” என்று என்னைக் கட்டிக்கொண்டான். அவனுடைய கண்களில் கண்ணீர். “நீங்கள் இன்று வருவீர்கள் என்று யாருக்கும் தெரியாது” என்றான்.

“இன்றைக்கு வேலைக்குப் போகவில்லையா?”

“இன்றைக்கு ஆஃப். போன ஞாயிறு வேலை செய்தேன். உங்கள் புண்ணியத்தில் நாங்கள் சௌக்கியமாக இருக்கிறோம்.”

“அதே இடந்தானே?”

"இல்லை, சியானில் ஒரு சிறு வீடு. நிர்மலா பிரைவேட்டாகப் பத்தாவது பாஸ் செய்துவிட்டாள். அவளுக்குக் குறைந்தது பி.ஏ. படிக்க வேண்டும் என்று ஆசை."

"நீ இருக்கும்போது அவளுக்கு என்ன குறை?"

"எல்லாம் உங்களால்தான். நீங்களும் மணி பையாவும் இல்லாதுவிட்டால் நாங்கள் கிராமத்தில் கூலி வேலை செய்து கொண்டிருப்போம்."

எங்கள் இருவருக்கும் பார்வதி சுடச்சுட டீ கொண்டு வந்து வைத்தாள்.

"உங்கள் காலடி எங்கள் வீட்டில் பட வேண்டும்."

நான் புலப்படாமல் விழித்தேன். அம்மா சொன்னாள்: "விநாயக் உன்னை அவன் வீட்டுக்கு அழைக்கிறான்."

"ஓகோ, பார்க்கலாம் பார்க்கலாம்."

"நீ அமெரிக்கா போன கையோட அவன் தங்கையை மணிக்குக் கல்யாணம் செய்துவிடலாம் என்று நினைத்தோம். அவள் படிக்க வேண்டும் என்று பிடிவாதமாக இருந்துவிட்டாள். அது ரொம்ப சரின்னு இப்போ தெரியறது."

அம்மா சொல்வது எல்லாமே எனக்குப் புரிந்தும் புரியதது மாக இருந்தது.

வாசலில் ஒரு மோட்டார் கார் வந்து நின்றது. சீருடை போட்ட டிரைவர் கதவருகில் நின்று, "சாப், மேம்சாப் உங்களை அழைத்துக்கொண்டு வரச்சொன்னார்கள்" என்றார்.

நான் உடனே எழுந்து உடை உடுத்திக்கொள்ள ஆரம்பித்தேன்.

"இன்னிக்கே ஆபீஸா? உன் அதிகாரி பெண்ணா?" அம்மா கேட்டாள்.

"இல்லேம்மா. இது நேத்து என்னை அழைச்சுண்டு வந்த டிரைவர். நான் போயிட்டுச் சீக்கிரம் வந்துடறேன்."

நான் வண்டியில் போய் உட்கார்ந்தேன்.

9

அன்றிரவு நான் திரும்பி வரும்போது மணி ஒன்பதரையாகி விட்டது. குழந்தை, மணி தூங்கி விட்டார்கள். பார்வதிதான் கதவைத் திறந்து விட்டாள். அம்மா சமையலறை வாசற்படியருகில் உட்கார்ந்துகொண்டு என்னைப் பார்த்தாள். நான் வேஷ்டி சட்டை அணிந்துகொண்டபோது பார்வதி நான் சாப்பிடும் தட்டை எடுத்துப் போட்டாள். “நான் சாப்டுட்டேன்” என்றேன்.

அம்மா சற்று உரத்து, “உனக்காக எல்லாம் புதுசாச் சமைச்சிருக்கு. நீ சாப்டுட்டேன்றியே?” என்றாள்.

“அங்கேயும் எனக்காகச் சமைச்சிருந்தா.”

“இரண்டு வருஷம் கழிச்சு ஊர் திரும்பியிருக்கே, எங்கேயோ சாப்டேன்றியே?”

நான் பதில் சொல்லாமல், “என் பாய் எங்கே?” என்று கேட்டேன். பார்வதி ஸ்தம்பித்து இருந்தவள் பாயும் தலையணையும் கொண்டு வந்தாள். பின்னர் அவளும் என் அம்மாவும் சமையலறைக்குப் போய் விட்டார்கள்.

வீடு சுத்தமாக, அழகாக ஒழித்து வைக்கப் பட்டிருந்தது. நான் பாயை விரித்துப் போட்டேன். உள்ளே விம்முவது சப்தம் கேட்டது. பார்வதி அழுதுகொண்டிருந்தாள். அம்மா திகைத்துப்போய் உட்கார்ந்திருந்தாள்.

எனக்கு அவர்களைத் தேற்ற முடியும் என்று தோன்றவில்லை. நான் அறை விளக்கை அணைத்து விட்டுப் பாயில் படுத்துக்கொண்டேன்.

அதிகாலையில் யாரும் விழித்திருக்காத வேளையில் எழுந்து முகம் கழுவிக்கொண்டேன். நான் முகச் சவரம் செய்து கொள்ளத் தொடங்கியபோது பார்வதி எழுந்துவிட்டாள். நான் விரைவாக முகச் சவரம் செய்துகொண்டு முன் அறையில் உடை உடுத்திக்கொள்ள ஆரம்பித்தேன். இப்போது அம்மாவும் எழுந்துவிட்டாள்.

"அம்மா, இன்னிலேந்து ஃபேக்ட்ரி போக வேண்டும்."

"நேத்திக்கே ஒழுங்காச் சொல்லியிருந்தா ஏதாவது பண்ணி யிருக்கலாமே?"

"ஒண்ணும் வேண்டாம்மா. இன்னிக்கு ஒரு நாள் காண்டீன் லேயே சமாளிச்சுக்கறேன். ஃபேக்ட்ரியிலே டப்பாவாலா வருவான், சொல்லிடறேன். நாளைலேந்து பகல்லே டப்பாவாலா கிட்டே சாப்பாடு கொடுத்தனுப்பிடலாம்."

பார்வதி ஒரு தம்ளர் காபி கொண்டுவந்து கொடுத்தாள். "பால் யாரு வாங்கிண்டு வந்தா?"

"மணிதான் போனான். பால் வாங்கி வெச்சுட்டு அவன் வேலைக்குக் கிளம்பிடுவான்."

"நான் இன்னும் அவனைப் பாக்கலை."

"வந்ததிலேந்து நீ வீட்டிலே எங்கே இருந்தே?"

அம்மாவின் குரலில் இருந்த கடுமை நான் அதற்கு முன்பு அனுபவித்தது கிடையாது. நாங்கள் தனிக்குடித்தனம் வைத்ததி லிருந்து அவளுடைய சுபாவத்தில் உள்ள உறுதி தெரிய வந்தது. இந்த இரண்டு ஆண்டுகள் அவள்தான் குடும்பத்தை நிர்வகித் திருக்கிறாள். என் ஃபேக்ட்ரியிலிருந்து மாதாமாதம் அவளிடம்தான் என் சம்பளத்தைத் தரும்படி எழுதிக் கொடுத்திருந்தேன்.

நான் வெளியே வந்து ஒரு டாக்சி பிடித்து என் ஃபேக்ட்ரிக்குச் சென்றேன். அங்கும் நான் யாருக்கும் பரிசு வாங்கி வராதது வியப்பையும் கேலியையும் வரவழைத்தது. உணவு இடை வேளை யில் ஜன்ஜன்வாலா கடையிலிருந்து இரண்டு சேர் ஹல்வா வாங்கி வரச்சொல்லி விநியோகித்தேன். என் பொறுப்புகள் மாறி யிருந்தன. இனிமேல் நான் சில கடிதங்களும் எழுதவேண்டும், அதற்கென்று எனக்கொரு சுருக்கெழுத்து – தட்டச்சு உதவியாளர் கொடுக்கப்பட்டிருந்தது.

மாலை வீடு திரும்பும்போதுதான் நான் பம்பாயில் ஏற்பட் டிருந்த சில நுண்ணிய மாற்றங்களை உணர்ந்தேன். நான் வழக்கம்போல ரயிலில் ஏறினேன். அமெரிக்கா கிளம்பியிருந்த

போது இந்தியா இன்னும் விடுதலை அடையவில்லை. நான் திரும்பும்போது சுதந்திர இந்தியா, நிறைய மூவர்ணக் கொடிகள் நிறைய காவி வண்ணக் கொடிகள். சில கடைகளின் பெயர்கள் மாறியிருந்தன. ரயிலில் வழக்கமான மாலை நேரக் கூட்டம். தொப்பிகளில் வித்தியாசம் தெரிந்தது. அமெரிக்காவில் எனக்கு இந்தியா பற்றிய செய்திகள், தகவல்கள் கிடைப்பது மிகவும் அரிது.

மகாத்மா காந்தி சுட்டுக் கொல்லப்பட்ட செய்தி ஒரு மூலையில்தான் போடப்பட்டிருந்தது. பொதுவாகக் கலவரம் என்று எப்போதாவது வரும். பம்பாயிலேயே நிறைய கலவரங்கள் நடந்திருக்கின்றன. முக்கியமாகச் சேரிப் பகுதிகளில் வாளேந்தி வரும் ஒரு கூட்டம் எந்த மதக் கூட்டம் என்று தெரியாது. ரயில் ஒரு பாதையில்தான் வரும், போகும். எல்லா மாற்றங்களும் தெரிய வேண்டுமானால் பேருந்தில் வரவேண்டும். ரயிலிலேயே எல்லோரும் கீழே இறங்கிப் போவதில் கவனமாக இருந்தார்கள். பம்பாய் ஏதோ விதத்தில் பாதுகாப்பற்ற இடமாக மக்கள் கருதுவதாகத் தோன்றியது. நிறைய கட்டடங்கள் காலியாக இருப்பது தெரிந்தது. நான் இறங்கும் ரயில் நிலையத்தின் நேர் எதிரே ஒரு தையற்கடை இருக்கும், அது இப்போது இல்லை.

நான் நிலையத்திலிருந்து வீட்டிற்கு நடந்து வந்தேன். இரானி உணவுச் சாலைகள் இரண்டும் இருந்தன. அங்கு டீ மற்றும் பேக்கரிப் பொருள்கள்தான் கிடைக்கும். டீ போட்டு கிளாஸ் தம்ளர்களில் விட்ட வண்ணம் ஒருவன் இருந்தான். கப் சாஸர் உண்டு. ஆனால், அதற்கு 'ஃபுல் கப்' என்று உத்தரவிடவேண்டும். அமெரிக்காவில் சாஸர் உண்டு. ஆனால், அதில் காபியோ டீயோ விட்டுக்கொண்டு சாப்பிடுபவர்கள் கிடையாது. பம்பாயில் அனைவரும் டீ சாப்பிடுபவர்கள். எல்லாரும் டீயை சாஸரில் விட்டுத்தான் குடித்தார்கள். நான் கப் டீ என்றாலும் சாஸரில் விட்டுக் குடிக்கவில்லை. இரானி டீ அன்று போலவே உற்சாக மூட்டுவதாக இருந்தது. அதில் அபின் கலந்திருக்கும் என்பார்கள்.

மணி வேலை முடித்து வந்துவிட்டான். "நீ ஏன் கடுதாசே எழுதலே?" என்று நான் கேட்டேன்.

"யாராவது கேட்காமல் நான் என்ன சொல்லறது?" என்று மணி சொன்னான்.

"உனக்கு காபி ஏதாவது வேணுமா, இல்லே ஒரேயடியாச் சாப்பிட்டுடறயா?"

"இப்போ ஏதாவது சமைச்சிருக்கா?"

"நீ ஒழுங்காச் சாப்பிடுவேன்னு தெரிஞ்சால் எல்லாம் பண்ணலாம். இப்பவும் இருக்கும்."

"சாப்பிடலாமா?"

அம்மா பார்வதியைப் பார்த்தாள். உடனே, "தட்டைப் போடு" என்றாள்.

இரண்டாண்டுகளுக்குப் பிறகு நானும் மணியும் சேர்ந்து சாப்பிட்டோம். அதைப் பார்த்தபடியே மீனா தூங்கிவிட்டாள்.

"குழந்தை ஏதாவது சாப்பிட்டாளா?" என்று கேட்டேன்.

"ராத்திரி பால் தரது. அது தூங்கிண்டே குடிச்சுடும்." எனக்கும் பார்வதிக்கும் இந்த இரண்டு நாட்களில் முதல் சம்பாஷணை.

மணியும் நானும் கையைக் கழுவிக்கொண்டு வந்தோம். மணியிடம், "விநாயக் வந்தாம்ப்பா" என்றேன்.

"நான் அவனைப் பார்த்துக் கொஞ்சம் நாளாச்சு. அவன் பழைய சந்திலே இல்லே. இப்போ சியான்லே இருக்கான்."

"சொன்னான். அவன் வீட்டுக்கு வரச் சொல்லியிருக்கான்."

"அவன் டியூட்டி நேரம் என்னுடையது ஒண்ணும் ஒத்துக்கவேயில்லை. அவன் தங்கை பிரைவேட்டா எஸ்.எஸ். எல்.சி. முடிச்சுட்டா. ஆனா பி.ஏ.வெல்லாம் பிரைவேட்டாப் படிக்க முடியாது. எஸ்.எஸ்.எல்.சி. கூட அவ அப்பா சுதந்திரப் போராட்ட வீரர்னு சொல்லி பெர்மிஷன் வாங்கித்து."

"அந்த பயில்வான் அப்படியா?"

"அந்தக் கிராமம் முழுக்கவே போலீஸ், ஆர்மின்னு வந்து ரொம்பக் கொடுமைப் படுத்தியிருக்கு. அப்போ எதிர்த்துச் சண்டை போட்டவர் அவர்."

"நீ கன்ஃபர்ம்டுதானே."

"நீ அமெரிக்கா போறப்பவே என்னை கன்ஃபர்ம் பண்ணிட்டாளே. இப்போ எல்லாம் யூனிஃபார்ம்தான். நான் முதல்லே தைச்சுண்ட சட்டை எல்லாம் அப்படியே தூங்கறது."

"அம்மா, இனிமே எனக்கு யூனிஃபார்ம் இல்லை. டை கட்டிக்கணும்."

"மோட்டார் கம்பெனியிலே இருக்கே, உனக்கு மோட்டார் கிடையாது?"

"அமெரிக்காலே கொடுத்திருந்தா. ஆனா எங்க கம்பெனியே இங்கே ஒரு மாதிரி இருக்கு, அங்கே வேறே மாதிரியிருக்கு."

"நாளைக்கு நீ போறதுக்கு முன்னே கோயிலுக்குப் போயிட்டுப் போ."

அம்மா இரண்டு சப்பாத்தி செய்து வைத்துக்கொண்டிருந் தாள். அவளுடைய இரவு உணவை அவளேதான் செய்து கொள்வாள். எல்லாரையும் கோயிலுக்குப் போ என்று சொல்பவள் அவள் போனதில்லை. நாங்கள் அழைத்துப் போனால்தான் உண்டு. எனக்குக் கோயில்களுக்குப் போகாமல் படிப்பு கிடைத்து விட்டது. வேலை கிடைத்துவிட்டது. புனாவிலும் அப்புறம் பம்பாயிலும் சிரமமில்லாமல் நல்ல வீடுகள் கிடைத்தன. இங்கேயே இரண்டு குடியிருப்புகள். அம்மா நாற்பது ரூபாய் போனால் பரவாயில்லை என்றாள். இரண்டையும் நாம் வாடகைக்கு எடுத்துக்கொண்டுவிடலாம் என்று எனக்குத் தோன்றியது. நல்லதாகப் போயிற்று. இப்போது பக்கத்துப் போர்ஷனில் இருப்பவரும் பாலக்காடுதான். "உங்களுக்கு எப்போது தேவையோ ஒரு மாதத்தில் காலி பண்ணித் தருகிறேன்" என்று சொல்லி யிருக்கிறார். மணிக்குக் கல்யாணம் நிச்சயமானால் பம்பாயில் உடனே வீடு.

இந்த முறை முன் அறையில் அம்மா, மணி படுத்துக்கொள்ள இரண்டாவது அறையில் எனக்குப் படுக்கை போட்டது. பார்வதி விளக்கை அணைத்தாள். நான் விமானம் ஏறியதிலிருந்தே பயந்து கொண்டிருந்த நேரம் வந்துவிட்டது.

10

நான் அமெரிக்கா போகும்போது தைத்துக் கொண்ட சூட்டுடன் மேலும் இரண்டு தைத்துக் கொண்டேன். கிஷன்சந்த் செல்லாராம் யுத்தம் முடிந்தபிறகு அவர்களுடைய கடையை விரிவு படுத்தி யிருந்தார்கள். பெரும்பாலும் துணிதான். அங்கேயே பெரிய தையல்பகுதி. ஆறு தையற்காரர்கள். நான் 1946இல் சூட் தைத்துக்கொண்டபோது அங்கு ஆறில் ஐவர் முஸ்லிம்கள். 1948இல் ஒருவர்தான் இருந்தார். பெரிய மாறுதல்தான்.

துறைமுகம் அருகே சிறிது கட்டட வேலை நடந்திருக்கிறது. சுமார் இரண்டு மைல் தூரத்துக்குப் படுநாசம் விளைவித்த வெடி விபத்தின் சின்னங்கள் ஏதும் இல்லை. அதுவும் பெரிய மாற்றம்.

புறநகர் ரயில்களில் அதிவேக ரயில்கள் அறிமுகப் படுத்தப்பட்டிருந்தன. கல்யாண் நிலையத்தில் கிளம்பினால் எண்ணி ஏழே நிலையங்களில் நின்று விக்டோரியா டெர்மினஸ் அடைந்துவிடும். நான் அந்த ரயிலைப் பிடிக்க முதலில் தாதர் ஸ்டேஷன் அடைந்து அங்கு அதிவேக ரயிலைப் பிடிக்க வேண்டும்.

நான் இஞ்சினியராகவும் பணியாற்றி வாடிக்கைக் காரர்களுடனும் பேசவேண்டும். பம்பாயில் குறைந்தது நான்கு மொழிகள் தெரிந்திருக்க வேண்டும். ஹிந்தி, மராட்டி, குஜராத்தி, ஆங்கிலம். செவர்லே ஜாதி வண்டிகள் எல்லாமே என் பொறுப்பு. எங்கள் கம்பெனி ஆண்டாண்டுக் காலமாக செவர்லே வண்டி பாகங்களை இறக்குமதி செய்து ஒன்றுசேர்த்து முழுக் காராய் விற்பனை செய்து

வந்தது. இப்போது பம்பாய் அரசு ஆணைப்படி பத்து சதவீதப் பாகங்கள் உள்ளூர்த் தயாரிப்பாக இருக்க வேண்டும். அந்தப் பாகங்களைச் செய்ய இயந்திரங்கள் அமெரிக்காவிலிருந்துதான் இறக்குமதி செய்யப்பட்டன. உள்ளூர்த் தயாரிப்பின் தரத்தை நிர்ணயம் செய்வதும் என் பொறுப்பாயிற்று. அமெரிக்காவில் கலப்பிடமில்லாத பெட்ரோல் கிடைத்தது. அங்கு பெட்ரோல் கலப்படம் என்றால் ஐந்தாறு பேர் பத்து வருஷம் சிறையில் அடைக்கப்படுவார்கள். ஆனால், பம்பாயில் ஒரு பிரிட்டிஷ் கம்பெனி, ஓர் அமெரிக்க கம்பெனி இரண்டின் கையில்தான் பெட்ரோல் விற்பனை இருந்தது. இரண்டுமே கலப்படப் பெட்ரோலைத்தான் விற்றன. ஓர் உடனடிவிளைவு, நாங்கள் ஒரு வாரம் பாடுபட்டுச் சரிப்படுத்திய மோட்டார் வண்டி ஒரே மாதத்தில் மீண்டும் பழுது பார்க்க வேண்டி எங்களிடம் வரும்.

ஊரில் சர்க்கரை இல்லை. அரிசி இல்லை. கோதுமை இல்லை. குஜராத்திகளுக்கு மூன்றும் அவசியம். தினமும் வேண்டும். எப்படிப் பிழைத்திருக்கிறார்கள்? இரானி ஹோட்டலில் சர்க்கரை போட்டுத்தான் தந்தான். யுத்தம் நடந்துகொண்டிருந்த போதும் பொருள்கள் கிடைக்காததோடு மாலை வந்துவிட்டால் ஒரே இருட்டு. எதிரித் தாக்குதல் நடந்தால் முதலில் பம்பாய்தான் என்று நினைத்தார்கள். பம்பாயில் பல வெற்றிடங்களில் பூமிக்கு அடியில் காங்கிரிட் கூரை. சுவர்களுடன் பதுங்கு குழிகள் கட்டியிருந்தார்கள். அவை இன்றும் இருந்தன. பம்பாய் போலீஸ் மிகவும் கண்டிப்பு. அவற்றைப் பூட்டி வைத்திருப்பார்கள். துறைமுக வெடியின்போது எதிரி விமானங்கள் குண்டு போடத் தொடங்கிவிட்டதோ என்று பலர் அந்தப் பாதாள அறைகளில் அடைந்தார்கள். குண்டு அந்த இடத்தில் விழுந்தால் கூட ஒன்றும் நேராது. ஆனால், விளக்கு போய்விடும். ஒரு பெரிய பதுங்குக் கட்டடத்துக்கு ஒரேயொரு விளக்கு.

எனக்கு பம்பாயில் நிகழ்ந்திருந்த சில மாற்றங்கள் வருத்தமுற வைத்தன. அமெரிககாவிலும் யுத்தம் முடிந்து நான்கைந்து ஆண்டுகளில் தினமும் மாற்றம் நடந்துகொண்டிருக்கும். நான் போனபோது ஐரோப்பாவிலிருந்தும் பசிபிக் நாடுகளிலிருந்தும் ராணுவத்தார் திரும்பி வந்து கொண்டிருந்தார்கள். அவர்கள் வீடு திரும்பிய உற்சாகம் ஒரு மாத காலத்தில் மறையத் தொடங்கியது. இருபது முப்பது லட்சம் பேருக்குத் திடீரென்று எங்கு வேலை கிடைக்கும்? என் ஃபேக்ட்ரியில் ஐநூறு பேரை எடுத்துக்கொண்டார்கள். ஆனால், அவர்களுக்கு என்ன வேலை கொடுப்பது? என் கீழே இருபது பேர். அவர்கள் பேசுவதே புரியாது. பழுது பார்க்க உதவும் கருவிகளுக்கு அங்கு பெயர்களே வேறு.

இந்தியாவில் நாங்கள் பயன்படுத்திய பெயர்கள் அங்கில்லை. நாளடைவில் பலர் அவர்களே நின்றுவிட்டார்கள். ஓரிருவர் கறுப்பன் ஒருவரிடம் பயிற்சி பெற முடியாது என்று போய் விட்டார்கள். பலர் கல்லூரிகளிலும் பள்ளிகளிலும் சேர்ந்தார்கள். அரசாங்கம் அதற்குச் சலுகை அளித்திருந்தது. இந்தியாவில் ஆட்சி மாறிவிட்டதால் அதற்கெல்லாம் அவ்வளவு வாய்ப்பு இருந்திருக்காது. யுத்தம் வெள்ளைக்காரனின் யுத்தமல்லவா?

நான் மீனாவுக்கு மிட்டாய்களும் அபூர்வமாக ஒரு கடையில் இருந்த கவுனும் வாங்கினேன். அம்மா வெள்ளை மல் துணியில் லேசாகச் சாயம் தோய்த்து உடுத்திக்கொள்வாள். முக்கிய காரணம் புற பம்பாயில் நார்மடி கிடைக்காது. அங்கிருந்த விதவைகள் மல்துணி தான் கட்டிக்கொள்வார்கள். சீக்கிரமே நைந்துவிடும். யுத்த காலத்தில் எல்லாத் துணி ஆலைகளும் ராணுவச் சீருடைத் துணிதான் தொண்ணூறு சதவீதம் தயார் செய்ய வேண்டும்.

எனக்கு வருத்தமாயிருந்தது. நானறிந்த பல சிறு கடைகள், பெட்டிக்கடைகளில் ஆள் மாறியிருந்தார்கள். பஞ்சாபில்தான் ரயில் வண்டிகள் முழுக்க பிணங்களாக வந்தன என்று ஓர் அமெரிக்கர் என்னிடம் சொன்னார். நானிருந்த ஊரில் கப்பற்படைப் புரட்சி நடந்தது என்றேன். அவருடைய மகன் அமெரிக்கக் கப்பற்படையில் இருந்தான். அவர் சொன்னார், “கப்பற்படை எங்கிருந்தாலும் இவ்வளவு குறைவாகப் புரட்சிகள் நடப்பது அதிசயம்தான்.” முதல் வருடம் அவருடைய மகன் அழுதுகொண்டே இருந்தானாம். அப்புறம் அவனே அடாவடிக் காரனாகிவிட்டான். பம்பாய்க் கப்பல்படைப் புரட்சியிலும் நிறைய பேர் உயிரை இழந்தார்கள். நாற்பத்தாறில் சிறைக்குப் போனவர்களில் பலர் நாற்பத்தெட்டிலும் வெளியே வரவில்லை. ராணுவக் கட்டுப்பாட்டுக்கு ஆட்சி மாற்றம் ஒரு பொருட்டில்லை.

ராணுவ லாரிகள் குறைந்துவிட்டன. ஜீப் வண்டிகள் நகரில் ஓடின. இருபதாம் அதிசயம் என்று ஜீப் வண்டியைச் சொன்னார்கள். அது அமெரிக்கன் வண்டி என்றாலும் அதன் இயந்திர அமைப்பு செவர்லே போன்றது அல்ல; ஜீப்பின் அமைப்பு. அது கரடு முரடான இடங்களில் போவதற்கு என்று ஏற்பட்டது.

இருட்ட ஆரம்பித்தது. மிட்டாய்களை என் கைக்குட்டையில் மூட்டையாகக் கட்டித் தூக்கி வந்தேன். கவுனை ஒரு காகிதத்தில் தான் சுற்றிக் கொடுத்திருந்தான். தாதர் ரயில் நிலையத்தில் இறங்கி ஒரு நீண்ட நடைபாலம் மூலமாக தாதரின் இன்னொரு

நிலையத்தை அடையவேண்டும். அங்குதான் என் வீட்டுப் பகுதிக்குப் போகும் ரயில்கள் வரும்.

மாலை வேளை என்றால்கூட எனக்கு இரு ரயில்களிலும் உட்கார இடம் கிடைத்தது. ஒரு மனிதர் ரயில் பெட்டியின் வாயிலிலேயே நின்றுகொண்டு பயணம் செய்துகொண்டிருந்தார். அவர் உட்காரவும் பெட்டியில் இடம் இருந்தது. அவர் என்னைப் பார்த்தும் பாராததுமாக இருந்தார்.

சட்டென்று நினைவுக்கு வந்தது. அவர் நான் வாடகைக்கு எடுத்திருந்த இரு இடங்களில் ஒன்றில் இருப்பவர். கிட்டத்தட்ட என் குடித்தனக்காரர். பொதுவாகக் குடித்தனக்காரர்கள் சிறிதள வாவது குழைவார்கள். இவரிடம் அந்தத் தன்மை இல்லை. அதுவும் பாலக்காட்டுக் குணம் போலிருக்கிறது.

11

எனக்குப் பதவி உயர்வு, சம்பள உயர்வு, சீருடையிலிருந்து விடுதலை எல்லாம் கிடைத்த போதிலும் நான் எதிர்பார்த்தது ஒன்று நடக்கவில்லை. எனக்கு வண்டி தரவில்லை. நான் மின்சார ரயிலை நம்பித்தான் என் வேலையிடத்துக்குப் போக வேண்டியிருந்தது. இந்தியா சுதந்திரம் அடைந்த பிறகு எங்கள் கம்பனி பங்குதாரர்கள் ஐ.சி.எஸ். அதிகாரிகளோடு பேசித் தீர்க்க வேண்டிய பெரிய முடிவுகள் அமைச்சர், உதவி அமைச்சரோடு விவாதிக்க வேண்டியிருந்தது. அமைச்சர்கள் விடுதலைப் போரில் தடியடி அனுபவித்தவர்கள். சிறைவாசம் பெற்றவர்கள். மகாத்மா காந்தி சொன்னதாகச் சொல்வார்கள். நான் பிரிட்டிஷ் அரசுக்கு எதிராகத்தான் போரிடுகிறேன்; பிரிட்டிஷ் காரர்களை எதிர்த்து அல்ல. இதெல்லாம் அறிக்கை விட வசதியானது. ஆனால், மாநில அளவில் வெள்ளைக்காரர்கள் மீது நிறைய வெறுப்பு இருந்தது. என் கம்பனி அமெரிக்கர்களுடையது. பல சந்தர்ப்பங்களில் அமெரிக்கத் தலைவர்கள் இந்திய விடுதலைப் போருக்கு ஆதரவான அறிக்கைகள் விட்டிருக்கிறார்கள். ஆனால், பம்பாய் ராஜதானி அமைச்சரும் சரி, டில்லி அரசு அமைச்சரும் சரி, என் கம்பெனியின் உடைமைதாரர்களாக இருந்த அமெரிக்கர்களை மணிக்கணக்கில் காக்க வைத்தார்கள். பிரச்சனைகளைக் காது கொடுத்துக் கேட்கவில்லை. நாடு அரசியல் சுதந்திரம் அடைந்திருக்கலாம். ஆனால், எங்கள் மோட்டார் உற்பத்திச் சாலை பெரும் சிக்கலை எதிர்கொண்டது.

இதற்குள் ஒரு பிரிட்டிஷ் மோட்டார் கம்பெனி தன் உரிமங்களை ஓர் இந்தியக் கம்பெனிக்கு விற்றுவிட்டது.

நான் அமெரிக்கா போனபோது எங்கள் கம்பெனியில் பொங்கியெழுந்த உற்சாகம் இப்போது கணிசமாகவே குறைந் திருந்தது.

எங்களிடம் பொருள்கள் இருந்த வரை எங்கள் கம்பெனி மோட்டார் வண்டிகளைப் பழுதுபார்த்த வண்ணம் இருந்தோம். சில உதிரி பாகங்கள் உற்பத்தி செய்ய ஒரு சென்னைநிறுவனம், அரசு உரிமம் பெற்றது. வெடிவிபத்தில் சிதறிப் போன எங்கள் முழுக் கட்டடத்தையும் பெருத்த செலவில் புதுப்பித்தது தவறோ என்றுகூட எங்கள் அமெரிக்கப் பங்குதாரர்கள், நிர்வாகிகள் நினைக்கத் தொடங்கினார்கள். என்னை நிர்வாகக் குழுவில் சேர்த்திருந்தபடியால் நான் உறுதி கூறுகிறேன்: புதுப்பித்தது என்றும் வீண் போகாது; இந்திய உதிரிப் பாகங்கள் தரமானதாக இருக்காது என்று நாம் ஏன் இப்போதே முடிவு செய்ய வேண்டும்? சென்னையில் இன்னொரு கம்பெனி டிராக்டர் உரிமம் பெற்றது. இந்தியாவில் அப்போது அங்கோரிடம் இங்கோரிடத்தில்தான் டிராக்டர்கள் காணப்படும். ஆனால், அந்தக் கம்பெனிக்காரர்கள் டிராக்டரில் தொடர்ந்து நம்பிக்கை வைத்திருந்தார்கள். சுதந்திர இந்தியாவின் முன்னேற்றம் எல்லாத் துறைகளிலும் இருக்கும் என்று நான் நிர்வாகக் குழுவிடம் கூறிவந்தேன். ஆனால், அவர்களுக்கு வேறிடங்களிலிருந்து தலைவலி வந்தது. உதிரிப் பாகங்களை இறக்குமதி செய்ய அநேக நிபந்தனைகளைப் பூர்த்தி செய்ய வேண்டியிருந்தது. பெருமளவு உள்ளூர் பாகங்களைப் பயன்படுத்த வேண்டும். யுத்தத்தினால் நிர்மூலமான ஐரோப்பிய நாடுகள் சிறிது சிறிதாக அவர்கள் இயந்திரச்சாலைகளை இயக்கத் தொடங்கியிருந்தன. அமெரிக்காவில் அநேகமாக ஏகபோகமாக இருந்த எங்கள் கம்பெனி இனிமேல் வேறு மலிவுவிலைக் கார்களோடு போட்டி போட வேண்டும்.

இந்தியப் பிரிவில் இப்போது சம பங்கு உள்ளூர் முதலீட்டாளர்கள். பம்பாயில் முதலுக்கா பஞ்சம்? அமெரிக்கர் களுக்கு அவர்கள் தயாரிப்பில் இருந்த பெருமை இந்தியப் பங்குதாரர்களிடம் இல்லை. நான் விசேஷப் பயிற்சி பெற்றது என் வேலைக்குப் பயன்படவில்லை.

யுத்தம் என்று வந்திராவிட்டால் இந்தியச் சுதந்திரம் இன்னும் ஐம்பது ஆண்டுகள் பின் தள்ளிப் போயிருக்கும். நாட்டிலுள்ள பணக்காரர்களெல்லாம் எங்கள் வண்டியையே ஓட்டிக்கொண்டிருப்பார்கள்.

வீட்டிலுள்ளவர்களுக்கு இந்த மாறுதல்கள் நேர்ந்திருப்பது தெரிய வழியில்லை. மணிக்கு மட்டும் இந்தியா சுதந்திரம் அடைந்ததில் வெளிநாட்டுக் கம்பெனிகள் உற்சாகம் கொள்ள ஏதுமில்லை என்று தெரியும். அவனுடையது மராட்டிக் கம்பெனி. பம்ப்கள் தயாரித்து வெளிநாடுகளுக்குக்கூட ஏற்றுமதி செய்து வந்தது.

அன்று மாலை நான் வீடு திரும்பியபோது அம்மா ஏதோ போல என்னைப் பார்த்தாள். என்னை ஏறிட்டுப் பார்க்காத பார்வதி கூட என் முகத்தில் ஏதாவது தெரியுமா என்று உற்றுப் பார்த்த மாதிரி இருந்தது. உள்ளே ஒரு புது பெரிய வெள்ளித் தட்டில் மாதுளம்பழங்களும் ஆப்பிள்களும் இருந்தன.

"யார் வந்தாம்மா?" என்று நான் கேட்டேன்.

"எல்லாம் உனக்குத் தெரிஞ்சவாதான்" என்று அம்மா பதில் தந்தாள்.

12

நான் அமெரிக்காவில் லட்சுமி என்றொரு பெண்ணை மணந்துகொண்டுவிட்டதை எவ்வளவு நாள்தான் மறைக்க முடியும்? நான் விமான நிலையத்திலிருந்து வந்தபோதே அம்மாவுக்குச் சந்தேகம் வந்திருக்கும். பார்வதிக்கும்தான். ஆனால், அவள் எதையும் காட்டிக்கொள்ளவில்லை. எனக்குப் பார்வதி மீது மதிப்பு கூடியபடி இருந்தது.

என்ன இருந்தாலும் எல்லாப்பற்றையும் அறுத் தெறிந்துவிட்டு சந்நியாசம் வாங்கிப்போனவரின் மகள் அல்லவா? என்னை ஒரு வார்த்தை கேட்டு விட்டு அவளை மணமுடித்து வைத்தால் எனக்கு எந்தச் சங்கடமும் இருக்காது. ஆனால், என் மாமா என்னையும் கேட்கவில்லை, அம்மாவையும் கேட்க வில்லை, திடீரென்று ஒரு நாள் தாலியைக் கட்டு என்றால் எப்படி இருக்கும்? என் படிப்பை முடிக்க நான் என்ன பாடுபட்டேன் என்று யாருக்குத் தெரியும்? நான் புனாவில் தனிக்குடித்தனம் போன போது அம்மாவுடன் பார்வதியையும் அழைத்துத் தானே போனேன்?

லட்சுமி! எனக்கு அவள் புதிராகவும் இருந்தாள், சங்கடமாகவும் இருந்தாள். பத்து வயதில் விதவை. பணம் காசு இருந்து என்ன பயன்? அந்த மாப்பிள்ளைப் பையனின் உயிரைக் காப்பாற்ற முடியவில்லை. அதைப் பற்றி லட்சுமியே சொன்னாள். அவன் வீட்டில் எல்லாம் சரியாகிப் போய்விடும் என்றுதான் இருந்திருக்கிறார்கள். அவன் சோர்வுடன் படுத்திருந்தாலும் ஜுரம் இல்லை. அவன் ஜுரம் வராமல் உடற்சூடு குறைந்துகொண்டே வந்து

குளிர்ந்து போய்விட்டான். அப்போதுதான் அவனுக்கு மஞ்சள் காமாலை வந்திருக்கிறது. அவன் இறந்த பிறகுதான் லட்சுமி தீவிரமாகக் கல்வி கற்று, உலகம் ஒரு மேதாவியாக அவளைக் கொண்டாடுகிறது!

நான் ஏற்கனவே மணமானவன் என்பது அவளுக்கோ அவளுடைய தாயாருக்கோ ஒரு தயக்கமும் தரவில்லை. லட்சுமியின் தாயாரே அந்தப் பணக்காரக் குடும்பத்தில் மூத்த மகனுக்கு இரண்டாவது மனைவி. அந்தச் சாதியிலேயே ஆண்கள் அற்பாயுளில் போய்விடுவார்கள் போலிருக்கிறது. வீட்டில் எல்லாருக்கும் பெரியவராக ஒருவர் இருந்தார். சொத்துகளை வெகு எளிதாகப் பிரித்துக் கொடுத்துவிட்டார். யாரும் அவற்றை விற்றுப் பணமாக்க முடியாது. அப்படியொரு நிபந்தனை. இதனால் லட்சுமிக்குப் பம்பாயிலேயே இரண்டு வீடு! அதிலும் ஒன்று கோடீசுவரர்கள் இருப்பிடமாகிய மலபார் ஹில்லில்!

டெட்ராய்ட்டில் அவள் உரையைக் கேட்டபிறகு அவளை நான் மறந்தேவிட்டேன். எனக்கு மிகவும் தொந்தரவு கொடுத்தவை நெடுங்காலம் பயன்படுத்தப்படாத வண்டிகளை மீண்டும் நன்கு ஓட வைப்பது. யுத்தத்திற்காக ஆண்களில் பாதிப்பேர் ராணுவ சேவைக்குப் போய்விட்டார்கள். பெண்கள் ஓரிருவர்தான் மோட்டார் வண்டி ஓட்டினார்கள். நான் வண்டிகள் பழுது பார்க்கும் பிரிவுக்குப் பொறுப்பு. இரண்டு வருடங்கள் கடுமையான பயிற்சி. அதை முடித்து நாடு திரும்பினால் எதிர்காலம் வேறெதையோ வைத்துக் காத்திருந்தது!

லட்சுமி டெட்ராய்ட்டிலேயே உள்ள ஒரு தொண்டு நிறுவனத்தில் ஆறு மாதம் பங்கு பெறவேண்டும். இயந்திரங்கள் மத்தியில் பணிபுரிபவர்க்கே உரிய சங்கடம் என் தொழிற்சாலையிலும் இருந்தது. குடி. ஒரு காலத்தில் அமெரிக்காவிலும் மதுவிலக்கு இருந்திருக்கிறது. ஆனால், மதுவிலக்கு கள்ளச் சாராயத்துடன் பெரிய தாதாக்களையும் உருவாக்கியது. டெட்ராய்ட் நகரிலும் திடீர் திடீரென்று யாரோ சுட்டுக் கொல்லப்படுவார். யாரோ கடத்தப்பட்டு மிச்சிகன் ஏரியில் பிணமாகக் கிடப்பார். இப்படித் திகிலெழுப்பும் சூழ்நிலையில் லட்சுமி மக்கள் நலப் பணிகளில் பங்குபெற நான் பயிற்சி பெற்று வந்த ஊருக்கே வந்துவிட்டாள்!

சிறிது சிறிதாகத் தொலைபேசிகள் வரத்தொடங்கின. பெரிய கம்பெனிகள், பெரிய பணக்காரர்கள் அவர்களிடத்திலேயே பொருத்திக்கொண்டார்கள். நிறைய பொதுத் தொலைபேசிகள் வந்துவிட்டன. இந்தியாவில் ஜெனரல் ஸ்டோர்ஸ், ஃபேன்சி ஸ்டோர்ஸ் என்பவை அங்கு டிரக் ஸ்டோர்கள். அங்கு முக்கியமாக வீட்டுத் தேவை சாமான்கள் இருக்கும். அங்கிருக்கும் தொலைபேசி

ஓரளவு அந்தரங்க உணர்வு தரும். லட்சுமி டெட்ராய்ட் வந்து ஒரு மாதம் கழித்து ஒரு டிரக் ஸ்டோரில்தான் சந்தித்தோம். டிரக் ஸ்டோரில் மருந்து பெயருக்குத்தான். தலைவலி மருந்துதான் கிடைக்கும். குடிக்கக் காபி, டீ கிடைக்கும். எல்லாக் கடைகளிலும் டீ இருக்காது. ஆனால், நானும் லட்சுமியும் டீ கிடைக்கும் டிரக் ஸ்டோரில்தான் சந்திப்போம். இரவுச் சாப்பாடு அவளுடன்தான். பின்னர் அவள் ஹாஸ்டலுக்குப் போய்விடுவாள். நான் என் அறைக்குப் போய்விடுவேன்.

நான்காவது முறை சந்தித்தபோதுதான் அவள் என்னைக் கேட்டாள், "என்னைக் கல்யாணம் செய்துகொள்வீர்களா?"

எனக்குப் புரியவில்லை. அவள் மேலும் சொன்னாள், "என் அம்மாவிடம் கேட்டேன். ஒழுங்கானவன் என்றால் கல்யாணம் செய்து கொள் என்றாள்."

"நானே கல்யாணம் ஆனவன். ஒரு குழந்தைகூட இருக்கிறது."

"உங்கள் குடும்பத்தில் இரண்டு பெண்டாட்டிக்காரர்கள் கிடையாதா?"

"உண்டு ... ஒரு சித்தப்பா. ஒழுங்காக வேலை கிடைக்கும் முன்பே ஒரு குடும்பத்தைச் சேர்ந்த இரு பெண்களைக் கல்யாணம் செய்து கொண்டார். ஆனால், நீங்கள் ..."

"நான் மணமானவள். விதவை. நான் எதையும் மறைக்க வில்லை. என் பணத்துக்காக என்னைக் கல்யாணம் செய்து கொள்ளுங்கள் என்று நான் கேட்கவில்லை. நீங்கள் ஒருமுறைகூட என்னை உங்கள் அறைக்குக் கூப்பிடவில்லை. அதுவே எனக்கு உங்கள் மீது நம்பிக்கை தந்தது."

"நம்பிக்கை மட்டும் போதுமா?"

"நான் முழுக்க முழுக்க மனித உறவில் நம்பிக்கை பற்றித்தான் படித்து வருகிறேன். இங்கே என் பயிற்சியும் அதுதான். பல மனைவிகள் கணவன் குடிப்பதைப் பற்றிப் பெரிதாகக் குறைகூற வில்லை. என்ன குடித்தாலும் கணவன் அவளை ஏமாற்ற மாட்டான் என்று நம்பிக்கை."

"என் அம்மாவைக் கேட்க வேண்டும்."

"கேளுங்கள். அவளால் நிலைமையைப் புரிந்துகொள்ள முடியுமா?"

"தெரியாது."

"மிகவும் கடினம். அதற்காக அவளை ஏமாற்ற வேண்டும் என்று நான் கூறவில்லை. சில விஷயங்களை உங்கள் அம்மா போன்றவர்கள் அறிவுபூர்வமாக உணருவது மிகவும் கடினம்.

அவளும் விதவைதான். ஆனால், இரண்டு குழந்தைகள் உண்டு. அவள் வளர்ந்த சமூகத்தில் ஒரு ஆண் மனைவி இருக்கும்போதே இன்னொருத்தியை மணந்துகொள்ளலாம். ஆனால், பெண்ணால் முடியாது. எங்கள் சமூகத்திலும் அசாத்தியக் கட்டுப்பாடு. இதைத்தான் என் அம்மாவும் சொன்னாள்."

"உங்கள் மனைவியைக் கேட்க வேண்டாமா."

எனக்குச் சங்கடமாக இருந்தது. பார்வதிதான் பாதிக்கப் படுகிறவள். ஆனால், அவளைப் பற்றி எனக்குச் சிந்தனையே எழவில்லை!

"ஓரிரு மாதங்களில் சொல்லுங்கள். நான் என் அம்மாவை ஒரு புரோகிதருடன் வந்து போக ஏற்பாடு செய்கிறேன். ஏன், உங்கள் தாயார், மனைவிகூட வரலாம்."

நான் பதில் பேசாமல் நின்றேன்.

"நாம் இந்தக் கல்யாணத்தை இந்த ஊரில் பதிவு செய்ய முடியாது. இங்கு இருதார மணம் என்றால் சிறைதான்."

"நாம் எதற்குச் சட்டத்திற்கு விரோதமாக நடக்க வேண்டும்?"

"எனக்கும் எதையும் சட்ட விரோதமாகச் செய்வதில் விருப்ப மில்லை. ஆனால், சட்டம் கலாச்சாரத்துக்குக் கலாச்சாரம் வேறுபடுகிறது."

எங்கள் பேச்சு இதோடு முடிந்தது. அவள் ஹாஸ்டலுக்குப் போய்விட்டாள்.

எனக்குக் குழப்பமாக இருந்தது. நான் ஒழுங்கான பட்டம் கூடப் பெறாதவன். அவள் மெத்தப்படித்தவள். இன்னும் அவள் படிப்பு முடிய இரண்டாண்டுகள் பிடிக்கும். எனக்குப் புரியவில்லை. அவள் விதவை என்பதைத்தவிர வேறெந்தக் குறையும் கூற முடியாது. ஒரு சொல் அதிகம் பேச மாட்டாள். ஒருவரையும் அலட்சியமாகப் பேசமாட்டாள். இப்படி ஓர் இயல்பு ஒருவரிடம் இருப்பது மிகவும் கடினம். என் அம்மாவும் லட்சுமி போலத்தான் விதவை. அம்மா யாரையும் குற்றம் குறை சொல்லாது போனாலும் உள்ளூர அவளுடைய அண்ணா விடம் மனத்தாங்கல் இருந்தது. அண்ணாதான் ஆபத்தில் கை கொடுத்தவர். இரு பையன்களையும் படிக்க வைத்து ஆளாக்கினவர். ஆனால், பார்வதி கல்யாணம் பற்றி அம்மாவை ஒரு பேச்சுக்காவது சம்மதம் கேட்டிருக்கலாம். அம்மாவுக்கு அந்த வருத்தம் மறையவே இல்லை என்று எனக்குத் தெரியும். இப்போது நானும் மாமா போல நடந்துகொள்ளப்போகிறேனா?

13

லட்சுமியின் அம்மா எங்கள் வீட்டுக்கு வந்து போன தினத்தன்று வீட்டில் எல்லாமே சப்த மெழுப்பாமல் நடந்தது. மணிக்கு விவரம் தெரியாது. நல்ல நெரிசல் நேரத்தில் டிராம் வண்டி நின்று போய்விட்டது பற்றிக் கூறிக்கொண்டிருந்தான். ரேஷன் கடையில் பொருள்கள் வாங்கி வருவது இப்போதும் அவன் பொறுப்புதான். அவன் பொறுப்புகளை மிகவும் திறம்படவும் எளிதாகவும் செய்து முடித்தான். நான் அமெரிக்கா சென்றிருந்த இரு ஆண்டுகளில் அவனிடம் கண்ட வளர்ச்சி ஆச்சரியமாக இருந்தது. உலக அரசியல் பற்றி அவனுடைய பரிச்சயம் ஆழமாக இருந்தது. அவன் என்னென்ன பத்திரிகைகள் படிக்கிறான் என்று அறிய எனக்கு ஆவலாக இருந்தது. அவனுடைய அம்மாவுக்கும் மன்னிக்கும் எல்லா விஷயங்களையும் மிகவும் தெளிவாக எடுத்துச் சொன்னான். நான் வெளிநாடு போனபோது வாயே திறக்காமல் கூச்சத்துடன் இருந்தவன் இப்போது எந்தச் சூழ்நிலையையும் சமாளிக்கக்கூடியவனாகத் தோன்றினான். நான் தான் குன்றிப்போயிருந்தேன்.

இரவுச் சாப்பாடு என் வரையில் மௌனமாக நடந்தது. எனக்கு ஒரு சந்தேகம் வந்தது. லட்சுமியின் அம்மா என்ன சொல்லிவிட்டுப் போக வந்தாள்? எப்படிப்பட்ட குடும்பம் என்று பார்க்க வந்தாளா? இதை நான் ஊர் திரும்புவதற்கு முன்பேகூட அவள் செய்திருக்கலாம். அம்மா 'எல்லாம் தெரிஞ்சவாதான்' என்று சொன்னாள். உண்மையில் இரு பக்கத்தினரும் இருட்டில் உழல்பவர்கள்.

அசோகமித்திரன்

ஏதோ மேம்பூச்சாகத்தான் தெரியும். அப்படிப் பார்த்தால் யாருக்குத்தான் யாரைப் பற்றித் தெரியும்?

அன்று இரவு பார்வதி என்னிடம் கேட்டாள், "இன்னிக்கு வந்தவா யாரு?"

"ஏன், அவா உன்னோட பேசலியா?"

"அம்மா இருக்கிறப்போ நான் எப்படிப் பேசுவேன்? ஒரு சமயம் பார்த்தா சாதாரணமா இருந்தது, இன்னொரு சமயம் பார்த்தா ஏதோ பெரிய விஷயம் போல இருந்தது."

"அம்மா எப்படி அவாளோட பேசினா? அம்மாக்கு மராட்டி, ஹிந்தி தெரியுமா?"

"ஏதோ பேசுவா. வந்தவாளுக்கு நன்னா இங்கிலீஷ் தெரியறது. ரொம்ப ஆசையா இருந்தா."

நான் பேச்சை அதிகம் வளர்க்கவில்லை. லட்சுமியும் அவளுடைய குடும்பத்தாரும் எதையும் ஒளித்து வைப்பதில் சம்மதம் இல்லை. லட்சுமியின் அம்மாவை அங்கே விமான நிலையத்தில்தான் முதல்முறை பார்த்தேன். அவளுக்கு என்னை எப்படி அடையாளம் தெரிந்தது? புகைப்படங்கள் அவ்வளவு எளிதாகவில்லை. புகைப்படக் கடைக்குப் போய்த்தான் ஒருவரோ அவர் குடும்பமோ புகைப்படம் எடுத்துக்கொள்ள முடியும். அப்படி எடுக்கப்பட்ட புகைப்படம்தான் ஒரு பிழையில்லாமல் சிறப்பாக இருக்கும். அவளை அறிந்து ஒரு வருடத்திற்கும் மேலான நாட்களில்தான் நாங்கள் கணவன் மனைவி என்ற அடையாளத்துக்காக ஒரு புகைப்படம் எடுத்துக்கொண்டோம். கடைக்காரர் மூன்று பிரதிகள் கொடுத்தார். "நான் பிற்பாடு கடையில் சொல்லி ஒரு பிரதி எடுத்துக்கொள்கிறேன்" என்று லட்சுமியிடம் சொன்னேன். அவள் அம்மாவிடம் அவளுக்கு அசாத்திய நம்பிக்கை. அந்த அம்மாவுக்கும் அவள் மகள் எதையும் தவறாகச் செய்ய மாட்டாள் என்ற நம்பிக்கை இருக்க வேண்டும். நான் அவள் புகைப்படத்தைப் பார்த்திருக்கிறேன். எப்போதோ எடுத்தது. அப்போதே அவள் விதவை, முகம் மிகவும் தெளிவாக இருந்தது. இப்போது நேரில் பார்த்தபோதும் முகம் அவ்வளவு தெளிவாக இருந்தது. இவ்வளவு உயர்ந்த மனநிலை அடைந்தவர்களுக்கு சமூகத்தில் விதவை நிலை. லட்சுமி மறுமணம் செய்துகொள்வதில் இருவரும் தப்பேதும் காணவில்லை. ஆனால், நான் குற்ற உணர்ச்சியோடு அவதிப்பட்டேன்.

14

ஞாயிற்றுக்கிழமை காலையிலேயே கிளம்பினேன். "எனக்கு இன்னிக்கு இரண்டு வேளைச் சாப்பாடும் வெளியே" என்று சொல்லிவிட்டு ரயில்வே ஸ்டேஷன் திசையில் சென்றேன். படியேறி இறங்கி பிளாட்ஃபாரம் அடைந்த பிறகுதான் வேகமாகப் போகும் வண்டிகள் அங்கு நிற்காது என்பது நினைவுக்கு வந்தது.

நானாக ஜுஹுவில் லட்சுமி வீட்டைக் கண்டு பிடிப்பது சிரமமாகத்தான் இருந்தது. எல்லா வீடுகளும் வெளிச்சுவர், கேட் கொண்ட பங்களாக்கள். எல்லா பங்களாக்களுக்கும் பெயர்ப்பலகை கிடையாது. முப்பது, நாற்பது வீடுகள். அவ்வளவு விசாலமான பாதையல்ல. ஓரிடத்திலிருந்து கடல் தெரியும்.

நானும் பம்பாய் வந்து எட்டு ஒன்பது ஆண்டுகள் முடிந்துவிட்டன. மூலை முடுக்கெல்லாம் தெரியும் என்றிருந்தவனுக்கு இது பெரிய ஏமாற்றம். விசாரிப் பதற்குக் காவல்காரர்கள், பாதசாரிகள் கிடையாது.

ஓரிடத்தில் 'தியாசாபிகல் சொசைட்டி காலனி' என்று இருந்தது. அதுவும் பங்களாக்கள் கொண்டது. ஒரு அலுவலகம் இருக்குமா என்று தேடினேன். எல்லாமே வீடுகள். காலை எட்டு மணிக்கு அந்த இடம் நட்ட நடுநிசி போல மௌனமாக இருந்தது. குழந்தைகள் கூட அங்கு வாயே திறவாது போலிருந்தது. எப்போதோ பேச்சில் அவள் வீட்டு வாசலில் உயரமாக ஓர் அரசமரம் இருக்கும் என்றாள். அவள் பிறந்த போது நட்ட கன்று நெடிய மரமாக வளர்ந்துவிட்டது என்றாள். எனக்கு அரச மரம் எப்படி இருக்கும் என்று அவ்வளவு தெளிவாகத் தெரியாது. ஒரு வீட்டு கேட்டருகில் உயரமாக ஒரு

மரம் சற்று வெளுத்த உடலோடு நின்றது. அந்த வீட்டினுள்ளே போனேன். எந்த நேரமும் ஒரு நாய் சீறிக்கொண்டு வரலாம்.

இல்லை. வீட்டை அடைந்துவிட்டேன். முன் வெராந்தாவுக்கு உயரமான தூண்கள். வெராந்தாவில் பிரம்பு நாற்காலிகள் இருந்தன. அன்று இருட்டில், அதிலும் காரில் வந்ததால் பல அடையாளங்கள் புரியவில்லை. மிகப் பெரிய வீடு மிகவும் சௌகரியமான நாற்காலிகள்-நான் இருக்கும் வீட்டில் அத்தகைய நாற்காலிகளுக்கு இடமில்லை. மணிக்குக் கல்யாணம் ஆகும் போது அவனுக்குக் கட்டில் வாங்கலாம். முன்னிரு முறை இருட்டில் வந்ததில் பல விஷயங்கள் மனதில் பதியவில்லை.

ஒரு பெரியவர் வந்தார். "யார்? என்ன வேண்டும்?" என்று கேட்டார். "நான் அமெரிக்காவிலிருந்து வருகிறேன்" என்றேன்.

அவர் ஒரு புன்முறுவலுடன், "அப்படித் தெரியவில்லையே? நீங்கள்தான் லட்சுமிக்குத் தெரிந்தவரோ?" என்று கேட்டார்.

"அவளுடைய அம்மா எங்கள் வீட்டுக்கு இரு நாட்கள் முன்பு வந்திருந்தார்கள். எனக்கு விஷயம் தெரியவில்லை. இங்கே டெலிபோன் இருக்கிறதா?"

அப்போது லட்சுமியின் அம்மாவே வந்துவிட்டாள். "வா, மகனே. உள்ளே வா. சொல்லியிருந்தால் வண்டி அனுப்பி யிருப்பேனே?"

நாங்கள் உள்ளே போனோம். மேற்குப் பார்த்த வீடு. காலை வேளையில் சற்று இருட்டாகத்தான் இருந்தது. காலை உணவுக்கு ஒரு பெரிய பழைய வட்ட மேஜை தயாராக இருந்தது. "நீ வருவது தெரிந்திருந்தால் இட்லி செய்யச் சொல்லியிருப்பேன்."

"நாங்கள் அப்படியொன்றும் தினம் இட்லி செய்வதில்லை. என் தம்பி கடை ரொட்டி சாப்பிட்டுவிட்டுப் போய்விடுவான். நான் அடுத்த வாரத்திலிருந்து டப்பாவாலாவை வரச் சொல்லி யிருக்கிறேன்."

"உட்கார், மகனே."

"நீங்கள் வீட்டுக்கு வந்திருந்தீர்கள் என்று சொன்னார்கள்."

"வரக்கூடாதா?"

"நான் அதற்குச் சொல்லவில்லை. நீங்கள் எப்போது வேண்டு மானாலும் எங்கள் வீட்டுக்கு வரலாம்."

"லட்சுமி உங்களை வீட்டில் போய்ப் பார்த்துவிட்டு வர எழுதியிருந்தாள். அவள் வாரம் இரு கடிதங்கள் எழுதிவிடுவாள்.

மாதத்திற்கு ஒருமுறை டெலிபோனில் பேசிவிடுவாள். இங்கு பகல் என்றால் அங்கு ராத்திரி. நாங்கள் நாளெல்லாம் காத்திருப்போம். போன் வராது. இங்கே உள்ளூரிலேயே டெலிபோனை முழுக்க நம்ப முடியாது."

"உங்கள் ஜாதியிலேயே அவளுக்குக் கணவன் கிடைக்க மாட்டானா? எனக்கு வரும் வருவாயில் நான் எப்படி இரண்டு சம்சாரம் நடத்துவேன்? உங்கள் உறவினர்கள் எல்லோரும் என்னை எதிரி போலப் பார்ப்பார்கள்."

"அவள் திரும்பி வரட்டும். எனக்கும் அவ்வளவு தெளிவாகத் தெரியவில்லை."

"அங்கே என்னைத் திடீரென்று ஒருநாள் தாலியைக் கட்டு என்று சொல்லிவிட்டாள். என் முதல் மனைவிக்குத் தாலி கட்டினதெல்லாம் எனக்கு மறந்துவிட்டது. நான் சிறு பையன்."

"லட்சுமியும் சின்னக் குழந்தை. ஐந்து வயதில் என்ன கல்யாணம் வேண்டியிருக்கிறது? ஆனால், எங்கள் ஜாதியில் அப்படித்தான். இருபது வயதாவதற்குள் மூன்று குழந்தைகள் இருக்கும்."

சிறிது நேரம் மௌனமாக இருந்தோம்.

"அவள் திரும்பி வரும்வரை இந்த விஷயம் யாருக்கும் தெரிவிக்க வேண்டாம்."

நான் சொன்னது கேட்டு லட்சுமியின் அம்மா முகத்தில் வருத்தம் தோன்றியது "இது யாருக்கும் தெரியக்கூடாதது இல்லை."

"அதற்குச் சொல்லவில்லை. நீங்களோ உங்கள் மகளோ வேறு முடிவுக்கு வரலாம் அல்லவா?"

"நீ எவ்வளவு சுலபமாகச் சொல்லிவிட்டாய், மகனே! லட்சுமி சொல் தவறாதவள். அவள் ஆயுள் முழுதும் விதவையாகவே இருந்து விடுவாள்."

"அம்மா, நான் ஏதும் தவறுதலாகச் சொல்லவில்லை. எனக்கு லட்சுமி மீது மிகுந்த மரியாதை உண்டு. அதே நேரத்தில் என்னுடைய குறைகளும் எனக்குத் தயக்கமூட்டுகிறது. எதற்கும் அவள் திரும்பி வரும் வரை நாமாக ஒன்றும் கற்பனை செய்துகொள்ள வேண்டாம் என்றுமட்டும் கேட்டுக்கொள்கிறேன். நீங்கள் எங்கள் வீட்டுக்கு வந்ததே என் வீட்டாருக்குப் புரியவில்லை."

"எனக்குப் புரிகிறது, மகனே. என் மகள் உறுதியான மனதுடையவள்தான். ஆனால், இரண்டாம் முறை விதவை யாவதைத் தாங்கமாட்டாள். சரி, அவள் வரட்டும். நீ இப்படியே போகக்கூடாது. கையை நனைத்துவிட்டுத்தான் போவது எனக்குச் சம்மதமாக இருக்கும்."

எவ்வளவு சாத்வீகமான சமையல்! மிகவும் ருசியாகவும் இருந்தது. அதே நேரத்தில் காரமே இல்லாமல் இருந்தது. லட்சுமி, அவளுடைய அம்மா இருவரும் எவ்வளவு தெளிவாகவும் உறுதி யாகவும் பேசுகிறார்கள்! கடவுள் இதையெல்லாம் கொடுத்தவர் ஒன்றை மறுத்துவிட்டார். அவர்கள் அதையும் குற்றம் குறை சொல்லாமல் ஏற்றுக்கொண்டு வாழ்கிறார்கள்! அவர்களுடைய மேன்மையில் ஆயிரத்தில் ஒரு பங்கு என்னிடம் கிடையாது. ஆனால், நான் எப்படி அவர்களுக்கு மிக முக்கியமானவனாகத் தோன்றுகிறேன்?

15

“இரண்டு வேளையும் சாப்பாடில்லேன்னு சொன்னே, இப்பவே வந்துட்டயே” என்று அம்மா கேட்டாள்.

“இல்லே, ஒரு வேளைதான்.”

“நீ அமெரிக்காவிலிருந்து வந்ததிலேந்தே சரியில்லை. என்னாச்சு? யாராவது பயமுறுத்தி னாளா?”

“அப்படியெல்லாம் இல்லேம்மா. ரொம்பக் கடுமையாயிருந்தது. நானா எனக்குத் தெரிஞ்ச சமையல் செய்யணும்.”

“பாலக்காட்டுக்காரனுக்கு சமையல் கத்துத் தரணுமா?”

“அம்மா, நான் பாலக்காட்டுக்காரனாவே வளரவில்லையே? என்னை வளர்த்தது சாமியார்கள் தானே? அமெரிக்காவிலே ஒரு ஜெயின்காரரைச் சந்தித்தப்புறம்தான் எனக்கு ஒழுங்காச் சாப்பாடு.”

“அவாதான் உன்னை ஏர்போர்ட்லேந்து கொண்டு விட்டாளா?”

“கிட்டதட்ட அப்படித்தான். இன்னிக்கு நான் அவாளுக்கு எவ்வளவு கடமைப்பட்டிருக்கேன்னு சொல்லத்தான் போனேன்.”

“எங்கே?”

“ஜுஹு. நீ அந்தப் பக்கம் போனதில்லை.”

"நாம் எல்லாரும் ஒரு நாள் விநாயக் வீட்டுக்குப் போயிட்டு வரணும். அவன் தங்கை வீட்டு வேலையையும் பாத்துண்டு எஸ்.எஸ்.எல்.சி. முடிச்சுட்டா. பி.ஏ. படிச்சப்புறம்தான் கல்யாணம்னு சொல்லிட்டா. இன்னும் நாலு வருஷம். நான் ஏதோ ஆசைப்பட்டேன். முடியலே."

"கல்யாணம் நம்ம கையிலே இல்லேன்னு சொல்லறாளே, ரொம்ப சரியானது. யார் யாருக்கு முடிச்சுப் போட்டிருக்குன்னு சொல்ல முடியலே."

அம்மா ஆச்சரியத்தோடு என்னைப் பார்த்தாள். "அமெரிக்கா உன்னை ரொம்பத்தான் மாத்திடுத்து."

நான் கண்களை மூடிக்கொண்டேன். "அம்மா, அடுத்த ஞாயிற்றுக்கிழமை ஒரு டாக்சி வைச்சுண்டு நாம மகாலெட்சுமி கோயிலும் மலபார் ஹில்ஸுக்கும் போய்விட்டு வரலாம்."

"சரி, ஆனா நீ இன்னும் நம்ம அனுமார் கோயிலுக்குப் போகலே."

"மணி எங்கே? இன்னிக்கு லீவுதானே."

"அவனுக்கு வெளியிலே போக வேண்டிய வேலை இருக்காதா? அவன் பூஞ்சையா இருக்கான்றதைத் தவிர அவன் ஒரே சித்தமா இருக்கான். ரேஷன் வாங்கறது, வீட்டு சாமான் வாங்கிப்போடறது, எல்லா வேலையும் அவன் செய்துடறான். குழந்தையை முடிஞ்சப்போ பார்க்குக்கு அழைச்சுண்டு போய் ஊஞ்சல் ஆட வைச்சுட்டு அழைச்சுண்டு வரான். ஒரு நல்ல பொண்ணு கிடைச்சா கல்யாணம் பண்ணி வைச்சுப் பக்கத்து வீட்டிலேயே குடித்தனம் வைச்சுடலாம்."

"அந்த மனுஷன் வாடகை சரியாத் தராரா?"

"ஒவ்வொரு மாசமும் கேட்டுக் கேட்டு வாங்க வேண்டியிருக்கு. வரப்போ எப்படிக் குழைஞ்சு குழைஞ்சு வந்தான். இப்போ நம்பளை லட்சியம் பண்ணுறதில்லே."

அன்றொரு நாள் ரயிலில் என்னைப் பார்த்தும் பாராதது மாதிரி அந்த மனிதன் இருந்தான். லட்சுமி ஒருமுறை என்னிடம் கூறியிருந்தாள். பம்பாயில் வீட்டை வாடகைக்கு விட்டால் பிறகு வீடு சொந்தக்காரனுக்கு இல்லை. இந்த மனிதன் அந்த மாதிரி இருக்கக்கூடாது. இந்த முதல் தேதி நானே அவனிடம் வாடகை கேட்கப்போய் வீட்டையும் காலி பண்ணச் சொல்லவேண்டும்.

மிகவும் சங்கடமான காரியம். ஊர்வந்தவுடனேயே சங்கடமான விஷயங்களே வந்துகொண்டிருக்கின்றன. கம்பெனியின் எதிர் காலம். லட்சுமி. பக்கத்து வீட்டுக்காரன்.

என் அனுபவமின்மைதான் என் சங்கடங்களுக்குக் காரணம் என்று நினைத்தேன். இதே அனுபவமின்மையை மீறித்தானே வேறு வேறு ஊர்களுக்குக் குடிபெயர்ந்தேன். வேறு வேறு வேலையில் சேர்ந்துகொண்டேன். அமெரிக்கா சென்று இஞ்சினியராகத் திரும்பி வந்திருக்கிறேன். என் பயிற்சிக்கும் அனுபவத்திற்கும் எங்காவது வேலை கிடைத்துவிடும். பக்கத்து வீட்டுக்காரனைக் காலி செய்ய வைத்துவிடலாம். ஆனால், லட்சுமி? எனக்குச் சற்று விநோதமாக இருந்தது. ஒரு மனைவி பெயர் பார்வதி. இன்னொரு மனைவி பெயர் லட்சுமி. ஒருத்தி பேராசிரியர் மகள், பெரிய பட்டம் பெறாமலே நிறைய விஷயங்களை அறிந்தவள். ஒரு சொல் பதில் சொல்லாமல் எதையும் பக்குவமாகச் செய்பவள். அதிகம் வீட்டை விட்டுப் போகாமலேயே பல மொழிகளை அறிந்தவள். லட்சுமி பெரிய பணக்காரக் குடும்பத்தைச் சேர்ந்தவளானாலும் பத்து வயதில் விதவையானவள். விதவையாகவே இருந்து பட்டம் பெற்று மேல்படிப்புக்கு அமெரிக்கா சென்றவள். அந்த மேல்படிப்பை முடிக்கவில்லை, அதற்குள் அவளுடைய மேதைமைக்கு நிறைய மரியாதை. என்னிடம் என்ன கண்டாள் என்று என்னைத் தாலி கட்டச் சொன்னாள்?

16

மழைக்காலம் வந்துவிட்டது. வழக்கம் போலக் கொட்டித் தீர்த்துவிட்டது. இந்த மழையில் சூட்டையுடன் போவது பெரும் பாடாக இருந்தது. லட்சுமி வாங்கிக் கொடுத்த ஓவர் கோட்டை ஒரு சீனத் தொழிலாளிக்குக் கொடுத்துவிட்டேன். என் பழைய மழைக் கோட்டைத்தான் பயன்படுத்தத் தொடங்கினேன்.

எங்கள் கம்பெனி ஓர் உள்ளூர் கம்பெனியோடு பேச்சுவார்த்தை நடத்தத் தொடங்கியது. எங்கள் தொழிற்சாலை குடும்பக் கார் வண்டிக்குத் தேவை யானதாக உருவாக்கப்பட்டது. நாட்டில் குடும்பக் கார்களுக்குத் தேவையிருந்தது. ஆனால், அரசின் கட்டு திட்டங்கள், எதிர்பார்ப்புகள் அவ்வளவு சாதகமாக இல்லை. புது வண்டிகள் விற்பனை ஒரு கட்டத்தில் முழுக்க நிறுத்தியாகிவிட்டது. ஓர் அமெரிக்க எண்ணெய்க் கம்பெனி அமோகமாக இயங்கிக்கொண்டிருந்தது; ஆனால், அதுவும் இந்தியாவில் அதன் எதிர்காலம் பற்றி யோசிக்க வேண்டியிருந்தது.

ஆனால், நாட்டில் தொழிற்சாலைகளுக்கும் புதுப்புதுத் தயாரிப்புகளுக்கும் தேவையிருந்தது. மின் உற்பத்தித்துறை யுத்த காலத்தில் துளிகூட வளரவில்லை. இருந்த மின்சாரம் ஆயுத தளவாடங்கள் தொழிற்சாலைகளுக்குப் போய்க்கொண்டிருந்தது. சுதந்திர இந்தியா அரசியல் மட்டுமல்லாமல் வேறு எண்ணற்ற நெருக்கடிகளைச் சந்திக்க வேண்டி யிருந்தது. ஏழ்மை, உணவுப் பற்றாக்குறை, வேலை யின்மை. இந்த மூன்றாவது பிரிவில் நானும் சேர்ந்து விடுவேன் என்றும் தோன்றியது.

லட்சுமியின் அம்மா, லட்சுமிக்கு என்ன எழுதினாளோ, என்ன சொன்னாளோ, எனக்கு என் தொழிற்சாலை முகவரிக்கு ஒரு விமானத் தபால் கடிதம் வந்தது. லட்சுமி வரை எவ்வளவு நம்பிக்கை! அவள் கடிதத்தைப் படிக்கும்போது எனக்கு அழுகை கூட வந்துவிட்டது. அவள் எழுதியிருந்தாள். என் மனைவியான அவள் என் சுகதுக்கங்களைப் பகிர்ந்துகொள்ள உரிமையுள்ளவள். எங்கள் திருமணம் நியாயமானது. தெய்வ சம்மதம் பெற்றது. ஆதலால் நான் கலங்கக்கூடாது என்று எழுதியிருந்தாள். அவள் அம்மா அடிக்கடி என் வீட்டிற்கு வந்து என்னையும் என் குடும்ப நலனையும் கவனித்துக்கொள்வாள். "என் அம்மாவுக்கு என்ன வயது தெரியுமா! ஐம்பது முடியவில்லை. அதற்குள் அவள் எவ்வளவு துக்கங்களையும் பிரச்சனைகளையும் சந்திக்க வேண்டியிருந்தது? தெருவிலிருந்து பார்த்தால் பங்களாவாசி. ஆனால், உள்ளே ஒரு கவளம் உணவு உண்ண வழியில்லாமல் நிர்ப்பந்தங்கள். இன்னும் ஒரு வருடம் இருக்கிறது. இன்னும் என்ன படிப்பு என்று எங்கள் உறவுக்காரர்களே கேட்கிறார்கள். ஆனால், நான் பயிற்சி பெறுவதே ஒருவிதத்தில் அவர்களைப் போன்றவர்களுக்குத்தான். எங்கள் ஜாதியில் உறவினர்களுக்குள் திருமணம் அதிகம். அதன் விளைவு நூறு குழந்தைகள் பிறந்தால் ஐந்து எல்லாக் குழந்தைகள் போலிருக்காது. நான் அவர்களுக்கு ஒரு பள்ளி தொடங்கப்போகிறேன். எனக்கு இரண்டு பெரிய வீடுகள். மலபார் ஹில் பொருத்தமாயிருக்காது. ஆதலால் இப்போது என் அம்மா இருக்கும் இடத்திலேயே இந்தப் பயிற்சி நிலையம் அமையும். நீங்கள் எல்லாருமே அங்கு வந்துவிடலாம். பார்வதி, உங்கள் அம்மா எல்லாருமே இந்தப் பயிற்சி நிலையத்தில் பங்கு பெறலாம். பகவான் கிருஷ்ணன் என் திட்டங்கள் நிறைவேற அருள வேண்டும்."

எனக்கு பயமாகவும் இருந்தது. ஆச்சரியமாகவும் இருந்தது. பார்வதி மிகவும் நன்றாக இதில் பொருந்திப்போவாள். இந்த உறவைத் தவறாக எடுத்துக்கொள்ளாதிருந்தால் எங்கள் எல்லாருக்குமே புது வாழ்வாக இருக்கும். ஆனால், லட்சுமியின் மனிதர்கள் இதை எப்படி எடுத்துக்கொள்வார்கள்? லட்சுமியின் அம்மா மாதிரி எல்லாரும் இருப்பார்களா? எங்கோ தெற்கிலிருந்து வந்த பிச்சைக்காரர்கள் அவர்கள் பூர்வீகச் சொத்தைப் பறிப்பதாக நினைக்க மாட்டார்களா? இதெல்லாம் நான் தெரிந்துகொள்ள வேண்டாமா?

முதல் முறையாக எனக்கு என் மாமா மீது மரியாதை தோன்றியது. அவர் என் அம்மாவையும் தம்பியையும் பாதுகாத்தார், தம்பிக்குப் படிக்க இயன்ற அளவுக்குக் கல்வி தந்தார். என்னையோ என் அம்மாவையோ ஒரு சொல் சம்மதம்

கேட்காமல் அவரே எனக்குத் திருமணம் நிச்சயித்து அதை நடத்தியும்விட்டார். அவர் பல விஷயங்களை முன்கூட்டியே அறிந்துதான் அப்படிச் செய்தாரோ? சந்நியாசத்தில் நாட்டம் இருந்தவருக்கு வருங்காலம் எத்திசையில் அமைந்திருக்கும் என்று ஓரளவு உணர்ந்துகொண்டிருக்க முடியும். அவர் செய்ததில் என்ன குறை காண முடியும்? நான் வேலைக்குப் போய்ச் சம்பாதிக்க முடிந்ததிலிருந்து வீட்டுச் சாப்பாடு. குடும்பம் தரும் பாதுகாப்பை, முதலிலிருந்தே குடும்பப் பாதுகாப்பு கிடைப்பதாக அமைந்தவனுக்குத் தெரியாது. ஆனால், ஓர் அறையை மூன்று வேறு நபர்களுடன் பகிர்ந்துகொண்டு ஒவ்வொரு வேளைச் சாப்பாட்டுக்கும் வெளியே போகிறவனுக்குத் தெரியும். நானே இரு வருடங்கள் எப்படியெல்லாம் தவித்துவிட்டேன்? எனக்குள் கடைசி வரை சாதம் சமைப்பது வரவில்லை. எளிதாகத் தயாரிக்கக்கூடியது பூரி. ஆதலால் திரும்பத் திரும்ப பூரி. என்னுடைய குட்டிச் சமையலறையில் எண்ணெய் வைத்துப் பொரித்தால் ஒரே புகை சூழ்ந்துவிடும். ஜன்னல் கதவைத் திறந்தால் ஓரளவு புகை வெளியே போய்விடும். ஆனால், அந்தப் புகையைப் பார்த்து யாரும் அந்தக் கட்டடத்தில் தீ விபத்து என்று நினைத்துவிடக்கூடாது. அமெரிக்க உணவகங்களில் எதற்கெடுத்தாலும் எண்ணெய். அது எண்ணெய் அல்ல. பன்றிக் கொழுப்பு. அமெரிக்காவில் பொரித்தது எல்லாமே அசைவம் தான். அவர்கள் எண்ணெய்ப் புகையை வெளியேற்ற விசேஷ ஏற்பாடு செய்திருப்பார்கள். ஆனால், என்ன செய்தாலும் கண்ணெதிரே சமைக்கும் சிறு உணவகங்களில் இந்தப் பன்றிக் கொழுப்பு வாசனையைத் தவிர்க்க முடியாது.

லட்சுமியின் அறிமுகம் ஆனபோது என் சமையலும் மாற்றம் கண்டது. கோதுமை மாவிலேயே தாவர எண்ணெயை விட்டு நன்றாகப் பிசைந்து ஒரு தடிமனான, பெரிய பரோட்டா போன்றதைச் செய்துவிடுவேன். ஒரு விடுமுறை நாளில் உருளைக் கிழங்கைச் சிறிது உப்பு போட்டு நன்கு வேகவைத்துவிடுவேன். சிறிதே எண்ணெய், ஒரே ஒரு பச்சை மிளகாயைத் துண்டு துண்டாகப் போட்டு வேக வைத்த உருளைக்கிழங்கை அதில் புரட்டிப் போட்டு ஒரு பெரிய பாத்திரம் அளவுக்கு சமைத்து வைத்துவிடுவேன். அதில் தினம் சிறிது எடுத்துச் சுட வைத்துப் பரோட்டாவுக்குத் தொட்டுக்கொண்டு சாப்பிடுவேன். சாதம் வடித்து மனமுடைந்து நிற்பதற்கு இந்த உணவு எவ்வளவோ மேல்.

17

லட்சுமியிடமிருந்து இரண்டாம் கடிதம் வந்திருந்தது. அவளுக்கு வகுப்புகள் துவங்கி யிருக்கும். ஒவ்வொரு நிமிடத்தையும் திட்டமிட்டுச் செலவழிக்க வேண்டும். இவ்வளவு நெருக்கடியிலும் நீண்ட கடிதம் எழுதியிருந்தாள். அடுத்த ஏப்ரல் மாதத்தில் இந்தியா திரும்பிவிடுவாள். அவள் படித்த படிப்பை எல்லாம் இந்தியாவில் பரிசோதிக்கப் போகிறாள். எல்லாருமாகச் சேர்ந்து ஜுஹு வீட்டில் இருந்துகொண்டு அங்கேயே ஒரு விசேஷப் பள்ளியையும் கட்டிவிட்டு அதை நடத்தலாம் என்றும் எழுதியிருந்தது. அம்மாவுக்குச் சந்தேகம் தோன்றியிருக்கும். “உனக்கு அமெரிக்காவிலேந்து இந்த ஒருவர்தான் கடிதம் எழுதுவாரா?” என்று கேட்டாள். பார்வதி ஒரு மாதிரி ஊகித்திருப்பாள். அவளுக்கு ஆங்கிலம் நன்றாகத் தெரியும்.

எங்கள் தொழிற்சாலையில் நிர்வாகத்தில் பெரிய மாற்றம் நடந்தது. எட்டு நிறுவனங்களில் நான்கு பேர் இந்தியர். அதில் ஒருவர் பெயர் கேட்டு நான் வியப்படைந்தேன். அவர் லட்சுமியின் குடும்பத்தைச் சேர்ந்தவர்.

புது நிர்வாகம் அரசின் புதிய கொள்கைகளை யும் அனுசரித்துக் கம்பெனியை வெற்றிகரமாகவும் நடத்த உறுதிகொண்டது. நான் தொடர்ந்து பணியாற்றலாம்.

என் சம்பள உறையில் கொட்டை எழுத்தில் அச்சிடப்பட்டிருந்தது. ‘உன் சம்பளம் உன் பொறுப்பு. இதைப் பிறரிடம் சொல்ல வேண்டியதில்லை.’ நான் அமெரிக்காவில் இருந்தபோது என் சம்பளத்தை

வீட்டுக்கு அனுப்பிவிட்டு வெளியூரில் என் செலவிற்கு என்று பணம் கொடுத்தார்கள். அங்கு அதைப் பிறருக்குத் தெரியப்படுத்துவதில் சங்கடம் கிடையாது. லட்சுமி என்னைக் கிண்டல் செய்திருக்கிறாள். அமெரிக்கர்கள் எனக்கு ஆட்டோமொபைல் இஞ்சினியரிங் மட்டும் கற்றுக்கொடுக்கவில்லை; சிக்கனமும் கற்றுத் தருகிறார்கள்! நான் அமெரிக்காவில் இருந்த நாட்கள் இரண்டாம் உலக யுத்தம் அப்போதே முடிந்திருந்த நாட்கள். எல்லாருடைய கையிலும் பணம் இருந்தது. உண்மைக்கு ஒவ்வாத கேளிக்கை மனப்பான்மை. நான் அங்கிருந்து கிளம்பும் நாட்களில்கூட மிதமிஞ்சிய கேளிக்கை இருந்தது. அதெல்லாம் யுத்தத்திற்காக அச்சிட்ட பணம். அப்படிப்பட்ட காலத்திலும் சூழ்நிலையிலும் நான் என் வாழ்க்கைக்குச் சற்றும் பொருந்தாத உறவில் சிக்கிக் கொண்டேன். சிக்கிக்கொண்டேன் என்று சொல்வது சரியல்ல. பார்வதி ஒருமுறைகூட என் முகத்தைப் பார்த்துப் பேசியது கிடையாது. அவளுடைய பிரசவத்தின்போது நான் வேலைக்குப் போய்விட்டேன். குழந்தையைக்கூட ஒழுங்காகக் கொஞ்சியது கிடையாது. அது சற்று நினைவு தெரியும் நாட்களில் நான் இரண்டு ஆண்டுகள் வெளிநாடு போய்விட்டேன். என் அம்மா இல்லாவிட்டால்... இதை நினைக்கவே முடியவில்லை. நான்கு சுவர்கள் நடுவில் இருந்துகொண்டு பார்வதி, என் அம்மா இருவரும் எவ்வளவு தியாகங்கள் செய்திருக்கிறார்கள்! அவ்வளவு பிரச்சனைகள் கவலைகளுக்குத் தீர்வு கண்டிருக்கிறார்கள்! ஆனால், அவர்களால் முடியாத ஒரு போக்கை லட்சுமி எனக்கு உணர்த்தினாள். என்னைப் பாராட்டினாள், கேலி செய்தாள், நான் மணமானவன், ஒரு குழந்தைக்குத் தந்தை என்று தெரிந்தும் சுயம்வரம்போல என்னைத் தேர்ந்தெடுத்திருக்கிறாள். நான் முடியாது என்று சொன்னால் வாழ்நாள் முழுதும் ஒரு பால்ய விதவையாகவே காலம் கழித்துவிடுவாள்.

அவளுடைய படிப்பும் அவளுடைய ஜாதி உலகமும் எனக்குச் சம்பந்தமே இல்லை. பம்பாயில் பாதிப்பேர் குஜராத்திகள்தான். ஆனால், எவ்வளவு பேரை நான் அறிந்திருக்கிறேன்? எவ்வளவு பேரைப் பற்றி நான் யோசித்திருக்கிறேன். அப்படிப் பார்த்தால் நான் யாரைப் பற்றித்தான் யோசித்திருக்கிறேன், கவலைப் பட்டிருக்கிறேன். எனக்கு இருபத்தாறு வயது ஆகும்போதுதான் பிறர் பற்றி யோசிக்கக் கற்றுத் தருவது போல லட்சுமி வந்திருக்கிறாள்.

ஆனால், லட்சுமி மிகப் பெரிய கவலையைக் கொடுத்திருக் கிறாள். அவள் கணவனாக என்னை ஏன் தேர்ந்தெடுத்தாள்? மூன்று நான்கு முறை சந்தித்தவுடனே கழுத்தில் கட்டு தாலியை என்று யார் சொல்வார்கள்? என் வாழ்க்கை ஓடைத் தண்ணீரில்

மிதந்து போகும் சருகுபோல இருந்தது. இப்போது ஓடையையே தடுக்கும் மரக்கிளையாகிவிட்டது.

நான் ஏன் அமெரிக்கா போனேன்? என் எஜமானர்கள் அனுப்பித்தார்கள். எதற்கு? பயிற்சி பெற்று பட்டம் பெறுவதற்கு. அதைச் செய்தேன். ஆனால், ஏன் எனக்குச் சம்பந்தமே இல்லாத ஒரு கல்லூரிக்குச் சென்றேன்? ஒரே காரணம், பேச்சாளர் லட்சுமி என்றிருந்தது. லட்சுமி தமிழ்க் குடும்பத்தைச் சேர்ந்த முனைவ ராகவோ முதுகலைப் பட்டதாரியாகவோ இருக்கக்கூடும் என்று நினைத்தேன். லட்சுமி இந்தியாவுக்கே ஒரு பொதுப்பெயர் அல்லவா? அவளுடன் பேசி, ஒரு புது குளிர்க்கோட்டு வாங்கிய பின்னும் ஏன் நாங்கள் மீண்டும் மீண்டும் சந்தித்தோம்?

என் வரையில் இந்தச் சந்திப்புகளுக்கு ஒரு பயனுள்ள நண்பனைப் பார்ப்பது, விவரங்கள் தெரிந்துகொள்வது என்பதற்கு மேல் வேறொன்றுமில்லை. "நீதான் என் கணவன், தாலியைக் கட்டு" என்று சொன்னபோதுகூட நான் அவளிடம் நான் ஏற்கெனவே மணமானவன் என்று சொன்னதோடு விட்டிருக்க லாம். ஆனால், அமெரிக்காவில் அது சட்ட விரோதம் என்று சொன்னது அவளுக்கு நம்பிக்கை தந்திருக்க வேண்டும். அவள் அதை அவளுடைய அம்மாவிடம் சொல்லி அவளுடைய சம்மதத்தையும் பெற்றிருக்கிறாள்! தன் பெண் தவறாக ஏதும் செய்யமாட்டாள், எந்த முடிவும் ஆழ்ந்த யோசனைக்குப் பிறகு தான் செய்திருப்பாள் என்று அந்த அம்மாளுக்கு எவ்வளவு நம்பிக்கை! என் அம்மாவிடம் எனக்கு அவ்வளவு நம்பிக்கை இருக்கிறதா? பார்வதியிடம் உண்டு. அவள் எவ்வளவோ மாற்றங் களோடு இதுவும் ஒன்று என்று எடுத்துக்கொண்டுவிடுவாள். ஆனால், என் அம்மாவின் முடிவுதான் இறுதி முடிவு என்பதில் அவள் சிறிதும் மாறமாட்டாள்.

நான் தொழிற்சாலையில் வேலையில் ஆழ்ந்துவிடுவேன். ஆனால், பிற நேரங்கள் இந்த அசாதாரணச் சூழ்நிலை வேறெதை யும் நினைக்கவிடவில்லை.

அடுத்த ஆண்டு லட்சுமி வந்துவிடுவாள் என்னுடைய உண்மையான நெருக்கடி அப்போதுதான் கசக்கிப் பிழிந்து விடும்.

18

மணிக்கு ஜாதகங்கள் வரத் தொடங்கின. மணியின் தொழிற்சாலையில் அவனுக்கு நல்ல பெயர். அவனைச் சீக்கிரமே நிர்வாகத் துறைக்கு மாற்றிவிடுவார்கள் என்று என் நண்பர் ஒருவர் எனக்குத் தெரிவித்தார். நான் இதை யாரிடமும் சொல்லவில்லை. நான் அமெரிக்காவிலிருந்து திரும்பியவுடன் என்னை வீட்டுக்கே அனுப்பி விடுவார்கள் போலிருந்தது. அரசு வேலையில் இதெல்லாம் சாத்தியமில்லை. அதே நேரத்தில் இப்போது மணிக்குக் கிடைத்திருக்கும் சம்பள உயர்வு அரசு உத்தியோகத்தில் சாத்தியமே இல்லை.

என் திருமணத்தில் ஏற்பாட்டிலும் சரி, நடத்தியதிலும் சரி, எந்தப் பரபரப்பும் கலந்தாலோசனையும் இல்லை. அம்மா மிகவும் உற்சாகமாக விவரங்களைக் கேட்டறிந்து மணியின் எதிர்காலம், பெண்ணின் சுபாவம் இவை பற்றி நினைத்தபோதெல்லாம் சந்தேகம் கேட்டுப் புரிந்துகொள்வாள். ஒரு பேராசிரியரின் மகள் ஜாதகம் வந்தது. உடனேயே அம்மா வேண்டாம் என்றாள். நான் அப்பெண் சூழ்நிலை, இதர பொருத்தங்கள் பற்றிச் சொன்னேன். பெண்ணுக்கு பி.ஏ.வுக்கு அப்பால் படிப்பைத் தொடர விருப்பமில்லை. ஒரே பெண். அசல் பாலக்காடு இல்லாதபோதிலும் அந்தக் குடும்பத்துக்குச் சற்று மலையாள ஜாடை இருந்தது. அம்மா அரைமனதாகச் சரி என்று சொல்லி இன்னும் நான்கைந்து ஜாதகங்கள் வரட்டுமே என்றாள். எனக்கு ஆச்சரியமாக இருந்தது. தமிழ்நாட்டில் எவ்வளவு நல்ல குடும்பங்களில் திருமணத்துக்கென பெண்கள் இருந்தன! குறைந்தது எஸ்.எஸ்.எல்.சி. வரையாவது படித்தவர்கள். எல்லோரும் சமைக்கத்தெரியும்

என்றார்கள். மணிக்கு எதனால் இந்த மவுசு? அவன் பம்பாயில் வேலையாக இருப்பதா, நிறைய மனிதர்கள் இல்லாத குடும்பம் என்பதாலா? மணி எல்லாப் பொறுப்பையும் மன்னியிடமும் அம்மாவிடமும் ஒப்படைத்திருந்தான். மன்னிக்கு எதையும் சொல்ல வாய்வரவில்லை. அம்மாதான் எப்போதும் பரபரத்த நிலையில் இருந்தாள்.

ஒரு விதத்தில் பார்த்தால் நான் மணி திருமண விஷயங்களில் தலையிடுவது பொருத்தமில்லை என்று தோன்றியது. நான் லட்சுமியை என்ன ஜாதகப் பொருத்தம் பார்த்துத் தாலி கட்டினேன்?

லட்சுமி பெரிய பணக்காரி, மகா கெட்டிக்காரி. அவளுடைய வாழ்க்கையில் இந்தியாவிலும் சரி, அமெரிக்காவிலும் சரி, நிறைய குடும்பங்கள், ஏராளமான உறவினர்கள் – இவ்வளவு நபர்கள் மத்தியில் என்னை ஏன் கணவனாக வரித்துக்கொண்டாள்? எனக்கு அவளை உதறித்தள்ள முடியவில்லை. அதே நேரத்தில் எங்கள் இருவருக்குள் ஏற்பட்ட அசாதாரணச் சூழ்நிலை என்னை எல்லா நேரமும் பரபரத்து இருக்கச் செய்தது. கண்காணாத நாட்டில் நான் யாருக்கும் பதில் சொல்ல வேண்டியதில்லை. ஆனால், இன்னும் சில மாதங்களில் அவள் பம்பாய் வந்துவிடுவாளே, அப்போது என்ன விளக்கம் தருவது? இதில் விளக்கம் ஒரு பொருட்டல்ல. என் செயலல்லவா ஒரு விளக்கமும் சாத்தியமில்லாது செய்துவிடும்?

மணிக்கு எந்தச் சங்கடமும் இல்லை. அம்மா நிச்சயிப்பாள். எல்லாருக்கும் மகிழ்ச்சி அளிக்கும். ஒரு மாதம் மாறி மாறி விருந்துகள் வந்துகொண்டிருக்கும்.

அம்மா என்னைக் கேட்டே விட்டாள். "ஏண்டா, நீ ஒண்ணுமே சொல்லலியே?"

எனக்கு என்ன சொல்வதென்று தெரியவில்லை.

"இந்தப் பம்பாய்ப் பொண்ணு குடும்பம் பத்தி விசாரியேன்."

"சரிம்மா."

எனக்கு என்ன தகுதி இருக்கிறது. என் ரகசியம் எதைப் பற்றியும் சொல்ல அனுமதிக்கவில்லை.

மணிக்கு வந்த ஜாதகங்கள் எல்லாமே நல்ல கௌரவமான இடங்களிலிருந்து வந்திருந்தன. என்னைப் பற்றிய இரகசியம் தெரியவந்தால் அவர்கள் என்ன நினைப்பார்கள்? தாயும் சேயும் ஒன்று என்றாலும் வாயும் வயிறும் வேறு என்பார்கள். என்னை வைத்து மணியை ஏன் மதிப்பிட வேண்டும்? ஆனால், அப்படி நடப்பதில்லை. பையனுடைய அண்ணன் திருட்டுக் கல்யாணம் ஒன்று செய்துகொண்டிருக்கிறான் என்பார்கள்.

லட்சுமி ஊர் திரும்புவதற்குள் மணி கல்யாணம் நடந்துவிட்டால் எவ்வளவு நன்றாயிருக்கும்? முதலில் பக்கத்து வீட்டுக்காரரை வீட்டைக் காலி செய்யச் சொல்ல வேண்டும். இவ்வளவு நாட்கள் அம்மாதான் வாடகை வாங்கிக்கொண்டிருக்கிறாள். அந்த மனிதனைப் பார்த்து அம்மா சொன்னால் போதாதா?

அம்மா கேட்டுவிட்டாள். "நீங்கள் எனக்கு வீட்டை வாடகைக்குத் தரவில்லை. காலி கீலியெல்லாம் மறுபடியும் பேச்சு எடுக்க வேண்டாம்" என்று அந்த மனிதன் சொல்லி யிருக்கிறான்.

காலையில் தொழிற்சாலைக்குப் போகுமுன் நான் அந்தக் கதவைத் தட்டினேன். ஒரு பெண் கதவைத் திறந்தாள். உடனே கதவை மூடிவிட்டு உள்ளே ஓடினாள். கண்கள் சிவக்க அந்த மனிதன் என் முன் நின்றான், "யார் நீ?" என்று கேட்டான். முதலில் எனக்குப் புரியவில்லை. என் காலில் விழாத குறையாக அந்தப் பக்கத்து வீட்டுக்குக் குடிவந்தான்.

"கிருஷ்ணன்தானே நீர்?"

"ஆமாம். என்ன?"

"வீட்டைக் காலி செய்ய வேண்டும்."

"நீங்கள் காலி செய்யப்போகிறீர்களா?"

"இல்லை. நீங்கள் காலி செய்ய வேண்டும்."

"எதற்கு?"

"இந்த வீடும் வேண்டியிருக்கிறது. எனக்குப் பேச இப்போது நேரமில்லை. ஒரு மாதத்தில் காலி செய்துவிடுங்கள்."

"நீ யாரு, வீட்டுக்காரனா?"

"என்ன?"

"அதான் கேக்கறேனே, நீ இந்த வீட்டுச் சொந்தக்காரனா?"

"நீங்கள் என்னைக் கெஞ்சிக் கேட்டுத்தானே இங்கே வந்தீர்கள்? அப்போதே சொல்லியிருக்கிறேனே?"

"யாரும் யாரையும் கெஞ்சலை. நீயா கூப்பிட்டு இங்கே இருன்னு சொன்னே. இதுக்குப் பணமும் வாங்கிக்கறே."

எனக்கு அவன் போக்கிரி என்று ஒரு மாதிரிப் புரியத் தொடங்கியது. எனக்கு நேரமாகிக்கொண்டிருந்தது. "எது எப்படியோ, ஒரு மாதத்தில் வீடு வேண்டும்" என்று சொல்லிவிட்டுத் தெருவுக்கு வந்துவிட்டேன். என் பதற்றத்தில் நான் தவறான ரயிலில் ஏறி விட்டேன்.

19

இந்த கிருஷ்ணன் விஷயத்தை நான் வீட்டுச் சொந்தக்காரரான படேலுக்குத் தெரிவித்தேன்.

அந்த மனிதர் கேட்டார், "ஏம்பா, பம்பாயில் வாடகைக்குள் வாடகை வைத்தால் வீடு போயே போய்விடும் என்று தெரியாதா?"

"அந்த மனிதன் வீடு கிடைக்காமல் தவித்தான். என்னிடம் கெஞ்சினான்."

"இதெல்லாம் ஒன்னும் பயன்படாது, நீ இப்படி மாட்டிக்கொள்வாய் என்று சில வருடங்கள் முன்பே தோன்றியது. அவன் எப்போது வீட்டில் இருப்பான்?"

"காலையில் 9.15 வரை."

"மாலையில்?"

"அநேகமாக எல்லாரும் போல. ஆறு, ஆறரைக்கு வந்து விடுவான்."

"இன்று இரவு எட்டு மணி அளவில் நான் நேராக அவனைப் போய்ப் பார்த்துவிடுகிறேன். நல்ல வேளையாக நீ என்னிடம் வந்தாய்."

முழுக்கைச் சட்டையும் எட்டு முழம் மல் வேட்டியைக் கச்சம் கட்டியிருக்கும் இவர் என்ன பேசுவார், என்ன செய்வார் என்று தெரியவில்லை. எனக்கு வேலை இருந்தும் நான் ஆறு மணிக்கே வீடு திரும்பிவிட்டேன். எனக்கப்புறம்தான் மணி வந்தான். அவனுக்கு நான் வீட்டில் இருப்பதில் வியப்பு. "உடம்பு ஏதாவது சரியில்லையா?" என்று கேட்டேன்.

"அப்படியில்லை. யாராவது பெண் வீட்டுக்காரர் வருவார் என்று தோன்றியது."

நான் காதைக் கூர்மையாக வைத்துப் பார்த்து வீட்டில் என்ன நடக்கிறது என்று கேட்டறியப் பார்த்தேன்.

சுமார் எட்டரை மணிக்குப் படேல் அந்தக் கிருஷ்ணனையும் அழைத்துக்கொண்டு என் வீட்டுக்கு வந்தார். அவர் அம்மாவை ஒருமுறை பார்த்திருக்கிறார்.

"நமஸ்தே" என்றார்.

அம்மா கை கூப்பினாள்.

நான் படேலுக்கு ஒரு மடக்கு நாற்காலியை விரித்தேன். "அதெல்லாம் வேண்டாம். இந்த மனிதன் இன்னும் ஓரிரு நாட்களில் உன் வீட்டுப் பக்கம் இருக்கும் அறையைக் காலி செய்து தருவார். அவர் ஒரு அறை, சமையல் இடத்தோடு இருப்பார். என்னிடம் வாடகை எண்பது ரூபாய் கொடுத்துவிடுவார்."

"எண்பதா?"

"ஆமாம். உன் வாடகை நான் அப்புறம் சொல்கிறேன். அந்த மனிதர், அந்த அறையை உன்னிடம் ஒப்படைத்தவுடன் என்னை வந்து பார்." படேல் போய்விட்டார். கிருஷ்ணன் என்னிடம் ஏதும் பேசாமல் போய்விட்டான்.

படேல் சொன்னபடியே அவன் அடுத்த ஞாயிற்றுக்கிழமை யன்று முதல் அறையைக் காலி செய்து அவன் பக்கம் உள்ள கதவைத் தாளிட்டுக்கொண்டார். எனக்கு நம்ப முடியவில்லை. நான் படேல் வீட்டுக்கு ஓடினேன்.

அவர் வீட்டில் இல்லை. நான் தெருவில் காத்திருந்தேன். உண்மையில் அவர் வீடு ஒரு பெரிய கட்டடத்தின் பகுதி என்றாலும் நல்ல செழிப்பு தெரிந்தது. உள்ளே விளக்கை எரிய விட்டு வாசல் கதவைப் பூட்டியிருந்தார். எங்கள் வீட்டு முன் கதவு அந்த மாதிரி வெளியிலிருந்து பூட்டியதே இல்லை. சரியான நாதாங்கி இருக்கிறதா என்று கூட நான் கவனித்ததில்லை.

எட்டு மணிக்குப் படேல் காரில் அவருடைய மனைவி, இரு பெண்களுடன் இறங்கினார். "ஐந்து நிமிஷம்" என்று என்னிடம் சொல்லிவிட்டு டிரைவர் காரைத் தெருவோரமாக நிறுத்திப் பூட்டிச் சாவியை அவரிடம் கொடுக்கும் வரை ஒன்றும் பேசவில்லை. டிரைவர் போனபிறகு அவர் வீட்டினுள் சென்றார். திரையை விலக்கி என்னை உள்ளே அழைத்தார்.

"அந்த மனிதன் எங்கள் பக்கத்து அறையைக் காலி செய்து விட்டான்."

"அறை சாவி?"

"இதோ."

"ஒரு வாரம் பொறுத்துக்கொள். ஒரு நல்ல காண்டிராக்டரை அழைத்து வருகிறேன்."

"காண்டிராக்டரா?"

"ஆமாம். உன் போர்ஷனிலிருந்து அந்த அறைக்குப் போகக் கதவு வைக்க வேண்டாமா?"

"அந்த அறையிலிருந்து வெளியே போகும் கதவு?"

"அதை எடுத்துவிட்டுத்தான் உன் போர்ஷனில் வைக்கப் போகிறேன்."

எனக்கு என்ன சொல்வதென்றே தெரியவில்லை.

"அதற்கெல்லாம் நானூறு ஐநூறு ரூபாய் ஆகும். அதை நீ இரண்டு மூன்று தவணையாகக் கொடுத்துவிடலாம்."

"வாடகை?"

"அவன் எண்பது ரூபாய் நேராக என்னிடம் கொடுத்துவிடுவான். நீ அவனைப் போய்க் கேட்டுக்கொண்டிருக்காதே."

"சரி."

"நீ ஐம்பது ரூபாய் தந்தால் போதும். அந்த ஒரு அறைக்கே ஐம்பது ரூபாய் கொடுப்பார்கள்."

"நான் ஒன்று கேட்கலாமா?"

"என்ன?"

"நீங்கள் என்ன சொல்லி அவனை எங்களுக்கு ஓர் அறை தரச் செய்தீர்கள்?"

"அவன் வேலை செய்யும் கம்பெனியின் டைரக்டர் நான். ஆனால், அது பெரிய விஷயமல்ல. வக்கீல், கோர்ட் என்றால் ஆயுள் காலத்தில் வீடு கிடைக்காது. எனக்கும் சங்கடம். ஆதலால் நல்ல வார்த்தை சொல்லித்தான் அவனைச் சம்மதிக்க வைத்தேன். அவன் மனதை மாற்றிக்கொள்வதற்குள் கட்டட வேலையை முடித்துவிட வேண்டும்."

அம்மாவுக்குச் சற்று வருத்தம்தான். முழு வீடு கிடைக்கவே கிடைக்காது என்று சொல்லிப் பார்த்துவிட்டேன். வாடகை உயர்வோடு பக்கத்து வீடு கையை விட்டுப் போய்விட்டதே என்று சொன்னாள்.

20

ஒரு வாரத்திற்குள் படேல் பக்கத்து வீட்டு முன் கதவை எடுத்து எங்கள் அறைக்கும் பக்கத்து அறைக்கும் நடுவே வைத்துவிட்டார். இந்த வேலை ஒரே நாளில் நடந்தது. பக்கத்து அறை வெளிக்கதவு இருந்த இடத்தில் ஓர் அலமாரி மாதிரி மாற்றி அமைத்துவிட்டார். நான் குடியிருந்த வீடு உண்மையில் மிகவும் பெரியதாகப் போய்விட்டது. அந்த அறையை மணிக்குக் கொடுத்துவிடலாம்.

விஷயம் இவ்வளவு எளிதாக முடியும் என்று நான் எதிர்பார்க்கவில்லை. என் தொழிற்சாலையில் யாரும் இதை நம்பவில்லை. அவர் ஏதாவது தாதாவை அனுப்பியிருப்பார் என்றார்கள். எனக்கும் ஒரு தருணத்தில் விநாயக்கின் நினைவு வந்தது. குஸ்தி பயில்வானான அவனை அந்தக் கிருஷ்ணனைக் கேட்கச் சொல்லலாமா என்று நினைத்தேன். விநாயக்கின் உடல்தான் பயில்வானே தவிர அவன் மனது மிகவும் மென்மையானது. நான் அமெரிக்கா போக ஏற்பாடுகள் நடந்த தருணத்தில் அவனாகவே என்னிடம் வந்து, "நீங்கள் எதற்கும் கவலைப்படாதீர்கள். நான் பார்த்துக்கொள்கிறேன்" என்றான். அவனால் என்ன, எவ்வளவு பார்த்துக் கொள்ள முடியும்? ஆனால், அவன் எனக்குத் தைரியமளித்தான்.

எனக்கு இன்னொரு சந்தேகமும் இருந்தது. படேலுக்கு லட்சுமியின் குடும்பம் தெரியுமோ?

என்னை அவர்கள் வீட்டு மாப்பிள்ளை போல நடத்தினாலும் வெளியாளுக்கு யாரும் ஒரு தகவலும் தரவில்லை. நான்தான் அவளுடைய கணவன் என்று லட்சுமி சொன்னாலும் ஹார்வார்டிலோ டெட்ராயிட்டிலோ அவள் அப்படிக் காண்பித்துக்கொண்டதில்லை. அம்மாவிடம் மட்டும் தெரிவித்திருந்தாள். எப்படி? அது கடித மூலமாக இருக்காது. கடிதங்களை யார் வேண்டுமானாலும் படித்துவிடலாம். அநேகமாக அயல்நாட்டுத் தொலைபேசி வழியாகத்தான் அம்மா விடம் மட்டும் விவரம் சொல்லி, அனுமதி பெற்றிருந்தாள். ஆனால், அவர்கள் வீட்டுப் பணியாளர்கள்? டிரைவர்? எனக்குத் தலை சுற்றியது.

ஆனால், தொழிற்சாலை வேலை என்னைக் கழிவிரக்கத்தில் திளைக்க அனுமதிக்கவில்லை. நான்தான் எவ்வளவு கடிதங்கள் எழுத வேண்டியிருந்தது! அமெரிக்காவில் இருந்தபோது அம்மா, பார்வதிக்கு எழுதத் தோன்றவில்லை. இன்று என் கம்பெனித் துணையாளர்களுக்கும் உடன் சேர்ந்து நிர்வாகத்தில் பங்குள்ளவர் களுக்கும் தினம் பல கடிதங்கள் எழுத வேண்டியிருந்தது. எனக்கே வியப்பாக இருந்தது. நான் தயங்காமல் என் சுருக்கெழுத்து உதவியாளருக்கு 'டிக்டேட்' செய்தேன். அவர் தட்டச்சு செய்துகொண்டு வரும் கடிதங்களில் கையொப்பமிடுவேன். அக்கடிதங்களில் கண்டிருந்த நிபந்தனைகளும் என் கம்பெனி ஒப்புக்கொண்டிருந்த நிபந்தனைகளுக்கும் நானே பொறுப்பு. இப் பொறுப்புகள் எனக்கு என் சொந்த விவகாரங்கள் பற்றி நினைக்க இடம் தரவில்லை.

21

தனி அறை தயாரானதோடு மணிக்கு ஒரு ஜாதகம் சரி வரக்கூடியதாக வந்தது. அந்தக் குடும்பத்தில் நான்கு பெண்கள். எல்லோரும் பத்தாவதோடு படிப்பை நிறுத்திவிட்டார்கள். பையன்கள் நல்ல படிப்புப் படித்துத் திருமணமாகி வெவ்வேறு ஊர்களில் இருக்கிறார்கள். மூன்று பெண்களுக்குக் கல்யாணமாகி ஓரிரு குழந்தைகளோடு வெவ்வேறு ஊர்களில் இருக்கிறார்கள். மணிக்கு வரன் கேட்டு வந்தது கடைசிப் பெண். உள்ளூர் மாப்பிள்ளைக்காகத்தேடி இருக்கிறார்கள். கிடைக்க வில்லை. இப்போது மணி.

மணி, அம்மா, பார்வதி, மீனா நால்வரும் சென்னை சென்று பெண்ணைப் பார்த்தார்கள். பெண்ணும் பரம ஒல்லி. ஆனால், பளிச்சென்று இருந்தாள். பெண் வீட்டாருக்கு நிறைய உறவினர்கள் இருந்ததால் சென்னையில்தான் கல்யாணம்.

அம்மாவுக்குப் பிடித்துப்போய்விட்டது. மணிக்கு வயதானவர்களைத் தனியே விட்டு வர வேண்டியிருக்குமே என்று பெண்ணின் பெற்றோர் பற்றிய கவலை. ஆனால், அம்மா மணியின் படிப்புக்கும் சம்பளத்துக்கும் இதைவிடப் பெரிய இடம் வராது. அப்படித் தப்பித் தவறி வந்தால் பெண் பம்பாயில் இணங்கி இருக்க மாட்டாள். இப்போது சென்னைக்குப் போய்ப் பார்த்த பெண்ணுக்குத் தென்னிந்தியாவிலேயே நிறைய உறவினர்கள். ஆதலால் அப்படி ஒன்றும் தனித்து ஆதரவில்லாமல் போய்விட மாட்டார்கள்.

மணி வாய் திறந்து சரி என்று சொன்னானோ இல்லையோ அம்மா சரி என்று சொல்லிவிட்டாள். என் விஷயத்திலும் இப்படித்தான் நடந்தது. இங்கே அம்மா ஒரு பிள்ளைக்குத் தீர்மானித்தால் எனக்கு மாமா தீர்மானித்தார்கள். பையனின் சம்மதம் இரண்டாம் பட்சந்தான். திருமணங்களே திருமணம் செய்துகொள்பவர்கள் முடிவுக்கு விடப்படுவதில்லை.

அம்மா பார்வதியை எதற்கு அழைத்துப்போனாள்? தனக்கு எப்படிப்பட்ட மருமகள் கிடைத்திருக்கிறாள் என்று காண்பித்துக் கொள்ளத்தானோ? அண்ணா மீது மனத்தாங்கல் இருக்கலாம். ஆனால், அவர் பெண் அம்மா போட்ட கோட்டை எப்போதும் தாண்டியதில்லை. இப்போது அவளை அழைத்துப் போனாலும் அவளிடம் அபிப்பிராயம் கேட்டிருக்கப் போவதில்லை. முன்னொரு சமயம் விநாயக்கின் தங்கையையே மணிக்குக் கல்யாணம் செய்து வைக்கலாம் என்று பார்வதி நினைத்திருக் கிறாள். அம்மாவும் நினைத்திருக்கிறாள்! அது நேரவில்லை. இதெல்லாம் எனக்கு நேரடியாக யாரும் சொல்லவில்லை. அவ்வப்போது சொல்லப்படும் வேறு தகவல்களிலிருந்து நான் ஒரு மாதிரிப் புரிந்துகொண்டிருக்கிறேன்.

பெண் வீட்டுக்காரர்களில் ஒரு மகன், மருமகள் மட்டும் பம்பாய் வந்து பாக்கு வெற்றிலை மாற்றிக்கொண்டு போனார்கள். தை மாதத்தில் சென்னையில் கல்யாணம்.

என் நிலையில் எதைப் பற்றியும் இயல்பாக நினைக்க முடியவில்லை. யார் பாக்கு வெற்றிலை மாற்றிக்கொண்டு என் திருமணம் நடந்தது? மாமா எனக்கும் மணிக்கும் புது வேஷ்டி, சட்டை வாங்கித்தந்தார். காலை ஒன்பது வரை நானும் பார்வதியும் தனித்தனி மனிதர்கள். ஒன்பது பத்துக்குத் தம்பதியர்!

எனக்குச் சென்னை மறந்துவிட்டது. மாமா சந்நியாசம் வாங்கிப் போனவுடன் அம்மாவையும் மணியையும் பார்வதியை யும் அழைத்துப் போகச் சென்றபோது சென்னையில் தங்கி எனக்குதவிய சாமியாரிடம் மூவரையும் அழைத்துச் சென்றேன். எனக்கு என் மாமாவைவிடச் சாமியார்தான் மதிப்புக்குரியவர். அவர் இப்போது எங்கிருக்கிறாரோ? அந்த மடத்துச் சாமியார்கள் ஐந்து ஆண்டுகளுக்கு ஒருமுறை வேறிடத்துக்கு அனுப்பி விடுவார்கள்.

இப்போது மணி திருமணம் சென்னையில் நடக்கப்போகிறது? நாங்கள் தங்குவதற்கு அவர்கள் இடம் அமர்த்தித் தருவார்களா? அப்படி இல்லையென்றால் எங்கு தங்குவது?

பத்தாயிரம் மைல் கடந்து வேறு மொழி, வேறு கலாச்சாரம், வேறு பழக்கவழக்கங்கள் கொண்ட அமெரிக்கா கவலையைத் தரவில்லை. அங்கு கவலை தந்தது காசு போட்டுப் பேசும் தொலைபேசி. நான் இரண்டாண்டுகள் அங்கு வசித்திருந்தாலும் காசு போட்டுப் பேசும் தொலைபேசி என் கைவசம் வரவில்லை.

எனக்கு வேலைப் பொறுப்புகள் அதிகரித்தாலும் ஐந்தரை மணிக்குக் கதவை இழுத்து மூடிவிடுவார்கள். உத்தியோக நேரத்தில் பொறுப்புகளை முடிக்கத் தெரியாதவன் வேலைக்கு லாயக்கில்லை என்ற தத்துவம் அன்று அமெரிக்கக் கம்பெனி களிடம் இருந்தது. இது நல்லதுதான். ஆனால், சில கடிதங்களை எழுதக் கடிகாரத்தை முன்னால் வைத்துக்கொண்டு எழுத முடியாது. அதேபோலத்தான் கணக்கு வழக்குகள். நான் ஐந்தே காலுக்கு மறு நாளைக்கு ஒத்திப் போடக்கூடியதைப் பட்டியலிட்டுக் கொண்டுவிடுவேன். அமெரிக்கக் கம்பெனிகளில் இன்னொரு தத்துவமும் இருந்தது. இரு நாட்கள் கழித்துச் செய்யக் கூடியதை ஒரு நாளிலேயே செய்துவிடாதே. இந்தத் தத்துவங்களை நிதானமாக யோசித்துப் பார்த்தால் அபத்தமாக இருக்கும். ஆனால், அன்று யுத்தத்தை வெற்றிகரமாக முடித்த பெருமையில் அமெரிக்கர்கள் எதைச் செய்தாலும் சரியாகத்தான் இருக்கும் என்று உலகம் உள்ளூர நம்பியது.

22

மணியின் மாதிரிக் கல்யாணப் பத்திரிகையைப் பெண்வீட்டார் அனுப்பியிருந்தார்கள். ஒவ்வொரு தகவலும் நன்கு யோசித்துத்தான் எழுதப்பட்டிருந்தது. அந்த 1948ஆம் ஆண்டிலேயே பிள்ளை வீட்டுக் குடும்பத்தைப் பற்றிச் சொல்லும் எங்கள் அம்மா பெயரையும் சேர்த்திருந்தார்கள். மணியை 'இஞ் சினியர்' என்று போட்டிருந்தார்கள். பெண் பி.ஏ. பாஸ் செய்தவள். அந்தத் தகவலைச் சேர்க்கவில்லை. 'இவர்கள் பொய் சொல்லத் தயங்க மாட்டார்களோ' என்றுகூடத் தோன்றும். ஆனால், அதே நேரத்தில் இங்கிதம் கருதி சில தகவல்களைக் கொடுத்து, சிலவற்றைத் தவிர்த்திருக்கலாம். பாக்கு வெற்றிலை மாற்றிக்கொள்ள அவர்கள் வந்திருந்தபோதுகூட நான் அதிகம் அவர்களுடன் பேசிப் பழக வாய்ப்புக் கிடைக்கவில்லை. அவர்களும் அம்மாவிடம் சொல்வது போலப் பேசினார்கள். மணி, பார்வதி, நான் அங்கிருந்தபோதுகூட அவர்களுடைய முழுக் கவனமும் அம்மாவின் சொற்களில்தான் இருந்தது. பாக்கு வெற்றிலை மாற்றிக்கொண்ட பிறகு அம்மா விருந்துக்குச் சமைத்திருந்தாள். ஏனோ பார்வதியை அம்மா சிறு உதவிக்குத்தான் பயன்படுத்தினாள்.

மணிக்கு ஆவணி மாதத்தில் கல்யாணம். எனக்கு எல்லாமே கனவு போல இருந்தது. மணிக்கு எப்படி இருந்திருக்கும்? நான் அக்கறை காட்டவில்லை என்று வருத்தம் இருக்கலாம். அவன் சூட் தைத்துக்கொள்ள அவர்கள் முந்நூறு ரூபாய் அனுப்பித்திருந்தார்கள். மணி அவனுடைய தொழிற்சாலையிலிருந்து ஒரு நண்பனுக்கு எதிர்பார்த்துக்கொண்டிருந்தான். நான் ஆறு மணிக்கு வீடு வந்து சேர்ந்தேன். "ஐந்து

நிமிஷம் இரு. நான் எனக்கு சூட் தைத்த கடைக்கு அழைத்துப் போகிறேன்" என்று சொன்னேன். அதிகம் காக்க வைக்காமல் நான் கிளம்பிவிட்டேன். அம்மா, "மூணு பேரா?" என்று கேட்டார். நான், "மணி, இப்போ விநாயக் வீட்டில் இருப்பானா?" என்று கேட்டேன்.

"அவன் சியானில் இருக்கிறான்."

"போய்ப் பார்க்கலாமே? ஏழு ஏழரைக்குக் கடைக்குப் போனால் போதும்."

நாங்கள் மூவரும் சியானுக்கு நடந்தே போனோம். ரயிலென்றால் மாடிப்படி ஏறியிறங்கி அடுத்த ஸ்டேஷனிலேயே ரயிலிலிருந்து இறங்கி மறுபடியும் மாடிப்படி ஏறி இறங்க வேண்டும்.

அது சியான் இல்லை. அது தாராவி என்ற சேரிக்கு எல்லைக் கோட்டில் இருந்தது. தாராவியில் கை வெட்டு கால் வெட்டு கொலைகூட நடக்கும். ஆனால், எதுவுமே போலீஸ் ஸ்டேஷனுக்குப் போகாது.

"ஏண்டா, விநாயக் தாராவிலேயா இருக்கான்? முன்னே இருந்த இடம் பழைய வீடானாலும் பயம் ஏற்படவில்லை."

"அது விழுந்துடுத்து. அவனும் அவன் தங்கையும் ஒரு இராத்திரி வெளியிலே இருந்து அப்புறம் இந்த இடத்துக்கு வந்தான். சௌகரியமா இருக்கின்றான்."

எனக்கு ஆறுதலாயிருக்க முடியவில்லை. இந்திய சுதந்திரத்திற்கு முன்பு எப்படி இருந்ததோ தெரியாது. ஆனால், 1946லிருந்தே தாராவியில் இரு பெரிய பிளவு ஏற்பட்டது. உலகத்துக்கே தெரியும், தாராவி நன்கு காய்ந்த சருகுகளால் அமைந்த குடியிருப்பு என்று. ஒரு சிறு பொறி போதும். அப்போது ஆண் பெண், கிழவி, குமரி என்று எந்த வேறுபாடும் இல்லாது சூறையாடல், வெட்டிக் கொலைதான். பின்னர் ஒரு சந்தை எரியவிட்டு அங்கு அடிபட்டவர்கள், ஆண்கள், பெண்கள் குழந்தைகள் எல்லாரும் தூக்கி எறியப்படுவார்கள். என் கண்ணால் தாராவியின் பல பாதைகள் சந்துகள் பாதி எரிந்த நிலையில் பார்த்திருக்கிறேன்.

விநாயக் வீட்டில் இருந்தான். வீடு என்பது ஒரு அறை. அதில் தோளுயரத்துக்கு ஒரு தடுப்புச் சுவர் கட்டி அதன் பின்னால் சமையல். குளியலறை, கழிப்பறை அம்மாதிரிப் பதினைந்து அறைகளுக்குப் பொது. ஆனால், அந்த வீடுகளில் இருப்பவர்கள் முக மலர்ச்சியோடு இருந்தார்கள். என்னைப் பார்த்து விநாயக்கும் அவள் தங்கையும் மிகுந்த பரபரப்பு

அடைந்தார்கள். டீ குடித்துவிட்டுப் போங்கள் என்றார்கள். மணி விஷயத்தைச் சொன்னான். கல்யாண டிரஸ் தைப்பதற்காக அவனையும் கூட வரச் சொன்னதில் அவனுக்கு மிகுந்த பெருமை. உடனே சட்டை போட்டுக்கொண்டு கிளம்பினான். நாங்கள் நால்வருமாக சர்ச்கேட் அருகில் இருந்த கிஷன்சந்த் செல்லாராம் கடைக்குப் போனோம். நாங்கள் போனவுடனேயே கடை மானேஜர் கேட்டார், "கல்யாண டிரஸ்ஸா?"

"ஆமாம்."

"இவருக்கு." நான் மணியைக் காட்டினேன்.

அந்த நாளில் கல்யாண சூட் என்பது ஷல் அல்லது டுவிட் துணியில் இருக்கும். டுவிட்தான் பொருத்தம் என்றோம். துணி தேர்ந்தெடுக்க வேண்டும். விநாயக்தான் ஒரு துணியை எடுத்து "இதுதான் என் தம்பிக்குச் சரியாயிருக்கும்" என்றான். உண்மையிலேயே மிக நல்ல தேர்வு. மொத்த சூட்டுக்கு இருநூற்றி எழுபத்தைந்து ரூபாய். நான்கு ஷர்ட்களுக்குத் துணி வாங்கினோம். "எனக்கு வேண்டாண்ணா. அஞ்சு நாள் யூனிபார்ம்" என்று மணி சொன்னான்.

"ஏன், எனக்கு ஒரு ஷர்ட் இருக்கக் கூடாதா? விநாயக்கு ஒரு ஷர்ட் இருக்கக்கூடாதா?"

அப்படித்தான் நாங்கள் நால்வரும் ஆளுக்கு ஒரு ஷர்ட்டுக்கு அளவு கொடுத்தோம். கிஷன்சந்த் செல்லாராமில் இப்போது மறுபடியும் ஒரு முஸ்லிம்தான் மாஸ்டர்.

வீட்டை நெருங்கும்போது விநாயக் சொன்னான். "நாம் ஒன்றை மறந்துவிட்டோம்."

"என்னது?"

"ஷூ."

எனக்கும் அப்போதுதான் உறைத்தது. ஷூ மட்டுமல்ல. மாப்பிள்ளைக்குச் செருப்பு, கைத்தடி, குடை, ஒரு விசிறி வாங்க வேண்டும். அடுத்த சனிக்கிழமை வாங்கிவிட வேண்டும்.

விநாயக் சொன்னான்: "இது எல்லாம் மெட்ராஸில் கிடைக்காதா? நாம் இங்கிருந்து வாங்கித் தூக்கிப் போக வேண்டாமே."

எனக்கு வியப்பாக இருந்தது. எவ்வளவு சமயோசிதமும் ஆர்வமும் உள்ள இளைஞன்? இவனுக்கு ஒழுங்காகப் படிப்பு

சொல்லித் தராமல் இவன் அப்பா குஸ்திக்கு அனுப்பினாரே? குஸ்தியில் வாழ்க்கை நடத்த முடியுமா? நான் கேள்விப்பட்ட ஒன்றிரண்டு பஞ்சாப் குஸ்திக்காரர்கள் குடித்துக் குடித்து ஐம்பது வயதுக்குள் செத்தே போய்விட்டார்கள். இந்த விநாயக் தாராவியைத் தேர்ந்தெடுத்திருக்கிறானே? அதுவும் தவறான பகுதி. ஏன் அவனுக்கு நல்ல பகுதிகள் கண்ணுக்குப் படுவதில்லை? இந்தத் தாராவி வீட்டுக்கும் வாடகை ஒன்றும் குறைவாக இருக்காது.

மூன்று நான்கு வருஷங்களாக எங்கள் குடும்பத்துக்கு மிகவும் வேண்டியவனாக இருக்கிறான், நான் இப்போதுதான் அவனைப் பற்றிச் சிறிது யோசிக்கிறேன். எனக்கு வெட்கமாகக்கூட இருந்தது.

அம்மா எல்லாரையும் அங்கேயே சாப்பிட்டுவிட்டுப் போகச் சொன்னாள். மணியின் நண்பன் சரியென்று சொல்லிவிட்டான். விநாயக் மட்டும், "அம்மா, அங்கே நிர்மலா சாப்பாடு தயார் பண்ணிவிட்டு வெறும் வயிற்றில் இருப்பாள். நான் கிளம்புகிறேன்" என்று சொன்னான். உண்மை. நிர்மலா எப்போதுமே விநாயக் கையை நனைத்த பிறகுதான் அவள் ரொட்டியைக் கிள்ளித் தன் வாயில் போட்டுக்கொள்வாள்.

விநாயக் போனபிறகு, "இன்னிக்கு அவனுக்கு ரொம்ப சந்தோஷம். அண்ணா, அவன் வீட்டுக்குப் போனதில் ரொம்பப் பெருமை" என்று மணி சொனனான்.

"அவனென்ன, அவள் தங்கையும் அப்படித்தான். இந்த மாதிரி மனுஷாளுடைய சகவாசத்துக்கு நாம் கொடுத்து வைத்திருக்க வேண்டும்."

நான் நினைத்துப் பார்த்தேன். நானும் எட்டு பத்து வருஷம் வேலை பார்த்துவிட்டேன். ஒருவன்கூட என் வீட்டைத் தேடி வரவில்லை. எவனும் அவன் வீட்டுக்குக் கூப்பிடவில்லை.

எனக்கு இன்னொன்றும் தோன்றியது. யாராவது சாப்பிடக் கூப்பிட்டால் நான் பார்வதியையும் அழைத்துப் போக வேண்டும். அவளும்தான் எவ்வளவு சுக துக்கங்களைப் பார்த்துவிட்டாள்?

மணி கல்யாணம் நிகழ இருக்கும் நாட்களில் என் திருமணங்கள் என் முன் பெரிய கேள்விகளாகத் தோன்றின. கல்யாணம் நம்நாட்டில் எப்படி நேருகிறது? யாரோ ஒருவர் தம் பொறுப்பாகக் கல்யாணம் நிச்சயித்து, நடத்திக்கொடுத்தபின் நினைவிலிருந்து மறந்துபோய்விடுகிறார். இப்போது மணிக்கு வந்த பெண்கள்கூட யாரோ அவர் சொல்லி இவர் சொல்லி என்றுதான் அம்மாவிடம் வந்து சேர்ந்தன. பம்பாய்ப் பையனுக்கு

மணப்பெண் சென்னையில்! இதைக் கற்பனை செய்து இருப்பார்களா எவரேனும்?

எனக்கு மணியைப் பற்றி நினைக்க நினைக்கத் தொடர்ந்து லட்சுமி நினைவும் இருந்துகொண்டிருந்தது. எவ்வளவு படித்தவள், எவ்வளவு ஆற்றல்கள் கொண்டவள், எவ்வளவு பெரிய குடும்பத்தில் பிறந்தவள், எவ்வளவு பெரிய பணம் படைத்தவள்—அவள் தானாகவே என்னைக் கணவனாக வரித்து விட்டாள்! இருபதாம் நூற்றாண்டில் சுயம்வரம்! என்னை நானே கேட்டுக்கொள்கிறேன். இதை யாரிடமாவது சொன்னால் நம்புவார்களா? நான் வெளிநாட்டில் ஒரு பணக்காரப் பெண்ணை மயக்கிவிட்டிருக்கிறேன் என்று நினைப்பார்கள்.

எங்கள் பிரக்ஞையோடு எனக்கும் பார்வதிக்கும் கல்யாணம் நடக்கவில்லை. மாமா வீட்டில் நிறைய பெண்கள். சிறு வயதிலேயே மடத்து ஹாஸ்டலில் தங்கிய எனக்கு மணியே ஏதோ அரைகுறையாகத்தான் தெரியும். மாமா சந்நியாசம் வாங்காமல் இருந்தால் நானும் மணியும் ஏதோ அண்ணன் தம்பி என்றிருப்போம். ஆனால், அவன் வாழ்க்கை என் பொறுப்பு என்றாகிவிட்ட பிறகு நான் பட்டதும் படாததுமாக இருக்க முடியாது. அவன் உடல் நிலை என்றுமே கவனம் செலுத்த வேண்டியதாக இருந்தது. விநாயக் நல்ல பையன் என்று தெரிந்த பிறகு நான் விநாயக் பற்றியும் அவனுடைய தங்கை பற்றியும் நிறைய யோசித்திருக்கிறேன், கவலைப்பட்டிருக்கிறேன். மணிக்கு அதைப் பற்றிச் சிந்தனையே இல்லாதபோது நான் அவனை அழைத்துக்கொண்டு போய் விநாயக் வீட்டில் ஐநூறு ரூபாய் கொடுத்துவிட்டு வந்திருக்கிறேன். அதற்கு முந்தின தினம்தான் விநாயக்கின் அப்பா திடீரென்று செத்துப் போய்விட்டார். பயில்வான்களுக்குப் பலம் இருக்கும். ஆயுள் இருக்காது போலிருக்கிறது.

மணிக்கு நிச்சயித்திருக்கும் பெண் நிச்சயம் பார்வதியைவிட வயது குறைந்தவளாக இருப்பாள். பி.ஏ. படித்திருந்தாலும் அவர்கள் வீட்டில் எல்லாரும் ஓரளவு வசதியான நிலையில் இருக்கிறார்கள். அப்படிப்பட்ட குடும்பத்திலிருந்து வரும் பெண் பார்வதியோடு இசைந்து போக வேண்டும். அம்மாவோடு பணிவுடன் இருக்க வேண்டும். பம்பாய் வந்ததிலிருந்தே அம்மா வின் குரல் பெரிதாகிவிட்டது. நாங்கள் மூன்று பேரும் அவள் வார்த்தைக்கு எதிர்வார்த்தை சொன்னது கிடையாது.

23

எங்கள் அமெரிக்கத் தொழிற்சாலையிலிருந்து தலைவர் வந்திருந்தார். தலைவர் என்றால் சிறிதாவது வழுக்கை விழுந்திருக்க வேண்டும். தலைமுடி நரைத்திருக்க வேண்டும். இந்த மனிதனுக்கு வயதே நாற்பதுக்குள்தான் இருக்கும் போலிருந்தது. என்னைக் கவனித்திருக்கிறான். இரு நாட்கள் அவனுடன்தான் இருக்க வேண்டியிருந்தது. வயது குறைவாக இருந்தாலும் எங்கள் தொழிற்சாலை எங்கு பலவீனமாக இருக்கிறது, என்ன மாற்றங்கள் செய்ய வேண்டும் என்று அவன் தெளிவாகச் சொன்னான். இந்திய அரசு இப்போதைக்கு மோட்டார் கார் இறக்குமதிக்கும் உதிரிப் பாகங்களில் சிலவற்றை அமெரிக்காவிலிருந்து இறக்குமதி செய்யத் தடை செய்யவில்லை. அவன் எங்கள் முழுத் தொழிற்சாலை ஊழியர்களையும் கூப்பிட்டு ஒரு கூட்டம் நடத்தினான். புதிதாகச் சுதந்திரம் பெற்ற நாடுகள் உடனே பழிவாங்குவது போல அதுவரை ஆண்ட நாட்டைப் பகைவனாகத்தான் பார்க்கின்றன. ஆனால், இந்தியாவில் அப்படி இல்லை. பல பிரிட்டிஷ்காரர்கள் இந்தியாவிலேயே வீடு வாங்கி வசிக்கிறார்கள். அவர்கள் குழந்தைகளையும் இந்தியாவிலேயே ஆங்கில மொழிப் பள்ளிகளுக்கு அனுப்புகிறார்கள். இந்தியர்களோடு டென்னிஸ், கிரிக்கெட் ஆட்டம் ஆடுகிறார்கள். இதெல்லாம் நல்ல அறிகுறிகள். ஆனால், அதே நேரத்தில் நாட்டின் நலன் குறித்து மாற்றங்கள் செய்யத்தான் செய்வார்கள். அதற்கு பம்பாய்த் தொழிற்சாலை தயாராக இருக்க வேண்டும். சம்பளம் குறைத்துக்கொள்ள வேண்டி

வரும். வேலையை விட்டு விலக வேண்டி வரும். இதெல்லாம் பயமுறுத்தல் அல்ல. புதிதாகச் சுதந்திரம் பெற்ற நாடுகள் அவர்கள் பொருளாதாரத்திற்குச் சில நடவடிக்கைகள் எடுத்தால் அது அயல் கம்பெனிக்கு பாதிப்பு உண்டு பண்ணக்கூடும்.

அவன் பேசி முடித்த பிறகு யாரும் கை தட்டவில்லை. அவன் சொன்னான். "கமான். நீங்கள் இவ்வளவு சோர்ந்துவிடக்கூடாது. எங்கள் நாட்டில் லட்சக்கணக்கானவர்கள் யுத்தம் முடிந்து விட்டதால் வீட்டுக்கு வந்துவிட்டார்கள். அவர்களில் பலருக்கும் கல்விச் சலுகை தந்திருக்கிறோம். அதற்குமேல் பெரிய உதவி செய்ய முடியவில்லை. அவர்களிடமுள்ள பணம் ஓரிரு ஆண்டு களில் தீர்ந்துவிடும். அவர்கள் வேலை தேட வேண்டும். அப்படி இருக்கும்போது நாங்கள் சோர்ந்து போய்விடவில்லை. நீங்கள் மலர்ச்சியோடு இருக்க வேண்டும்.

இது ஒரு மாதிரி கலகலப்பு உண்டு பண்ணியது. நான் அமெரிக்கா சென்று மூன்று நான்கு மாதங்களில் ஒரு விஷயத்தைக் கண்டுவிட்டேன். அவர்கள் வீட்டை நன்கு அமைத்துக்கொள் கிறார்கள். ஆனால், இந்தியர்களுக்கு உள்ள சேமிப்பு வழக்கம் மீது அவர்களுக்கு நம்பிக்கையே இல்லை. சேமிப்பை ஒரு பாராட்டத்தக்கதான பழக்கமாக அவர்கள் நினைக்கவில்லை. தன்னம்பிக்கைக் குறைவுதான் சேமிக்க வைக்கிறது என்றார்கள்.

அம்மாவிடம்தான் நாங்களிருவரும் சம்பளத்தைக் கொடுக்கிறோம். அம்மா சேமித்து வைத்திருப்பாளா? அவளாக முடியுமா? பார்வதியின் உதவி தேவைப்படும். அக்கம் பக்கத்தில் வங்கி கிடையாது. தபால் ஆபீஸ் உண்டு. நான் இவ்வளவு ஆண்டுகள் பம்பாயில் இருந்திருக்கிறேன், தபாலாபீஸ் பக்கம் போனதில்லை. அம்மாவுடன் பார்வதி சென்றிருப்பாள். இந்தச் சேமிப்பு விஷயத்தை எவ்வளவு அழுத்தமாக எனக்குத் தெரிவிக்காமல் இருந்திருக்கிறார்கள்!

நான் நினைக்கிறபடி இல்லாமலும் போகலாம். அம்மாவே வீட்டில் எங்கோ வைத்திருக்கக் கூடும். வீடு எப்படி நடக்கிறது என்றுகூடத் தெரியாமல் நான் இருந்திருக்கிறேன்! அவர்களாக என்னையும் ஈடுபடுத்தியிருக்கலாம். எதற்குக் கூடுதல் பொறுப்பு என்று கருதி என்னிடம் பேச்சே எடுக்காமல் இருந்திருக்கலாம். எங்கள் கம்பெனி சம்பள உறையில் இருக்கும் வாசகம் உடனே தோன்றிற்று: உன் சம்பளம் உன் பொறுப்பு; இதை எல்லாரிடமும் சொல்லிக்கொண்டிருக்கத் தேவையில்லை.

எனக்கு வேலைகள் அதிகரித்தும் யோசிக்கவும் நிறைய நேரம் இருந்தது. விநாயக் அடிக்கடி தோன்றினான். அவன் கவலையே

இல்லாதிருப்பது போலத் தோற்றம் தருகிறான். கிராமாந்திர மராட்டியர்கள், பெண்களை பத்துப் பன்னிரண்டு வயதிலேயே திருமணம் செய்துவிடுவார்கள். புனா போன்ற பெரிய நகரங்களில் உள்ள பிராமணர்கள்தான் பெண்களைப் பதினெட்டு வயதிலும் இருபது வயதிலும் திருமணம் செய்வார்கள். வரதட்சணை ஒரு காரணம். பெண், பாட்டு கற்றுக்கொண்டிருந்தால் அதை ஓரளவு பூர்த்திசெய்ய வேண்டும் என்றும் எண்ணம். அவர்கள்தான் எவ்வளவு தைரியமாகப் பெரிய பெரிய கூட்டம் நிறைந்த தெருக்களில் சைக்கிள் விடுவார்கள்!

சைக்கிள் கண்டுபிடிக்கப்பட்டதே மராட்டிப் பெண்களுக்குத் தான் என்று தோன்றும். நிர்மலாவுக்கு என்ன எதிர்பார்ப்புகள் இருக்கும்! அவளுடைய மன உறுதியால் நிச்சயம் பட்டதாரியாகி விடுவாள். ஒருநாள் சொல்லி வைத்துவிட்டு அம்மாவையும் பார்வதியையும் அவன் வீட்டுக்கு அழைத்துச் செல்ல வேண்டும். பார்வதி தான் நிர்மலா வீட்டு மருமகளாக வரவேண்டும் என்று ஆசைப்பட்டிருக்கிறாள். அந்த ஒரு எண்ணத்தாலேயே அவள் ஒரு சந்நியாசியின் மகள் என்று தெரிகிறது.

24

ஆகஸ்ட் மாதத்தில் நான் ஒரு வாரம் லீவு போட்டேன். மணி கல்யாணம் முடிந்ததோடு குழந்தைக்குப் பாலக்காடு அருகில் உள்ள குலதெய்வம் கோயிலில் முடியிறக்கிவிடலாம் என்று அம்மா சொன்னாள். முடிந்தால் மணியையும் அவன் புது மனைவியையும்கூட அழைத்துப் போவது என்றும் அம்மா நினைத்தாள்.

இரு நாட்கள் முன்பு நான் சென்னைக்கு இரண்டாம் வகுப்பில் டிக்கெட் வாங்கினேன். நான் கிளம்பின தினம் வண்டியில் கூட்டமே இல்லை. மணியிடம் சொல்லி விநாயக்கை வரச் சொல்ல லாம் என்று தான் நினைத்தேன். ஆனால், அம்மா வேண்டாம் என்றாள்.

சென்னை போய்த்தான் வருகிற ஏழெட்டு உறவினர்களிடமிருந்து ஒரு மாப்பிள்ளைத் தோழனைத் தேட வேண்டும்.

கல்யாணத்தில் எங்களுக்கு ஒரே வரிசையில் உணவு பரிமாறிவிடலாம். ஆனால், பெண் தரப்பில் அசாத்தியக் கூட்டம். நான் மடத்துக்குச் சென்று மடத்துச் சாமியாரைப் பார்த்துவிட்டு அப்படியே அவரைக் கல்யாணத்துக்கு அழைத்தேன். எழுபது வயதைத் தாண்டியவரானாலும் அவரும் இன்னும் இரு சாமியார்களும் வந்திருந்தார்கள். திடீரென்று உயரமான இன்னொரு சாமியார்! பார்வதியின் தந்தை? நான் அவர் குருவுக்கு அனுப்பிய பத்திரிகை வீண் போகவில்லை.

ஒரே சாமியார்களாக எங்கள் தரப்பில் வந்திருந்ததில் பெரிய பரபரப்பு. சம்பந்திக்காரரர்கள் மிகவும் மரியாதையாக இருந்தார்கள். அவர்களுடைய மூத்த மருமகன் ஒரு புகழ் பெற்ற பண்டிதர். அவர்தான் சற்று விறைப்பாக இருந்தார். மற்றவர்கள் மிகுந்த அன்புடனும் பெருமையுடனும் நடந்துகொண்டார்கள். மணப்பையனின் அண்ணன் அமெரிக்கா சென்று பட்டம் பெற்றவன் என்பதில் தனிப் பெருமை.

கல்யாணம் முடிந்து அடுத்த நாளில் எல்லாப் பொருள்கள், சீர் முதலியனவற்றை அவர்களே ஒரு வாரம் வைத்துக்கொள்ளச் சொல்லிவிட்டு அன்று மாலையே நாங்கள் ஆறு பேரும் மங்களூர் மெயில் வண்டியில் ஏறினோம். இந்த முறை முதல் வகுப்பிலும் சிறிது நெரிசல். கோயம்புத்தூரில் இறங்கி பஸ் பிடித்துக் காலை பத்து மணி அளவில் பாலக்காட்டை அடைந்தோம். அங்கே இன்னமும் அம்மாவின் ஒரு சகோதரனும் இரு சகோதரிகளும் இருந்தார்கள். சகோதரிகள் அம்மாவுக்குத் தங்கைகள். அப்படி இருந்தும் அவர்கள் முதுமை தெரிய இருந்தார்கள். வருடா வருடம் மலேரியா சுரம் வந்துவிடுமாம். அதற்கான மருந்து காதைப் பாதித்துவிடும்.

மீனாவுக்கு எங்கள் குலதெய்வத்தின் கோயிலில் முடியிறக்கியது. அங்கே அம்மன் கோயில் என்றால் உடனே பகவதி அம்மன்தான். நாங்கள் குளித்து சுவாமி தரிசனம் செய்யும்போது பார்வதியைப் பார்த்தேன். நாங்கள் கல்யாணத்துக்குப் புறப்பட்டதிலிருந்தே அவள் முகத்தில் நல்ல மகிழ்ச்சி தெரிந்தது. நான் அவளுடன் இவ்வளவு நாட்கள் இருந்தது கிடையாது. சந்நிதியில் நிற்கும்போது நான் நினைத்துப் பார்த்தேன். இந்த மலர்ச்சி லட்சுமி பற்றித் தெரிந்தால் தொடர்ந்து இருக்குமா? நான் லட்சுமியைக் கைவிட முடியாது. அதேபோல அம்மா, மணி, பார்வதி, மீனா இவர்களையும் கைவிட முடியாது.

அம்மா நினைத்துக்கொண்டாள். “ஏண்டா, சாமான், பாத்திரங்கள் நாம் தூக்கிப் போவதற்குப் பதிலாக எல்லாவற்றையும் அவர்களையே இரயிலில் அனுப்பிவிடச் சொன்னால் என்ன? அவர்கள் உள்ளூர்க்காரர்கள். வெகு சுலபமாக முடிந்துவிடும். வேண்டுமென்றால் பணம் கொடுத்துவிடுவோம்.”

நான் பாலக்காட்டிலிருந்தே கடிதம் எழுதிப் போட்டேன். நகை வெள்ளிப் பாத்திரம் தவிர மற்றவற்றைக் கட்டுக்கட்டி அவர்கள் ரயிலில் சரக்கு வண்டியில் அனுப்பிவிடலாம். நாங்கள் பம்பாய் போய்ச் சேரும்போது சரக்கு ரயிலில் பொருள்களும் அங்கு வந்து சேரும்.

மணியின் மனைவி பெயர் ஜானகி. பூர்வீகம் தஞ்சாவூர் ஜில்லா. எல்லாப் படிப்பும் படித்தது சென்னையில். அவளுக்கு அம்மா பேசுவது புரியவில்லை. இதைப் பார்வதி உடனே புரிந்துகொண்டு விட்டாள். நான் அம்மாவிடம், "பெண்ணின் காதெல்லாம் சரியாக இருக்கிறது. ஆனால், பாலக்காட்டுத் தமிழ் சட்டென்று விளங்கவில்லை" என்றேன்.

"நம்மளும்தான் எவ்வளவோ இடங்கள்ளே இருந்திருக்கோம். யாரும் சொல்லலியே?"

"அங்கேயும் சிலபேர் திண்டாடியிருப்பா. உனக்கும் அவா பேசறது புரியாம இருந்திருக்கும். நாம ஒரே கூரையடியிலே இருக்கிறப்போ நிறைய பழக வேண்டியிருக்கும்."

பார்வதி வாய் திறக்காமல் இருந்ததால் ஜானகியும் வாய் திறக்காமல் இருந்தாள். ஒரு நாள் சமையல் அவளிடம் விடப் பட்டது. நன்றாகவே சமைத்தாள். சற்று வேறு மாதிரி இருந்தது. ஆனால், மணக்க மணக்க இருந்தது.

ஒரு ஞாயிற்றுக்கிழமை விநாயக் அவனுடைய தங்கை நிர்மலாவை அழைத்துக்கொண்டு வீட்டுக்கு வந்தான். ஒரு 'சேர்' பம்பாய் அல்வா கொண்டு வந்திருந்தான். நிர்மலா எல்லோரிட மும் மிகவும் சகஜமாகப் பழகினாள். எல்லோரையும் அவளுடைய வீட்டுக்கு அழைத்தாள். அவர்கள் இருக்கும் இடத்தில் எங்கள் எல்லோருக்கும் நிற்க இடம் கிடைக்குமா என்பது சந்தேகம். ஆனால், அவளுக்கு மனதிருந்தது.

எல்லோரும் பேச்சும் சிரிப்புமாக இருக்கும் நேரத்தில் வாசலில் ஒரு வண்டி நின்றது. டிரைவர் என்னிடம் ஒரு கடிதம் கொடுத்தான். லட்சுமியின் தாயார்தான் எழுதியிருந்தாள். முடிந்தால் அப்போதே வரும்படி அழைத்திருந்தாள். எங்கள் வீடு ஒரே மௌனமாக இருந்தது. நான் அம்மாவிடம், "ஒரு மணி நேரத்தில் வந்துவிடுகிறேன்" என்று சொல்லிவிட்டுக் கிளம்பினேன்.

25

எனக்கும் அடிமனதில் ஒரு கலக்கமும் பயமும் இருந்தது. லட்சுமியின் தாயார் ஒரு முறை எங்கள் வீட்டிற்கு நானில்லாதபோது வந்திருந்தது குழப்பம் விளைவிக்குமோ என்று நான் அச்சப்பட்டது உண்மைதான். ஆனால், அப்படி ஏதும் நிகழவில்லை. நான்தான் என் இரண்டாம் மனைவி பற்றித் தெரிவிக்கவேண்டும் என்று மாயா அம்மாள் நினைத்திருக்கக்கூடும். வதந்தி, ரகசியம்– இதெல்லாம் லட்சுமிக்குப் பொருத்தமானதில்லை. அவள் தாயாரும் அப்படித்தான் இருக்க வேண்டும். அவர்கள் இந்தத் திருமணத்தைப் புனிதமாகக் கருதுவதும் தெரிந்தது. கம்பெனி செலவில் முதலில் பயிற்சி, பின் பட்டம் என்று அமெரிக்கா சென்று வந்தவனை அவர்கள் தூண்டிலில் விழுந்த மீன் என்று நினைக்கவில்லை. எனக்கே இந்த மரியாதை, மதிப்பு எதனால் என்று வியப்பாக இருந்தது.

லட்சுமியின் அம்மாவே வீட்டு முகப்பிலிருந்து என்னை அழைத்துப் போனாள். இரண்டு மாதங்களில் அந்த வீடு மிகவும் சிறப்பாகப் புதுப்பிக்கப்பட்டிருந்தது. உயர் ரக கருங்காலி மற்றும் தேக்கு மேஜை நாற்காலிகள் மறுமுறை வார்னிஷ் அடிக்கப்பட்டுக் கண்ணைக் கவரும் விதமாக இருந்தது.

"சுந்தர், செப்டம்பர் வந்தாச்சு. லட்சுமி ஏப்ரல் அல்லது மே மாதத்திலே வந்துவிடுவாள், இன்னிக்கு போன் பண்ணினா."

"பாவம், அங்கே நடுராத்திரியாக இருக்கும்."

"உன்னைக் கேக்கச் சொன்னாள். நீ அவள் விஷயத்தை வீட்டில் சொல்லிட்டயா? இல்லே, நான் வந்து சொல்லட்டுமா?"

"வேண்டாம்மா. நானே சொல்லிடறேன். இப்பத்தான் தம்பி கல்யாணம் முடிஞ்சு மெட்ராஸ்லேந்து திரும்பி வந்தோம்."

"எங்கிட்டே சொல்லியிருக்கக்கூடாதா? நான் எங்க ஊர் வழக்கப்படி புடவை, நகை கொண்டு வந்திருப்பேன்."

நான் பேசாமல் இருந்தேன். எனக்கு லட்சுமி தந்த நம்பிக்கை இன்னும் அவள் அம்மாவிடம் ஏற்படவில்லை. யார் யாருக்குச் சீர்கொண்டு வருகிறது? எனக்கு ஆச்சரியமாகவும் இருந்தது. பயமாகவும் இருந்தது. இது கதைகளில் படிக்கும் இரண்டு பெண்டாட்டிக்காரன் நிலைமையல்ல. என்மீது இவ்வளவு அன்பும் மதிப்பும் ஏற்பட்டது எப்படி? யாரிடமும் சொல்லிப் பரிமாறிக்கொள்ளக்கூடிய விஷயமில்லை. இதை முற்றும் துறந்த ஞானியால் ஒருவேளை விளங்கிக்கொள்ள முடியும்.

எனக்குப் பார்வதியின் தகப்பனார் நினைவுக்கு வந்தார். அவர் எனக்குச் சொந்த மாமா. ஆனால், எனக்கு அவரைப் பார்வதியின் தந்தையாகத்தான் நினைக்கத் தெரிந்தது. அவருக்கு மணியின் திருமண அழைப்பிதழ் அனுப்பியிருந்தது. ஆனால், ரிஷிகேஷ் சென்றால் அவரைக் கண்டுபிடித்துவிடலாம். அதாவது, அவர் இன்னும் உயிருடன் இருந்தால்.

எனக்குத் திடீரென்று மாமாவைப் பார்க்க வேண்டுமென்றிருந்தது. சம்பந்தா சம்பந்தம் இல்லாமல் லட்சுமியின் அம்மா விடம், "என்னுடைய மாமா ஒருவர் சன்னியாசியாகிப் போய் விட்டார்" என்றேன்.

"தெரியும், லட்சுமி சொல்லியிருக்கிறாள்."

"அம்மா, நான் அவரை ஒரு தடவை பார்த்துவிட்டு வருகிறேன்."

"அவர் என்ன சொல்லுவார்? கவலையை விட்டு மகிழ்ச்சியாக இரு என்பார். நாமெல்லோரும் ஒரே கூரையடியில் இருக்கலாம்."

"வேண்டாம்மா, மணி அந்த வீட்டிலேயே இருக்கட்டும்."

"நானும் நினைத்தேன். அதுவும் சரிதான்."

"இது நாள்வரை அவனை ஒரு குழந்தை போலப் பார்த்துக் கொண்டிருந்தோம். ஆனால், அவனும் ஒரு குடும்பத் தலைவனாகி விட்டான்."

"இவ்வளவு பெரிய வீட்டில் அவன் இருக்க முடியாது என்றில்லை. வீட்டு வேலைக்காரர்கள் உன்னை ஏற்றுக்கொண்டு விடுவார்கள்."

"இன்னும் மூன்று நான்கு மாதங்கள் இருக்கிறது. யாருக்கும் பெரிய மனக்கஷ்டம் ஏற்படக்கூடாது."

"ஏதோ பணம் காசு இருக்கிறதே தவிர நானும் லட்சுமியும் பட்ட வேதனை பகவானுக்குத்தான் தெரியும். இந்தப் படிப்பை எல்லாம் அவளே தேர்ந்தெடுத்துக்கொண்டாள். எனக்குப் படிப்பு பற்றி என்ன தெரியும்? எங்கள் வம்சத்தில் பெண்கள் என்றால் அடுப்படி. ஆண்கள் பத்து வயதாகிவிட்டால் கல்லாப் பெட்டி."

"வீட்டில் விருந்தாளிகள் வந்திருக்கிறார்கள்."

"சரி, கிளம்பு."

ஆனால், நான் வீட்டை அடைவதற்குள் விநாயக் கிளம்பிப் போயிருந்தான். அம்மாவுக்கு நான் அவர்களை எல்லாம் பொருட்படுத்தாமல் எங்கோ போய்விட்டதில் வருத்தம்தான்.

26

அடுத்த வாரமே நான் எல்லாரையும் அழைத்துக்கொண்டு விநாயக் வீட்டிற்குப் போய் வந்தேன். பார்வதியின் முகத்தில் பெரிய மலர்ச்சி. திருமணமாகி ஆறு ஏழு வருடங்கள் ஆகின்றன. அவளை ஒருமுறைகூட நான் வெளியே அழைத்துப் போனதில்லை. புனாவில் சனிவார்ப்பேட்டைக்குப் போய்க் கோட்டையைக் காட்டவில்லை. பம்பாயில் அவளும் அம்மாவுமாகக் கடைக்குப் போவதுதான். அது இரண்டு தெருக்களில் முடிந்துவிடும். அங்கே போகும்போது அம்மாவும் அவளும் டிராம் வண்டிப் பாதையைக் கடக்க வேண்டி வரும். ஆனால், ஒரு முறையாவது டிராமில் போயிருப்பாளா என்பது சந்தேகந்தான். என் ஆதரவில் இருப்பவளை நான் அழைத்துப் போகாமல் வேறு யார் அழைத்துப் போவார்கள்? அவளும் பத்தாவது வரை படித்தவள். ஓயாமல் உள்ள வீட்டு வேலைகளுக்கிடையில் பத்திரிகையைப் படித்துவிடுவாள். ஜெர்மனி சரணடைந்துவிட்டது என்று அவள்தான் முதலில் சொன்னாள். அவ்வளவு முக்கியமான செய்தி என் கண்ணில்படவில்லை. அவள் மாதிரி ஒருத்தியுடன் பம்பாய் அரும்பெருங்காட்சி சாலைக்குப் போக வேண்டும். இது ஏன் எனக்கு முன்பே தோன்றவில்லை?

ஒரு விக்டோரியா வண்டியில் எல்லாரும் உட்காருவது சற்றுச் சிரமமாகத்தான் இருந்தது. ஆனால், விக்டோரியா ஓட்டுபவர் சொன்னார்: “ஜெனானாகாரர்கள் பத்துப் பேர் ஏறிவிடுவார்கள்.”

நான் முன்கூட்டியே விநாயக்கிடம் தெரிவித்திருக்க வேண்டும். அவன் வீட்டில் இல்லை. நிர்மலா பெரிய ஜமக்காளத்தை விரித்துப் போட்டாள். பளபளவென்று தேய்த்து வைத்திருந்த வெண்கலச் சொம்பில் குடிதண்ணீர் கொண்டு வந்து வைத்தாள். பார்வதி அவளிடம் பழம், பூ, வீட்டில் செய்யப்பட்ட கைமுறுக்கு முதலியன கொடுத்தாள். நான் அழைத்துப்போய் அவள் ஒருவருக்குப் பரிசுப் பொருள்கள் தருவது அதுவே முதன் முறை.

சிறிது நேரத்தில் விநாயக் வந்துவிட்டான். உடனே நிர்மலா அடுப்படிக்குப் போய்விட்டாள். அம்மா பார்வதியைப் பார்த்தாள். பார்வதி உடனே நிர்மலாவுக்கு உதவப் போனாள். டீ தயாரித்துக் கொண்டே அவர்களிருவரும் சிரித்துப் பேசுவதைப் பார்க்க முடிந்தது. தினம் சந்திக்கும் நண்பர்கள் போலத் தெரிந்தார்கள். விநாயக் அவள் புது உத்தியோகம் பற்றி அம்மாவிடமும் என்னிடமும் தெரிவித்தான். அவன் கோப்பைகளை எடுத்துவர அடுப்படி சென்றபோது அம்மா, "ஏண்டா, இது நல்ல இடமா?" என்று என்னைக் கேட்டாள்.

எனக்கு அம்மா எதைச் சொல்கிறாள் என்று உடனே புரியவில்லை. ஆனால், எதிர்ச்சாரியில் பெரிய வாக்குவாதம், சண்டை நடந்துகொண்டிருந்ததையும் நாங்கள் பார்க்க முடிந்தது. காது கொடுத்துக் கேட்க முடியாதபடி ஆண்கள் பெண்கள் வைதுகொண்டிருந்தார்கள். எனக்குக் கவலையாக இருந்தது. இது கைகலப்பில் நகர்ந்தால் அப்பேட்டை முழுதும் கலகம் பரவிவிடும்.

விநாயக் ஓர் எனாமல் தட்டில் டீக் கோப்பைகளை எடுத்து வந்து எங்கள் முன் வைத்தான். நான் என் கண்களால் தெருவில் நடந்துவரும் வாக்குவாதத்தைக் காண்பித்தேன்.

"இப்படித்தான் நாள் முழுதும் யாராவது சண்டை போட்டுக் கொண்டு வைதுகொண்டிருப்பார்கள். நாம் கதவை மூடினால் இரண்டு கோஷ்டியும் நம்மிடம் சண்டைக்கு வந்துவிடும்" என்று விநாயக் சொன்னான்.

"உன்னிடம் என்ன சண்டை?"

"இங்கே புது ஆள் யார் வந்தாலும் இப்படியெல்லாம் நடக்கும். நீங்களே பார்த்துக்கொண்டிருங்கள். பத்து நிமிடத்தில் இவர்கள் ஒருவர் தோள் மீது இன்னொருவர் கைபோட்டுக்கொண்டு ஈரானி டீக்கடைக்குப் போவார்கள்."

"உன் தங்கைக்கு பயமாக இருக்காதா?"

"இருக்கும். ஆனால், பொதுவாகவே அவள் எல்லோரிடமும் அன்பும் மரியாதையும் தெரிய நடந்துகொள்வாள். ஆனால், கஷ்டம்தான். வேறு வீடு பார்த்துக்கொண்டு போகலாம். ஆனால், நான் உங்கள் அருகே இருக்க முடியாது. எங்கேயாவது பரேல் பக்கம் போய்விட வேண்டியிருக்கும். டீ, பிஸ்கட் எடுத்துக் கொள்ளுங்கள்."

மணி ஜானகியிடம் தட்டை நகர்த்தினான். அவள் ஒரு கோப்பை எடுத்துக்கொண்டாள். நாங்கள் எல்லோரும் பிஸ்கட்டோடு டீ எடுத்துக்கொண்டோம். அம்மா சாப்பிட வில்லை. விநாயக்கும் அவளை வற்புறுத்தவில்லை.

நிர்மலா அவளுடைய அப்பா பயில்வான் லங்கோட்டுடன் எடுத்துக்கொண்ட இரண்டு மூன்று போட்டோக்களைக் காட்டினாள். மணிக்கு அழுகை வந்துவிடும் போலிருந்தது. எப்படி இருந்த மனிதன் கடைசியில் இளைத்து நோய்வாய்ப்பட்டு அற்பாயுளில் இறந்துவிட்டான்! எனக்கே கஷ்டமாகத்தான் இருந்தது.

நிர்மலா சொன்னாள், "அவரை யாரும் பெயர்சொல்லிப் பேசமாட்டார்கள். மாஸ்டர், மாஸ்டர் என்றுதான் கூறுவார்கள்."

"பின் ஏன் புனாவை விட்டு பம்பாய் வந்தீர்கள்?"

"சிறிது சிறிதாக அவர் ஆற்றல் குறைந்துகொண்டு வந்தார். கடைசி மூன்று நான்கு சண்டைகளில் அவர் வெற்றி அடைய முடியவில்லை. அவரால் தாங்கிக்கொள்ள முடியவில்லை. நிறைய குஸ்திச் சண்டைகள் போட்டிருக்கிறார். ஆனால், சம்பாதிப்பது எல்லாம் சாப்பாட்டுக்கே போய்விடும். பயில்வான்களுக்குத் தனிச் சாப்பாடு."

"இங்கே எப்படிச் சமாளித்தீர்கள்?"

"அவருக்குப் பதில் நான் குஸ்தி போட்டேன். ஆனால், பம்பாயில் ரொம்பக் குறைவு."

நான் விநாயக் முன்பு வசித்த சந்து வீட்டுக்கு அவனுடைய அப்பா இறந்த அடுத்த நாள் போனேன். மணியை அழைத்துக் கொண்டு போய்ச் சிறிது பணம் கொடுத்தேன். பம்பாயில் எங்களுக்கு அந்தரங்கமானவர்கள் என்று ஐந்தாறு பேர்தான். ஒருவர் பிள்ளையார் கோயில் குருக்கள். அவர் அர்ச்சனை செய்யும்போது அவர் தமிழ்க்காரர் என்று தெரிந்துவிடும். ஜாதகம் பார்ப்பார். கல்யாணப் பொருத்தம் பார்ப்பார். அநேக குஜராத்திக்காரர்கள் ஏதேதோ விதவிதமான சங்கடங்களுக்கு

அவரை வந்து பார்ப்பார்கள். இரு காய்கறிக்காரர்கள் அம்மாவையும் பார்வதியையும் பார்த்தால் அவர்களாகவே ஒரு சேர் பீன்ஸ், ஒரு சேர் கத்தரிக்காய், ஓரணாவுக்குப் பச்சை மிளகாய், ஓரணாவுக்குக் கொத்தமல்லி, கருவேப்பிலை எடுத்து வைத்து விடுவார்கள். நஞ்சன்கூடு பல்பொடித் துணிப்பை ஒன்று இருந்தது. அம்மாவுக்கு அந்தப் பை மீது ஒரு விசேஷப் பற்று. அவள் பயன்படுத்துவதற்கு என்று அவளுக்குக் கிடைத்த முதல் கைப்பை அதுவாக இருக்க வேண்டும். ஓரிரு இடங்களில் தையல் விட்டுப்போக அம்மா கையிட்டு அந்த இடங்களைத் தைத்திருந்தாள்.

நாங்கள் நடந்தே வீடு திரும்பினோம். மணி அம்மாவிடம், "அம்மா, அப்பாவின் போட்டோ இருக்கா?" என்று கேட்டான்.

இல்லையென்று அம்மா தலையை ஆட்டினாள்.

27

ஜானகியும் மணியும் எங்கள் வீட்டோடு சேர்ந்த புதிய அறையில் இருந்தாலும் நாங்கள் எல்லோருமே ஒரே கூரையடியில் இருந்தோம். ஒரே சமையலறையை நம்பியிருந்தோம். ஆதலால் யாரும் யாரையும் தவிர்க்க முடியாது. மணியின் மனைவியும் பார்வதி போலவே இருந்தாள். அதாவது, அம்மா சொன்ன பேச்சை அப்படியே கேட்டாள். அம்மாவுக்கும் அப்படி உத்தரவிடப் பயிற்சி இருந்தது. நானும் மணியும் எங்கள் வீட்டுப் பெண்களை காலையில் ஏழு, ஏழரை வரை, மாலை ஆறரைக்குப் பிறகுதான் பார்க்க முடிந்தாலும் ஒரு வார காலத்தில் எங்கள் வீடு எண்ணெய் சரியாக விடப்பட்ட இயந்திரம் போல இயங்கியது. நான் ஒரு பெரிய டாக்சி ஏற்பாடு செய்து நாங்கள் ஐவரும் குழந்தை மீனாவும் சௌபாத்திக் கடற்கரை, மியூசியம், கேட்வே ஆஃப் இந்தியா பார்த்துவிட்டு அப்படியே மலபார் ஹில்ஸுக்கு வண்டியை விடச் சொன்னேன். மலபார் ஹில்ஸில் லட்சுமியின் வீட்டிற்குச் சென்று அங்கு எல்லோரையும் முகம் கழுவிக்கொள்ளச் சொன்னேன். அங்கிருந்த வேலைக்காரர்கள் என் பேச்சைக் கேட்பதைக் கண்டு அம்மாவுக்கு ஆச்சரியம். "உனக்குத் தெரியுமா இவாளை?" என்று கேட்டாள்.

"ஒருநாள் நீயே இங்கே இருக்கப்போவதாக இருந்தால் எப்படி இருக்கும்?"

"ஏண்டா, அதெல்லாம் சாத்தியமா? இது ஏதோ அரண்மனை போல இருக்கிறதே?"

"ஆமாம் அம்மா. இது ஒரு அரண்மனை போலத் தான். இதன் சொந்தக்காரர்களுக்கு ஜுஹுவில் ஒரு

பங்களா இருக்கிறது. அவர்கள் அரச குடும்பம் இல்லைன்னாக் கூட பல ராஜாக்களுக்கு இவா ரொம்ப மேல்."

அம்மா மட்டும் அல்ல, பார்வதி, ஜானகியும் வீட்டைச் சுற்றிப் பார்த்தார்கள். மாடிக்குப் போய் அங்குள்ள அறைகளைப் பார்த்தார்கள்.

நான் அவர்களைக் கேட்டேன்:

"எப்படியிருக்கு?"

பார்வதி பளிச்சென்று, "ரொம்ப ஜோராயிருக்கு" என்று சொன்னாள். உடனே அவள் தன்னைக் கட்டுப்படுத்திக்கொண்டாள்.

எங்கள் மணம் முடிந்து இவ்வளவு வருடங்கள் கழித்து, நான், "பார்வதி" என்று அழைத்தேன்.

யாருக்கும் நம்ப முடியவில்லை. நான் தொடர்ந்து சொன்னேன், "பார்வதி, ஜானகி இரண்டு பேருக்குந்தான். பளிச் பளிச்சென்று நீங்க பேசணும். அப்பத்தான் வீடு கலகல என்று இருக்கும்."

இதைச் சொல்லிவிட்டு அங்கிருந்த வேலைக்காரர்களில் பெரியவனாக இருந்தவனிடம், "எங்களுக்குச் சாய் கொண்டு வந்து வை" என்றேன்.

"இதோ சாப்." அவன் டீயுடன் சில இனிப்புத் தின்பண்டங் களும் கடை பிஸ்கோத்தும் பெரிய டைனிங் மேஜை மீது வைத்தான். மீனாவை அப்படியே மேஜை மீது உட்கார வைத்து நானும் நாற்காலியில் உட்கார்ந்தேன்.

"ஒருத்தரும் கூச்சப்பட வேண்டாம். இதை நம்ப வீடு மாதிரியே நினைச்சுண்டு சாப்பிடுங்கோ."

அம்மா அவள் தனியாகக் கொண்டு வந்திருந்த கூஜாவி லிருந்து தண்ணீர் குடித்தாள். "நான் அடுப்பிலிருந்து சுடச்சுடப் பால் கொண்டு வந்தாச் சாப்பிடுவியா?" என்று அம்மாவிடம் கேட்டேன்.

"எனக்கு ஒண்ணும் புரியலையே!"

நான் சமையலறைக்குச் சென்று அங்கிருந்த ஒரு வெண்கலத் தம்ளரில் பால் கொண்டு வந்து கொடுத்தேன்.

"நீ இதுக்கும் முன்னாலே வந்திருக்கயா?"

"இல்லே. ஆனா நான் வந்தா இவா எப்படி நடந்துக்குவான்னு பாக்கத்தான் உங்களையும் அழைச்சுண்டு வந்தேன்."

"இவங்கள்ளாம் உன் ஃபேக்ட்ரியிலே வேலை பாக்கிறவங்களா?"

"இல்லே இல்லே. இவங்கள்ளாம் ஒரு பெரிய எஸ்டேட்டுக்கு வேலை செய்யறவங்கள். இவங்களைப் பாத்துக்கொள்ளப் பெரிய

பெரிய ஆள்கள் இருக்கிறாங்க. இது எல்லாத்துக்கும் சொந்தக்கார அம்மாவை எனக்குத் தெரியும்."

"யாரு? அன்னிக்கு ஒரு நாள் நிறைய பழங்கள் கொண்டு வந்தாளே, அவளா?"

"ஆமாம்."

"அவளை உனக்கு எப்படித் தெரியும்? உனக்கு ஏன் அவா இவ்வளவு செய்யணும்?"

"போகப் போகச் சொல்லறேன். முதல்லே பாலைக் குடி."

"டீ ரொம்ப நன்னாயிருக்கு. நம்ப வீட்டு டீ மாதிரி இல்லே." பார்வதி சொன்னாள்.

"இது அநேகமாக டப்பாப் பாலா இருக்கும். அது இப்பவும் சீமையிலேந்துதான் வரவேண்டியிருக்கு." எனக்கு அந்தக் கேள்வியை விடப் பார்வதி கேள்வி கேட்டது நிரம்ப மகிழ்ச்சி தந்தது.

நான் ஜானகியைப் பார்த்து, "உன் மன்னி சொல்றது சரிதானா?" என்று கேட்டேன்.

ஜானகிக்குத் தூக்கிவாரிப் போட்டது. "கெஷ்சால்லு. சும்மாச் சொல்லு" என்றேன்.

"நான் டப்பா பாலே சாப்பிட்டது கிடையாது" என்றாள்.

"நான் இரண்டு வருஷம் டப்பா பால்லேதான் காபி போட்டுண்டேன்" என்றேன்.

"சாதம் சமைச்சுண்டேளா?" பார்வதி கேட்டாள்.

"ஏதோ ஒரு மாதிரி சமாளிச்சேன். கனமான அடியுடைய பாத்திரம் கிடைக்கலே."

என் அமெரிக்க வாசத்தைப் பற்றிப் பார்வதிதான் முதலில் விசாரித்தாள். அம்மாகூட இல்லை. நான் சிறு வயதிலிருந்தே அம்மாவைப் பிரிந்து வாழ்ந்தது ஒரு காரணமாயிருக்கலாம். ஆனால், எனக்கு இந்த மலபார் ஹில்ஸுக்கு குடும்பத்தார் அனைவரையும் அழைத்து வந்ததில் மிகுந்த மகிழ்ச்சி. ஒரு கணம் லட்சுமியைப் பற்றிக் கூறிவிடலாமா என்று தோன்றியது. இன்னொரு கணம் எல்லோரும் இவ்வளவு இறுக்கம் தளர்ந்து மகிழ்ச்சியாயிருக்கும் தருணத்தில் ஏன் அதிர்ச்சி தரக்கூடிய விஷயத்தைக் கூறவேண்டும் என்றும் தோன்றியது. ஜானகியும் அவர்களுக்குள் பேசிக்கொள்ள நிறைய விஷயம் இருந்தது. ஜானகி ஒரு நகரத்துப் பெண்ணானாலும் பம்பாய் போன்ற ஒரு மாநகரத்தை அதற்கு முன் பார்த்ததில்லை. லட்சுமியின் மாளிகையைப் போன்ற இடத்தை இவ்வளவு நெருக்கமாகப் பார்க்கச் சந்தர்ப்பம் நேரிடாமல் இருக்கும். நான் மடத்தில்

தங்கிப் படித்தபோது எல்லாரும் செட்டிநாட்டு அரண்மனையை விசேஷமாகச் சொல்வார்கள். அது ஒரு ஆற்றங்கரையில் இருந்தது என்று மட்டும் எனக்குத் தெரியும். ஒரு தெலுங்குப் பையன் வனபர்த்தி அரண்மனைக்கு மிஞ்சி ஏதும் கிடையாது என்பான்.

பார்வதி கேட்டாள்: "அங்கே நீங்கள் போட்டோ ஏதும் எடுத்துக்கலையா?"

"கம்பெனியிலேதான் எடுத்தா. எல்லாமே குரூப் போட்டோ. எங்கேயோ மூலையிலே தள்ளிட்ட படமா இருக்கும். பெரிய யுத்தம் முடிந்து ஏகப்பட்ட பேர் திரும்பி வந்துண்டு இருந்தாங்க. நிறைய பேர் செத்தும் போயிட்டாங்க. கைகால் போனவங்களும் நிறைய. ஒரு பக்கம் உற்சாகம், கொண்டாட்டம். இன்னொரு பக்கம் மன அவஸ்தை, துக்கம். அங்கே நான் இருந்த நாளிலே நாப்பது வயசுக்கு மேலே இருக்கிறவங்க எல்லாருடைய பர்ஸிலேயும் ஒரு போட்டோ இருக்கும். யுத்தத்திலே செத்துப்போன பைய னுடையது. போட்டோ கடைங்க இருந்தது. ஆனா நான் போய் போட்டோ எடுத்துண்டது இல்லே. நான் நம்ம மீனா போட்டோ மட்டும் என் பர்ஸிலே வைச்சுண்டிருந்தேன்."

நான் இதைச் சொல்லாமல் இருந்திருக்கலாம். ஆனால், எங்கள் வீட்டில் என்ன போட்டோக்கள் இருந்தன? இரண்டும் குரூப் போட்டோக்கள். ஒன்று, அப்பாவுடன் அவருடைய மூன்று சகோதரர்கள் தலைப்பாகை, கோட்டு, டை எல்லாம் கட்டிக் கொண்டு வெறுங் காலோடு இருப்பார்கள். அதில் யார் என் அப்பா, யார் சித்தப்பா பெரியப்பா என்று தெரியாது. இன்னொரு போட்டோ ஐம்பது பேர் இருப்பது. இந்த இரண்டையும் சுவரில் மாட்டி வைப்பதில் என்ன பெருமை என்று நான் என்னையே கேட்டுக்கொண்டிருக்கிறேன். என் மாமா கல்யாணம் செய்து வைத்துவிட்டார். ஆனால், ஒரு கல்யாணப் போட்டோ வேண்டாமா? மீனா போட்டோகூட யாரோ உறவினர் என்று வீட்டுக்கு வந்தவர் எடுத்தது. அவர் ஒருவேளை தான் தங்கினார். சுமார் ஒரு மாதம் கழித்துக் குழந்தையின் போட்டோவை அனுப்பித்தார். அது ஒரு பிரதி. நான் அதை மிகவும் ஜாக்கிரதையாக வைத்திருக்க வேண்டும். நாங்கள் எல்லோரும் அம்மாவுடன் சேர்ந்து ஒரு போட்டோ எடுத்துக்கொள்ள வேண்டும்.

லட்சுமியின் வீட்டிலிருந்து கிளம்பி நாங்கள் நேராக எங்கள் வீடு திரும்பினோம். நான் மணியைக் கேட்டேன். "உனக்கு அடுத்த ஞாயிற்றுக்கிழமை லீவுதானே?"

"ஆமாம்."

"அப்போ நாம எல்லோரும் ஒரு ஸ்டுடியோவுக்குப் போய் போட்டோ எடுத்துக்கறோம்."

28

நான் பார்வதியை மணந்து எவ்வளவு ஆண்டுகள் முடிந்துவிட்டன! எங்களுக்கு ஒரு குழந்தை உண்டு என்பதைத் தவிர அவள் மனமகிழ நான் என்ன முயற்சி எடுத்துக்கொண்டிருக்கிறேன்? அமெரிக்கா போகும்போதுகூட எல்லாரிடம் விடை பெற்றுக்கொண்டேன், அவளிடம் ஒரு வார்த்தை பேசவில்லை. ஒரு கடிதம் எழுதியதில்லை. ஓயாமல் வீட்டுக்கும் குடும்பத்துக்கும் உழைப்பதைத் தவிர அவள் வேறு என்ன சுகம் கண்டாள்? ஆனால், இதெல்லாம் இப்போது தோன்றுவது எதனால்? அவளுக்குப் போட்டியாக வரப்போகும் இன்னொரு பெண்ணினால்.

அடுத்த ஞாயிற்றுக்கிழமை நாங்கள் எல்லோரும் எங்கள் பேட்டையிலேயே இருந்த போட்டோ ஸ்டுடியோவுக்குப் போனோம். நான் அதன் உரிமையாளரிடம் இரு நாட்கள் முன்னதாகவே சொல்லி வைத்திருந்தேன்.

போட்டோ எடுப்பவர் எங்களில் யார் உட்காருவது, யார் நிற்பது என்று தீர்மானித்தார். அம்மாவை மத்தியில் உட்கார வைத்துவிட்டால் இரு ஜோடிகளை ஒரேவரிசையாக வைத்தால் முகம் சிறிதாகப்போய், கடைசியில் பெண்கள் மூவரும் உட்காருவது. மீனா என் அம்மா மடியில், நானும் மணியும் அவரவர் மனைவியைத் தொட்டபடி பின்வரிசையில் நிற்க வேண்டும்.

"இது என்னடாது?" என்று அம்மா மறுப்புத் தெரிவித்தாள். அதற்குப் போட்டோக்காரரே

சமாதானம் கூறினார். "மாதாஜி, நான் சொன்னபடி போட்டோ எடுத்துக்கொண்டால் அது இருபது வருடங்கள் கழித்தும் சிறப்பாக இருக்கும். வெறும் கணவன் மனைவியை எடுப்பதானால்கூட மனைவியை உட்கார வைத்துவிட்டுக் கணவன் சற்றுப் பின்னால் நிற்கும்படி எடுப்போம். பிரமாதமாக இருக்கும். முதலில் நெட்டை குட்டை என்று தெரியாது. அதேபோல தடிமன் பரமஒல்லி தெரியாது. இதை இன்று எடுப்பது ஒரு தலைமுறைக்கு அழகாகவும் பொருத்தமாகவும் இருக்க வேண்டும்."

எல்லாரையும் உட்கார வைத்தபின் அவர் விளக்குகளை மாற்றி மாற்றி ஏற்றி அணைத்து, இடம் மாற்றி மும்முரமாக ஏற்பாடுகள் செய்துகொண்டிருந்தார். அது மூன்று கால்களில் பொருத்தப்பட்ட பெரிய கேமரா. அவர் தலை மீது கறுப்புத்துணி போர்த்துக்கொண்டு திரும்பப் திரும்ப கேமரா வழியாகப் பார்த்தார். இவ்வளவுக்கும் அவர் மூன்று பிரதிகள் கொடுத்தால் பத்து ரூபாய். ஆனால், அவர் வாங்கப் போகும் கட்டணம் பெரிதில்லை. படம் சிறப்பாக இருக்க வேண்டும்.

ஒரு வழியாக விளக்குகளை அமைத்து அணைத்தார். கேமரா வில் ஒரு புத்தகம் அளவுள்ள ஒரு பலகையைச் சொருகினார்.

"நான் லைட் போட்டு ஸ்டெடி என்பேன். அப்போது கண் சிமிட்டாமல் நீங்கள் அசையாது இருக்க வேண்டும்" என்றார்.

நாங்கள் அப்போதிலிருந்தே கண் கொட்டாமல் முழித்துக் கொண்டிருந்தோம். அவர் விளக்குகளை ஏற்றி 'ஸ்டெடி' என்றார். பிறகு கேமராவின் முன் பாகத்தில் இருந்த ஒரு கறுப்பு மூடியைத் திறந்தார். ஒரு கணத்திற்குப் பிறகு அதை மூடிவிட்டு, "தாங்க் யூ" என்றார்.

நாங்கள் பெரிய முற்றுகையிலிருந்து விடுபட்ட உணர்வோடு மூச்சுவிட்டோம்.

"வியாழக்கிழமை வாருங்கள். புரூஃப் காட்டுகிறேன். சனிக்கிழமை பிரதிகள் தருகிறேன்."

"அவ்வளவு நாட்கள் ஆகுமா?"

"ஆமாம். ஆனால், படம் நன்றாக இருக்கும்."

நாங்கள் வெளியே வந்தோம். இருட்டிவிட்டது. கடை விளக்குகள் பிரகாசமாக இருந்தன. பம்பாயே அதன் மின்வசதிக்குப் பெயர் போனது.

அம்மா கேட்டாள், "ஏண்டா, இவன் துலுக்கனா?"

“இல்லேம்மா. பார்ஸி. ரொம்பப் பழைய மதம். ஒருநாள் நான் அவங்க கோயிலுக்கு அழைச்சிண்டு போறேன். அது கொஞ்சம் தூரத்திலே இருக்கு. ஒரு டாக்சி வைச்சுண்டு போயிடுவோம்.”

“நீ அமெரிக்கா போய் வந்ததிலே நாங்க இந்த ஊரிலே இரண்டு மூணு இடம் பார்க்கறோம்.”

“முன்னேயேகூடப் போயிருக்கலாம். ஏன் போகலைன்னு எனக்கும் சொல்லத் தெரியலே.”

அந்த போட்டோக்காரர் ப்ரூஃப் என்று சொன்னதே நன்றாக இருந்தது. நான் பார்வதி முகத்தையே பார்த்துக்கொண்டிருந்தேன். நிறைய வெளிச்சம் போட்டு அவளையும் சிவப்பாக மாற்றி யிருந்தார், போட்டோக்காரர். எங்கள் வீட்டில் இரண்டாவது கோஷ்டி போட்டோ. என் அப்பாவும் கூடப் பிறந்தவர்களும் விறைத்துப்போன மாதிரி இருந்தார்கள். யார் யாரென்று அம்மாவுக்குத் தெரியாது. நாங்கள் இப்போது எடுத்துக்கொண்ட போட்டோவில் எல்லாருமே உற்சாகமாக இருந்தார்கள். அம்மா பார்வதிக்கு இரண்டாவது குழந்தை பிறக்கப்போவதாகச் சொன்னாள்.

29

வீட்டில் மூன்று பெண்கள். மீனாவையும் சேர்த்தால் நான்கு. நான் நினைத்துக்கொண்டதற்கு மேலாகவே வீடு கலகலவென்று இருந்திருக்கும். நான், மணி இருவருமே வாரத்தில் ஒரு நாள் வீட்டில் இருப்போம். அதுவும் எல்லா ஞாயிற்றுக்கிழமை களிலும் அல்ல.

வீட்டுச்செலவை எப்படிப் பங்கிட்டுக்கொள்வது? நான் மட்டுமே சம்பாதிப்பவனாக இருந்தபோது அம்மா சமாளித்துக்கொண்டாள். இப்போது மணிக்கும் உறுதிப்பட்ட உத்தியோகம். பெரிய எதிர்காலம் உண்டா? அதிகபட்சமாக ஃபோர்மன் பதவி வரை செல்லலாம். நானும் அப்படித்தான் இருந்திருக்க வேண்டும். ஆனால், சரளமான பேச்சு ஆங்கிலம் எனக்குக் கை கொடுத்தது. என்னை அமெரிக்காவுக்கு அனுப்பியது ஒரு குறிப்பிட்ட பயிற்சிக்குத்தான். ஆனால், நான் அங்கே போனவுடன் அது விரிவுபடுத்தப்பட்டுப் பொறியியலாளர் பரீட்சை வரை எடுத்துச் சென்றது. உலக யுத்தம் முடிந்து ஏராளமான அமெரிக்கர்கள் வீடு திரும்பிக்கொண்டிருந்தார்கள். அவர்களுக் கென்று விதிகள் தளர்த்தப்பட்ட தேர்வு முறைகள் எனக்கும் அளிக்கப்பட்டன.

ஒரு காலத்தில் என் தொழிற்சாலையிலேயே பலர் என் மீது பொறாமைகொண்டிருந்தார்கள். ஆனால், போகப் போக அது குறைந்துகொண்டு வந்தது. நான் யாரையும் உத்தரவிடவில்லை என்பதைத் தவிர அவர்கள் என்ன செய்ய வேண்டும் என்பதைத் தெளிவாகத் தெரியப்படுத்திவிடுவேன். லட்சுமியும்

என்னிடமுள்ள இந்தத் தெளிவைக் கண்டுகொண்டிருக்கிறாள். அது தெளிவா அல்லது ஒரு பிரச்சனையின் பல்வேறு பரிமாணங்களைப் பார்க்க இயலாமையா?

ஜானகி அவள் குடும்பத்தில் நவராத்திரி பண்டிகையைக் கொலு வைத்துக் கொண்டாடுவார்கள் என்று தெரிவித்தாள். ஐந்து படிகள் வைத்து பூஜை அலமாரியில் இருந்த சில விக்கிரகங்களையும் மீனாவின் பொம்மைகளையும் படிகளில் வைத்தோம். பம்பாயிலேயே எங்களுக்குத் தெரிந்த சில குடும்பங்களைப் பார்வதியும் ஜானகியும் கூப்பிட்டு வந்தார்கள். ஒரு மாலை நிர்மலா வந்திருந்தாள். ஒரு பாட்டுகூடப் பாடினாள். ஜானகியைவிட பார்வதிக்குத்தான் கொலு மிகுந்த பரபரப்பும் சந்தோஷமும் கொடுத்தது. என்னை மணந்தபின் அவளுக்கு எந்தப் பண்டிகையும் கொண்டாட வாய்ப்பில்லை. நான் சிறுவனாக இருந்தபோது மாமா வீட்டில் அதிகம் இருந்ததில்லை. தீபாவளிகூட மடத்து விடுதியில்தான்.

இந்த நவராத்திரியின்போது லட்சுமியின் தாயார் கூடை நிறைய பழங்களும் ஒரு பெரிய அட்டைப் பெட்டியில் தின்பண்டங்களும் ஐந்தாறு பொம்மைகளும் கொண்டு வந்தாள். நான் தொழிற்சாலைக்குப் போய்விட்டேன். மணியும் அவன் வேலைக்குப் போய்விட்டான். ஆதலால் அம்மா, பார்வதி, ஜானகி – இவர்கள்தான் அந்தக் குஜராத்தி அம்மாளை உபசரித்திருக்கிறார்கள்.

அவளுடைய விதவை மகள் அவளாகவே என்னைக் கணவனாக வரித்துக்கொண்டிருக்கிறாள் என்பதை லட்சுமியின் அம்மா வாய்விட்டுத் தெரிவிக்கவில்லை. ஆனால், அவள் என்னை மருமகனாகத்தான் உலகறிய நடத்தினாள். என் அம்மா ஒரு முறை சந்தேகப்பட்டிருக்கிறாள். அதை அதிகம் வளர விடாமல் அவளே பார்த்துக் கொண்டாள். நவராத்திரியை அடுத்து தீபாவளி. அப்போதும் லட்சுமியின் அம்மா இங்கே வருவாள், நிறைய பரிசுகள் எடுத்துக்கொண்டு.

நிர்மலாவை அழைத்துக்கொண்டு விநாயக் வந்தான். நிர்மலா இப்போது புடவையில் பெரிய பெண்ணாகத் தெரிந்தாள். அவள் பட்டப்படிப்புக்குச் சேர்ந்துவிட்டாள். ஏதோ ஒரு பரீட்சையை முடித்தால் பெண்கள் நேரடியாகப் பட்டப்படிப்பில் சேரலாம் என்று அப்போது பம்பாயில் ஒரு திட்டம் இருந்தது. இதெல்லாம் யார் போய் விசாரித்து வந்து யார் அவளைப் பெண்கள் கல்லூரியில் சேர்த்தார்கள்? விநாயக் நன்கு தெளிவடைந்தவனாக இருந்தான். முன்பு அவனிடம் எதிர்காலம் குறித்து இருந்த பயம்

இப்போது இல்லை. அவனுடைய வேலைத் தேர்ச்சிக்கு பரேலில் உள்ள எந்தத் துணி ஆலையிலும் சேர்த்துக்கொள்வார்கள். அவன் குடியிருந்த வீடுதான் எனக்கு வயிற்றைக் கலக்கியது. மதக் கலவரம் என்று வந்துவிட்டால் அந்த நான்கைந்து நாட்களுக்கு அட்டூழியம் செய்வதில் நல்லவர்கள் கெட்டவர்கள் கிடையாது. அதேபோல வீடு வாசல் உடைமைகள் இழந்து ரண, காயத்தோடு ஆஸ்பத்திரியில் கிடக்கவும் நல்லவர்கள் கெட்டவர்கள் என்று கிடையாது. அவனுடைய ஷால் முஸ்லிம் சேரிக்கு எதிரில் இருந்தது.

ஒரு வழியாக நவராத்திரி முடிந்தது. என் உறவினர்கள் தெரிந்தவர்கள் குழாம் பெரிதாகப் போயிருந்தது. மணியின் திருமணம் அவனுக்கு ஒரு அந்தஸ்து கொடுத்துவிட்டது. அவனுடைய மனைவியின் உறவினர்கள் என்று பம்பாயிலேயே இருபது குடும்பங்கள் இருந்தன. இதெல்லாம் ஒருவிதத்தில் மனநிறைவு கொடுத்தாலும் மனதில் ஒரு கோடியில் இவ்வளவு பேர் கூடிய விரைவிலேயே என் மீது விமர்சனம் செய்வார்களே என்று ஒரு வலியும் தோன்றியது.

30

தீபாவளி வந்தது. மணிக்குத் தலைதீபாவளி. அவனும் ஜானகியும் சென்னை சென்றார்கள். பார்வதியையும் கூப்பிட்டார்கள். பார்வதி போனால் அம்மா தனியாக இருப்பாள். அவளால் என்னையும் குழந்தையையும் பார்த்துக்கொள்ள முடியுமா? கடைசியில் மணி மீனாவை அழைத்துக்கொண்டு போனான். மூன்று பேராகப் போகிறார்களே என்று அம்மாவுக்குத் தோன்றியிருக்கும். ஆனால், வெளியே சொல்லவில்லை. எனக்குத் தீபாவளி யன்று காலையில் எங்கள் கம்பெனியின் அமெரிக்க டைரக்டர் டில்லிக்குப் போய்விட்டு வரச் சொன்னார். எங்கள் வண்டிக்கு ஒருவித ஸ்குரூ ஆணியும் நட்டும் அமெரிக்காவிலிருந்துதான் தருவிக்க வேண்டும். அது ஒரு டன்னுக்குக் குறைவாகவே இருக்கும். ஆனால், அது ஒரு விசேஷ முறையில், ஒரு குறிப்பிட்ட உலோகக் கலவை உருக்கில் செய்யப்பட்டிருக்க வேண்டும். தொழில் மற்றும் வர்த்தகத்துறை அமைச்சகத்தில் எங்கள் விண்ணப்பம் ஏன் மாதக் கணக்கில் ஆகியும் அனுமதி வரவில்லை என்று விசாரித்து வரவேண்டும் அப்போது ஹிருதயநாத் கட்ஜூ என்பவர் அமைச்சராக இருந்தார்.

நான் டில்லிக்குப் போன நேரம் அங்கு குளிர் ஆரம்பித்துவிட்டது. அங்கே ஜன்பத் என்னுமிடத்தில் நடைபாதையிலேயே விதவிதமான கம்பளி ஸ்வெட்டர்கள் குவித்து வைத்திருந்தார்கள். இன்னும் லட்சக்கணக்கான அகதிகள் கூடாரங்களில் இருந்தார்கள். பெரிய பெரிய கம்பெனிகள் நூற்றுக் கணக்கில் இந்த ஸ்வெட்டர்களை வாங்கி அகதிகளுக்கு விநியோகம் செய்தார்கள்.

நான் டில்லி சென்ற அடுத்த நாள்தான் அரசு அலுவலகத்துக்குப் போனேன். மராத்திக்கும் இந்திக்கும் பெரிய வித்தியாசம் இல்லை. அமைச்சரைப் பார்க்க முடியாது, பார்த்தும் பிரயோசனம் இல்லை என்று தெரிந்தது. இந்தியா விடுதலைபெற்று இரு ஆண்டுகள் ஆகின்றன. ஆனால், விதேசிகள் மீது இருந்த தயக்கம், வெறுப்பு இன்னும் இருந்தன. அதே நேரத்தில் ஒரு மயக்கமும் இருந்தது.

ஒரு டன் உதிரிப் பாகங்களை இறக்குமதி செய்ய நான் அமைச்சரின் காரியதரிசியைப் பார்க்க வேண்டியிருந்தது. அவர் ஐ.சி.எஸ். ஆங்கிலேய ஆட்சி இருந்தபோதே பல பெரிய பதவி களை வகித்தவர். மிகவும் திறமைசாலி என்றும் பெயர்வாங்கியவர். ஐம்பத்தொன்று வயது. நான்கு ஆண்டுகளில் ஓய்வு பெற வேண்டும்.

அவர் உதவியாளர் அறையில் நான் காத்துக்கொண்டிருக்கும் போதே அவர் உரத்த குரலில் யாரையோ திட்டுவது கேட்டது. இவ்வளவு உயர்பதவியில் இருக்கும் ஒரு நபர் தன் கோபதாபங் களை வெளிக்காட்டிக்கொள்ளலாமா? நானும் என் கம்பெனி யில் நான்காவது ஐந்தாவது இடத்தில் இருப்பவன். எனக்கும் சுருக்கெழுத்து தட்டச்சு புரிய உதவியாளர் உண்டு. நான் ஒரு நாட்டின் தலையெழுத்தை நிர்ணயிக்கும் அதிகாரம் பெற்றவ னில்லை. ஆனால், என் கம்பெனி விற்கும் ஒவ்வொரு வண்டிக்கும் என் கம்பெனி சரிபார்த்து அனுப்பும் ஒவ்வொரு வண்டிக்கும் பொறுப்பு உள்ளவன். அவ்வண்டிகளில் பயணம் புரியும் மக்களின் உயிர்களுக்கு உத்தரவாதம் தருபவன்.

அந்த அமைச்சரின் செகரட்டரியை நான் பார்க்கும் நேரம் வந்தது. நான் உள்ளே சென்றேன். பெரிய அறை. பெரிய பெரிய ஜன்னல்கள். பெரிய கூரை விசிறி கன வேகமாகச் சுழன்றுகொண் டிருந்தது. அங்கிருந்த காகிதக் கட்டுகளின் நடுவில் அதிகாரி எங்கே இருக்கிறார் என்று நான் கண்டுகொள்ள ஓரிரு கணங்கள் ஆகின.

“உன் பிரச்சனை என்ன?” என்று காரியதரிசி கேட்டார்.

“தரமேற்றப்பட்ட போல்ட் நட் இறக்குமதி செய்ய வேண்டும். இப்போதெல்லாம் அனுமதி கிடைக்கத் தாமதமாகிறது.”

“தாமதமெல்லாம் தலைவால் எல்லாம் சுத்த முட்டாள்களாக உள்ளவர்களால். வெறுமனே ஊர் ஊராகச் சுற்றி வந்தால் போதுமா?”

“எங்களுக்குத் தேவை ஒரு டன்தான்.”

"ஒரு டன் தயாரிக்கப்பட்ட பொருள் இறக்குமதி செய்யவா அரசு அனுமதி? உன் காகிதங்கள் எங்கே?"

"எங்கள் விண்ணப்பம், விண்ணப்பம் புரியும்போது இறக்குமதித் தீர்வு கட்டிய ரசீது எல்லாம் உங்கள் இலாகாவில் இருக்கிறது. நகல்கள் நான் கொண்டு வந்திருக்கிறேன்."

"எங்கே?"

நான் என் காகிதக் கட்டைக் காட்டினேன். அவர் அதன் மீதிலேயே 'உடனே அனுமதி' என்று எழுதினார்.

"உங்கள் இலாகாவுக்கு இது தெரிய வேண்டும்."

அவர் ஒரு பொத்தானை அழுத்தினார். அது வெளியே அலறியது.

ஒரு அதிகாரி அடித்துப்பிடித்துக்கொண்டு உள்ளே வந்தார்.

காரியதரிசி அவரைப் பார்த்துக் கத்தினார்: "ஏன் இந்த விஷயத்திற்கு உடனே அனுமதி தரவில்லை?"

"இறக்குமதி, அதிலும் டாலர் இறக்குமதி என்றால் அமைச்சர் ஒப்புதல் தர வேண்டும், சார்."

"கப்பல் நிறைய சாமானுக்கு ஒப்புதல் வேண்டும். ஒரு டன்னுக்குக் கூடவா?"

"நீங்கள் அனுமதி கொடுத்துவிடலாம்."

"அந்த மடையனுக்குத் தெரியுமா, வண்டியிலே இந்த ஒரு பாகம் இல்லாமல் நின்றுபோய்விடும்னு. இவர் விண்ணப்பம் எங்கே?"

"இதோ கொண்டு வருகிறேன்."

காரியதரிசி என் முன்பே சம்மதம் என்று கையெழுத்திட்டார். "பிரிட்டிஷ் காலத்தில் இந்தச் சர்வசாதாரண விஷயங்கள் ஒரு தடையில்லாமல் நடக்கும். பெரிய யுத்தம் நடக்கும்போதுகூட உதிரிப் பாகங்களை எப்போதும் நிறுத்தியதில்லை. இப்போது வெள்ளைக் குல்லாய்க்காரர்கள். குல்லாய் போட்டுக்கொண்டால் மடத்தனம் போய்விடும் என்று நினைக்கிறவர்கள். இவர்கள் கையில் அதிகாரம். நீ போகலாம்."

நான் வந்த காரியம் நிறைவேறிவிட்டது. ஆனால், எனக்கு அந்தக் காரியதரிசி பற்றிக் கவலை வந்தது. அவர் தமிழ்ப்

பெயர் கொண்டிருந்தார். இருபதே வயதில் இங்கிலாந்து சென்று மிகவும் கடினமான தேர்வுகளை எழுதியிருக்கிறார். ஆங்கிலேயர்கள் இந்தியர்களுக்கு என்று சில கடும் நிபந்தனைகள் விதித்திருந்தார்கள்.

அந்தக் கடுமையான நிபந்தனைகள், ஆங்கிலேய மாணவர்களுக்கு உள்ள சலுகைகள் இந்தியர்களுக்கு ரத்து செய்வது எல்லாவற்றையும் மீறிச் சில இந்தியர்கள் ஐ.சி.எஸ். தேறி பெரிய பதவிகளில் அமர்த்தப்பட்டார்கள். இந்த அதிகாரி குறைந்தது முப்பது ஆண்டுகள் பணிபுரிந்திருப்பார். இப்போது புது ஆட்சியாளர்கள். ஆங்கில ஆட்சியாளர்கள் அவரை நடத்தின மாதிரி இவர்களும் நடத்துவார்கள் என்று கூற முடியாது. நானே பல அமெரிக்கர்கள் படுமுட்டாள்களாக இருப்பதைக் கண்டிருக்கிறேன். ஆனால், யாரையும் தூக்கி எறிந்து பேசலாமா? அதுவும் இந்த மனிதர் பிரதம மந்திரியே ஒரு முட்டாள் என்பது போல வெளிப்படையாகக் கத்திப் பேசுகிறார். இந்தக் குணம் உடையவர்கள் முப்பது ஆண்டுகள் அரசுத்துறையில் பணி பார்த்தது ஆச்சரியந்தான்.

நான் பம்பாய் திரும்பியவுடன் எனக்கு அமோக வரவேற்பு. அமெரிக்க டைரக்டர் நான் இனிமேல் தொழிற்சாலை மேற்பார்வை வேண்டாம், நிரந்தரமாக நிர்வாகத்தில் ஒருவனாக இருக்க வேண்டும் என்று கூறினார்.

நான் இரவு சாப்பிடும்போது அம்மாவிடம் விவரத்தைச் சொன்னேன். பார்வதி, "அப்போ நிறைய சம்பளம் தருவாளா?" என்று கேட்டாள். இவ்வளவு நாட்கள் குடும்ப வாழ்க்கையில் அவள் என்னை நேருக்கு நேர் சம்பளம் பற்றிப் பேசுவது இதுதான் முதல் தடவை.

"சம்பளம் என்ன, கார்கூடத் தரேன்னு சொன்னார். நான் கார் வேண்டாம்னுட்டேன்."

"ஏண்டா?"

"அம்மா, நான் யோசிச்சுப் பார்த்தேன். காரை எங்கே வைக்கிறது? பம்பாய்லே ஆபீஸ் போறவா யாரும் கார்லே போறதில்லை. பம்பாய் மாதிரி எலெக்ட்ரிக் ட்ரெய்ன், பஸ், டிராம் எந்த ஊர்லேயும் இல்லே. நான் அமெரிக்காவிலேகூட இவ்வளவு வசதியான ரயில் டிராம் பார்க்கலே. அங்கே எதுக்கும் ஏகமா நடக்கணும். குளிர், பனி, மழை எல்லாத்தையும் தாங்கிண்டு நடக்கணும். அப்போத்தான் ஒரு ஸ்டேஷன் வரும்."

"காரை யாராவது வேண்டாம்னு சொல்லுவாளா?"

"அம்மா, அது நம்ம காராயிருந்தால் பரவாயில்லை. ஆபீஸ் கார்."

"உங்களுக்கு ஓட்டத் தெரியுமா?"

"எனக்கே கம்பனி ஒரு கார் கொடுத்திருந்தது. அமெரிக்கா விலே கார் ஓட்டத்தெரியாம இருக்க முடியாது. ஆனா அங்கே எல்லாம் தூரம். கடைகள் இருக்கிற இடத்திலே வீடு இருக்காது. நான் வாரம் ஒரு தடவை போய் சாமானை வாங்கிண்டு வருவேன்."

என் அமெரிக்க வாழ்க்கை பற்றி நான் அம்மாவிடமும் பார்வதியிடமும் சொல்ல மூன்று மாதங்களாகியிருக்கிறது.

"அந்த ஐ.சி.எஸ். நம்ம பக்கத்து மனுஷன். அவருக்கு எப்படி ஒரு குணம் வந்ததுன்னு தெரியலை. அது நல்லதில்லை."

31

புது வருடம் 1949 பிறந்துவிட்டது. பொறுப்பாக அம்மா இருந்ததில் இரு மருமகள்களும் இணைந்து வீட்டு வேலைகளைச் செய்தார்கள். பார்வதிக்கு முதல் பிரசவம் ஆனதே தெரியாதபடி அவ்வளவு சுலபமாக நடந்துவிட்டது. சுலபம் என்பது மற்றவர்களுக்குத்தான். அவள் என்ன பாடுபட்டாளோ, யாருக்குத் தெரியும்? யாரிடம் சொன்னாள்? குழந்தை ஆறு பவுண்டு இருந்தது என்பதெல்லாம் பின் எப்போதோ யாரோ பேசி நான் தெரிந்துகொண்டேன். நான் மருத்துவமனையில் அவளைச் சேர்க்கும்போது அம்மாகூடச் சென்று ஒரு காகிதத்தில் கையெழுத்திட்டதோடு சரி. அந்த மருத்துவமனையில்தான் விநாயக் அப்பா மாஸ்டர் இறந்தார் என்று மணி ஒரு முறை தப்பித் தவறிச் சொல்லிவிட்டான். உடனே அந்த இடமே நிசப்தமாயிற்று. அவனே புரிந்துகொண்டு அகன்று விட்டான்.

அவன் சொன்னாலும் அன்று அந்த அரசு மருத்துவமனை அங்கே சுற்றியுள்ள குடியிருப்பு களுக்கு மருத்துவம் செய்துகொள்ளும் இடமாக இருந்தது. எல்லாவித நோயாளிகளும் அங்குதான் வந்து குவிவார்கள். பெரிய பெரிய ஹால்களாக நிறைய இருந்தன. ஏழை பணக்காரன் என்ற வித்தியாசம் தெரியாமல் ஒவ்வொரு ஹாலிலும் நாற்பது ஐம்பது பேர் படுத்திருப்பார்கள். பிரசவம் நெருங்கிவிட்டால் அந்தப் பெண்ணை வேறெங்கோ

கொண்டு சென்றுவிடுவார்கள். நான் பார்வதியை அங்கு அனுமதிக்கச் சென்றபோது இரண்டு மூன்று நர்ஸ்களும் வேறு மூன்று நான்கு உதவியாளர்களும் இருந்தார்கள். என் கண்ணுக்குத் தெரிந்து யாருக்கும் யார் மீதும் குறையிருந்ததாகத் தெரியவில்லை. விநாயக்கின் அப்பாவின் உடலை வைத்திருந்த இடம் வேறொரு கட்டடம். எனக்காகத் தெரியாது. நான் ஒரு முறை குளிர் சுரம் வந்து ஒரு நாள் அந்த ஆஸ்பத்திரியில் இருந்தேன். அப்போது மணி சொன்னான். மணி நிறைய நாட்கள் இருந்திருக்கிறான். ஆனால், நான் போய்ப் பார்த்ததில்லை. எல்லாம் அம்மாவும் பார்வதியும். பார்வதி கைக்குழந்தையையும் எடுத்துப் போவாள். அமெரிக்காவில் குழந்தைகளை நோயாளிகளைப் பார்க்க விடவே மாட்டார்கள். ஏகப்பட்ட கட்டுதிட்டங்கள் இருந்தாலும் அங்கு மக்கள் நோய்வாய்ப்பட்டனர், இறந்தனர்.

பார்வதிக்குப் பிரசவம் சிரமப்படுமென்று தெரியவந்தது. நிறைய நட, நிறைய தண்ணீர் குடி, நிறைய வீட்டு வேலை செய் என்றெல்லாம் புத்திமதி கூறினார்கள். சமையல் வேலை என்றால் அம்மா அல்லது பார்வதி. ஜானகி நன்றாகச் சமைத்தாள். ஆனால், இரு தினங்களுக்கு மேல் அவளைச் சமையல் புரியச் சொல்லவில்லை.

அம்மாவுக்கு இம்முறை குழந்தை ஆணாக இருக்க வேண்டு மென்று ஆசை. அதே நேரத்தில் என்ன குழந்தையாக இருந்தால் என்ன, பார்வதி பெத்துப் பிழைக்கவேண்டுமே என்றும் இருந்தது. அவர்கள் குடும்பத்தில், மாமியார் தங்கைக்குக் குழந்தை வயிற்றில் புரண்டு தாய் சேய் இருவரும் மரணம். அப்போது மயக்க மருந்து தரமாட்டார்கள். சிஸேரியன் அறுவை சிகிச்சை பற்றி நினைக்கக்கூட மாட்டார்கள். பிரசவிக்கும் இரண்டு நாள் மூன்று நாள் தவித்துப் போய் உயிரைவிடும்.

முதல் முறையாக எனக்கும் பார்வதி பற்றிக் கவலை வந்தது. எங்கள் கல்யாணம் வலுக்கட்டாயமான கல்யாணம் என்று கூற முடியாது. தெரிந்தவர்கள். என் அம்மாவின் சொந்த அண்ணா. ஆனால், இது நாள் வரை நான் அவள் ஏதோ குடும்பத்திற்குள் புகுந்துகொண்டவள் போல நடத்தியிருக்கிறேன். ஒரு விஷயம் சொன்னதில்லை, ஒரு வார்த்தை அன்பாகப் பேசியதில்லை. இரண்டு ஆண்டுகள் வெளிநாட்டில் இருந்திருக் கிறேன், அவளுக்கு ஒரு கடிதம் எழுதியதில்லை. ஊரிலிருந்து வரும்போது என்ன பரிசும் வாங்கிவரவில்லை. என் சின்னக் குழந்தைக்குக்கூட விமானத்தில் இனாமாகக் கொடுத்த

சாக்லேட்டைக் கொடுத்தேன். மணிக்கு ஒரு ஷர்ட், ஒரு பேனா, ஒரு கைக்குட்டையாவது வாங்கி வந்திருக்கலாம். இல்லை. யாருக்கும் ஒரு பரிசும் இல்லை. என் படிப்பு எனக்கு இப்போது தான் ஆரம்பமாகிறது. என்னை அறியாமல் நான் வடிகட்டின சுயநலவாதியாக இருந்திருக்கிறேன். என் மனதில் என்னைப் பற்றிய எண்ணங்கள்தான் இருந்திருக்கின்றன.

நான் விநாயகரை வேண்டிக்கொண்டேன். பார்வதி அதிக சிரமப்படாமல் பிரசவிக்க வேண்டும். உன் கோயிலுக்கு அவளையும் குழந்தையையும் அழைத்துக்கொண்டு வருகிறேன்.

32

அம்மாவுக்கு ஆச்சரியம். நான் அதிக நேரம் குடும்பத்துடன் செலவழிக்கிறேன். ஒவ்வொரு ஞாயிற்றுக்கிழமையும் டாக்சி அமர்த்தி பம்பாயின் வெவ்வேறு இடங்களுக்கு அழைத்துச் சென்றேன். எங்கள் வீட்டருகே இருந்த அனுமான் கோயில் தவிர மகாலட்சுமி கோயில், சித்தி விநாயகர் கோயில் என்றிருந்த ஒரு குட்டிக் கோயிலுக்கும் அழைத்துச் சென்றேன். வஜ்ரேஸ்வர்ய நித்யானந்த ஆசிரமத்துக்கு அழைத்துச் சென்றேன்.

பார்வதி மகிழ்ச்சியுடன் இருந்தாலும் உள்ளூர ஒரு பயம் இருப்பது தெரிந்தது. குழந்தை வயிற்றில் சரியாக நகரவில்லை. ஆஸ்பத்திரியில் நான் டாக்டரிடம், "எக்ஸ்ரே எடுத்துப் பார்க்கலாமா?" என்று கேட்டேன்.

"வேண்டாம். அது இன்னும் கெடுதல். எட்டாம் மாதம் வரட்டும். பார்க்கலாம்" என்றார்.

எனக்கு பம்பாயிலிருந்தே வேறு சில கம்பெனி களிலிருந்து அழைப்பு வந்தது. இரட்டிப்புச் சம்பளம், கார், வீடு எல்லாம் தருகிறோம் என்றெல்லாம் அழைப்புகள். என்னை நம்பி நான் பணிபுரிந்த கம்பெனி என்னை அமெரிக்கா அனுப்பித்துப் பயிற்சி அளித்து ஒரு பட்டமும் பெற்றுத் தந்திருக்கிறது. எனக்கு அதற்குத் துரோகம் விளைவிக்க மனதில்லை.

துரோகம்! நான் இப்போது சரியாக இருக்கிறேனா? இப்போதே துரோகம் புரிந்து கொண்டிருப்பவனல்லவா? என்னை அவ்வப்போது இது உறுத்தினாலும் இதை மறக்கடிப்பது போல

ஃபேக்ட்ரியிலும் சரி, குடும்பத்திலும் சரி, எப்போதும் ஏதாவது பரபரப்பான செயலில் ஈடுபட்டிருந்தேன். லட்சுமியின் அம்மா பணம் கட்டி டெலிபோன் வைத்துத் தருகிறேன் என்றார். நான் தீர்மானமாக முடியாது என்றேன். இதில் அவளுக்குச் சிறிது வருத்தம்தான்.

லட்சுமியே கடிதம் எழுதியிருந்தாள். என்னைப் பலர் விசாரித்ததாகச் சொன்னாள். டெட்ராய்ட் சமண உணவகத்தின் உரிமையாளர் நான் மீண்டும் வருவேனா என்று விசாரித்திருக்கிறார். தென் இந்தியாவிலிருந்து விசேஷமாக சாம்பார்ப் பொடி தருவித் திருக்கிறார். அமெரிக்கா என்னதான் குளிர் நாடானாலும் மிளகாய்ப் பொடி இரண்டு மூன்று மாதங்களுக்குள் மாறிப் போய் விடும். வீட்டில் சொல்லிவிட்டீர்களா என்று கேட்டிருந்தாள். எனக்குச் சங்கடம் என்றால் அவளுடைய அம்மாவை விட்டுப் பக்குவமாகச் சொல்லச் சொல்கிறேன் என்றும் எழுதியிருந்தாள்.

நான் வேலைக்கென்று புனாவுக்குப் போனதிலிருந்து விதவிதமான சூழ்நிலைகளைச் சந்திக்க வேண்டியிருந்தது. ஆனால், குடும்பமாக எப்போதும் இருந்ததால் உணவு ஒரு பிரச்சனையாக இருந்ததில்லை. அதை உணரத்தான் நான் அமெரிக்கா சென்றேனோ? இந்த மிளகாய்ப் பொடிதான் எப்பேர்ப்பட்ட கண்டுபிடிப்பு! உலகில் எது எதற்கோ கண்டு பிடிப்புக் காகப் பரிசு தருகிறார்கள். தென்னிந்திய உணவில் உள்ள அரிய கண்டுபிடிப்புகளை யாராவது நினைத்துப் பார்த்திருக் கிறார்களா? மிளகாய் எங்கோ தென் அமெரிக்காவிலிருந்து இந்தியாவுக்குப் பரவியது என்கிறார்கள். ஒரு மிளகாயை வைத்து எவ்வளவு விதவிதமான உணவு வகைகளை இந்தியாவில் கண்டுபிடித்திருக்கிறார்கள்!

மிளகாய்ப் பொடியினால் நான் என் உணவு விருப்பங்களை ஒதுக்கி வைக்க வேண்டியிருந்தது. சமண சைவச் சமையல் ஓரளவு பழக்கப்பட்டது போன்ற ருசியைக் கொடுக்கும். ஆனால், அதுவும் அலுத்துவிட்டது.

குழந்தை மீனாவை ஏதாவது குழந்தைகள் பள்ளியில் சேர்க்கலாமா என்று என்னிடமும் அம்மா கேட்டாள். அடுத்த ஆண்டு பார்த்துக்கொள்ளலாம் என்று சொன்னேன். அவளுக்குப் பார்வதி, ஜானகி இருவரும் எழுத்துகளையும் எண்களையும் சுட்டிக்காட்டி அடையாளம் சொல்லச் சொன்னார்கள். இதெல்லாம் நானும் மணியும் வீட்டில் இல்லாத போதுதான்.

வீட்டில் திடீர் திடீரென்று ஜானகி உறவுக்காரர்கள் வந்து விடுவார்கள். என்னுடைய உறவுக்காரர்கள் யாரும் தஞ்சாவூர் ஜில்லாவை விட்டு வெளியேற மனமில்லாமல் இருந்தார்கள்.

ஆனால், சென்னைக்காரர்களுக்கு ஒரே ரயில். அங்கு ஏறினால் பம்பாய் வந்துவிடலாம். ஒரே ஒருமுறை மணி பம்பாய் தாதர் நிலையத்துக்கு அவர்களைப் பார்த்து அழைத்துவரச் சென்றிருந் தான். ஆனால், அடுத்த முறை செல்லவில்லை. வயதான ஒரு தம்பதிக்குத் துவாரகா போக வேண்டும். பம்பாயில் இறங்கி அவர்களாகவே எங்கள் வீட்டைத் தேடிப் பிடித்து வந்தார்கள். அவர்கள் வந்த வேளை வீட்டில் நானும் இல்லை, மணியும் இல்லை. பகல் ஒரு வேளை சாப்பிட்டிருப்பார்கள். பொழுது சாய்வதற்கு முன்பே கிளம்பிவிட்டார்கள். எனக்குச் சிறிது வேதனையாக இருந்தது.

பம்பாய் நகரம் விரிவுபடத் தொடங்கியது. கல்யாண் என்ற ஊர் வரை மின்சார ரயில்கள் ஓடியதால் சிலர் புறநகரப் பகுதிகளில் வீடு வாங்கி வசிக்கப் போனார்கள். ஜனவரி முதல் தேதி பக்கத்து வீட்டுக் கிருஷ்ணன் கார் ரோடு என்ற பகுதிக்குக் குடிபெயர்ந்தார். அந்த மனிதன் காலி செய்த பிறகு தான் எங்களுக்குத் தெரிந்தது. நான் படேலிடம் போய் அந்த இடத்தையும் எங்களுக்குத் தர முடியுமா என்று கேட்டேன். "அது உன் இடம் இல்லையப்பா. அந்த மனிதன் பொல்லாத ஆள். என்னிடம் மூவாயிரம் கேட்டான். தரவில்லை என்றால் வீட்டைப் பூட்டிவிட்டுப் போவேன் என்றான். அவனிடம் பேரம் பேசி என் வீட்டுக்கு நானே இரண்டாயிரம் ரூபாய் கொடுத்து வசப்படுத்திக்கொண்டேன். உனக்கு ஒரு உறுதிமொழி தருகிறேன். உன் வாடகை உயராது. பக்கத்து வீட்டுக்காரர்கள் ஜெயின்கள். வெங்காயம்கூடச் சேர்த்துக்கொள்ள மாட்டார்கள். போதுமா?" என்றார்.

படேல் சிறிது தளர்ந்து காணப்பட்டார். இரு மாதங்களில் உடல்நிலை இவ்வளவு பாதிக்கப்படுமா? நான் ஐந்தாறு ஆண்டு களாக அவருடைய வீட்டில் குடியிருக்கிறேன், எண்ணிப் பத்து முறைதான் பார்த்திருப்பேன். அம்மா மாதா மாதம் வாடகையைக் கொடுத்துவிட்டு அப்படியே ஆஞ்சநேயர் கோயிலுக்குப் போய்விட்டு வருவாள். அமெரிக்காவிலிருந்து திரும்பியதிலிருந்து அந்தக் கோயிலுக்குப் போய்விட்டு வா என்று அம்மா பலமுறை சொல்லியிருப்பாள். நானும் பம்பாயெல்லாம் அவர்களையும் அழைத்துக்கொண்டு சுற்றியிருக்கிறேன், இங்கே பக்கத்தில் நடந்துபோகும் தூரத்தில் உள்ள கோயிலுக்குப் போகவில்லை. ஏன் சில எளிய காரியங்கள் நிறைவேறாமல் போய்விடுகின்றன?

எனக்குத் தெரியாமல் போகவில்லை. மனதில் பெரிய இரகசியத்தை ஒளித்து வைத்துக்கொண்டால் எதுதான் ஒழுங்காகச் செய்ய முடியும்?

33

அம்மாவும் நானும் பயந்தது நடந்துவிட்டது. சிறுவர்கள் இருவர் கைகலப்பால் விநாயக் இருந்த இடத்திற்கு எதிரில் இருந்த சேரியில் பெரிய கலவரம் நடந்தது. ஏகப்பட்ட குடியிருப்புகள் தீக்கிரையாக்கப் பட்டன. நூற்றுக்கும் மேற்பட்டோருக்குப் படுகாயம். அந்த இடத்தில் நூற்றுக்கணக்கான போலீஸ்காரர்கள் துப்பாக்கிச் சூட்டினால்தான் அமைதி திரும்பியது. விநாயக் வீடு தாக்கப்பட்டது. நிர்மலா முன்னதாகவே எங்கள் வீட்டுக்கு வந்துவிட்டாள். ஆனால், விநாயக் மாட்டிக்கொண்டான். பலத்த காயங்களுடன் அவன் ஆறு மைல் தள்ளியிருந்த ஒரு பெரிய ஆஸ்பத்திரிக்கு எடுத்துச் செல்லப்பட்டிருக்கிறான். இது தெரிய எங்களுக்கு இரு நாட்களாகிவிட்டது. ஒரு மாதம் ஆஸ்பத்திரியில் இருக்க வேண்டும், காயங்கள் ஆறினாலும் ஒரு கால் பயனில்லாமல் போய்விடும். இளம் வயதானபடியால் கைத்தாங்கிக் கட்டை வைத்துக்கொண்டு சமாளிக்க வேண்டும். ஒரு நல்ல செய்தி, அவனை ஃபேக்ட்ரி தொடர்ந்து பணிபுரியலாம் என்று சொல்லிவிட்டது.

எனக்கு விநாயக்கைப் பார்க்க மிகவும் பரிதாபமாக இருந்தது. பயில்வானாக இருந்தவன் இப்போது நொண்டியாகிவிட்டான். அவனுடைய தங்கை நிலைகுலைந்து ஒரு மாதமாகக் கல்லூரி போகவில்லை.

நான் மீண்டும் படேலிடம் சென்றேன். "நீ வர மாட்டாயே? உன் அம்மாதான் இந்த மாதமும் வாடகை கட்டிவிட்டுப் போனாள்."

“நீங்கள் பெரியவர். எனக்காக ஒரு உதவி செய்ய வேண்டும்.”

“முடியும் என்றால் செய்கிறேன்.”

“அந்தக் கிருஷ்ணன் இருந்த இடம் காலியாகத்தானே இருக்கிறது. நீங்கள் எனக்குத் தரவேண்டாம். ஆனால், என் தம்பியின் நண்பனுக்குக் கேட்கிறேன். போனவாரம் நடந்த கலவரங்களில் அவன் வீட்டை எரித்துவிட்டார்கள்.”

“அவன் ரௌடியா?”

“அதெல்லாம் இல்லை. அவன் துணி மில் தொழிலாளி. எங்கள் குடும்பத்துக்கு மூன்று நான்கு வருடங்களாக அவனும் அவன் தங்கையுமாக மிகவும் உதவியாக இருந்திருக்கிறார்கள்.”

“உனக்கு உறவா?”

“இல்லை. அவன் மராட்டி.”

“மராட்டியா? முடியாதப்பா. வந்துவிடுவார்கள். அப்புறம் வீடே என்னுடையது என்பார்கள்.”

“இவன் அப்படி இல்லை.”

“இதோ பார், சுந்தர். உன் உறவு என்றால் சொல்லு. இப்போது மதராஸிகளுக்குக்கூடத் தர பயமாக இருக்கிறது.”

அம்மாவும் மிகவும் கவலைப்பட்டாள். கடைசியில் அவன் இன்னொரு சேரியில்தான் குடிபோக வேண்டியிருந்தது.

நான் பம்பாயில் குடிவந்தபோது எவ்விதத் தயக்கமுமின்றி வீட்டுச் சொந்தக்காரர் வீட்டைக் கொடுத்தார். தமிழ்க்காரர்கள் வீட்டைச் சரியாக வைத்துக்கொள்வார்கள் பேச்சுக்குக் கட்டுப்படு வார்கள் என்று பெயர் பெற்றிருந்தார்கள். கிருஷ்ணன்கூட வீட்டுச் சொந்தக்காரரே போய்க் கேட்டபோது பதில் சொன்னான்.

ஓர் அறையைக் காலி செய்து கொடுத்தான். விநாயக் மிகவும் நாணயமாக நடந்துகொள்வான். ஆனால், படேலை எப்படி நம்ப வைப்பது? அவன் எல்லா மராட்டிக்காரர்கள் போல வாக்குவாதம் செய்வான் என்றுதான் அவர் நினைப்பார்.

34

விநாயக்கும் நிர்மலாவும் சற்றுத் தூரத்துக்குப் போய்விட்டது எனக்கும் வருத்தம் தந்தது. முன்பு நடந்து செல்லும் தூரத்தில் இருந்தபோது அப்படி யொன்றும் தினம் நாங்கள் சந்தித்துக்கொள்ளவில்லை.

ஏப்ரல் இறுதியில் லட்சுமி வந்துவிடுவாள். இந்த நினைவு என்னைக் கலங்கவும் வைத்தது; மகிழ்ச்சியும் அளித்தது. எவ்வளவு நம்பிக்கையுடன் என்னை அவள் குடும்பத்தில் ஒருவனாக ஏற்கச் செய்திருக்கிறாள்!

நான் மீண்டும் டில்லி போக வேண்டியிருந்தது. இம்முறை அமெரிக்காவிலிருந்து அதிக முதலீடு பெறுவதற்கு அனுமதி பெறுவதற்காக. டில்லி சென்றவுடன் நான் தொழில் வர்த்தக இலாகாவுக்குச் சென்றேன். எனக்கு உதவிய ஐ.சி.எஸ். அதிகாரியைத் தற்காலிகப் பதவி நீக்கம் செய்திருந்தார்கள். எவ்வளவு மேதாவியாக இருந்தால் என்ன, வாயடக்கம் வேண்டும். நாடு புதிய ஆட்சியில் என்று உணராதபடி வாய்விட்டுப் பேசியதுதான் உண்மைக் காரணம்.

நான் சென்ற காரியம் வெற்றிகரமாக நடந்தது. டில்லியில் எனக்குப் பல புது நண்பர்கள் கிடைத் தார்கள். அநேகமாக எல்லாருமே அரசு அதிகாரிகள். இருவர் பாலக்காட்டுக்காரர்கள். ஒருவர் அவர் வீட்டுக்கு அழைத்து இரவு உணவு அளித்தார். அவருடைய மகன் ஹார்வார்ட் பல்கலைக்கழகத்தில் படித்துவந்தான். நான் லட்சுமி பற்றி விசாரித்தேன். அவர் கேட்டுச் சொல்கிறேன் என்றார். அப்புறம் "அது ஒரு சமுத்திரம்" என்றார்.

என் முதல் டில்லிப் பயணம்போது எனக்கு உதவிய ஐ.சி.எஸ். அதிகாரி பற்றி விசாரித்தேன்.

அவர்மீது ஊழல் புகார் செய்து உண்மையில் அதை நிரூபிக்க முடியவில்லை. கடைசியில் முந்நூறு ரூபாய் பெற்றதற்காக ஆறு மாதம் சிறை எனத் தீர்ப்பு வந்தது. இதை எதிர்த்து அந்த அதிகாரி மேல் மனுச் செய்தார். அதில் அவர் தண்டனை அதிகப்படுத்தி இரு ஆண்டுகளாகக் கிடைத்தது.

“மந்திரிகளை எதிர்த்துக்கலாமா? இது இப்போத்தான் சுதந்திரம் அடைந்திருக்கு. எல்லா மந்திரிக்கும் எல்லாம் தெரியாது. ஆனால், இரண்டு மூணு வருஷத்திலே எல்லாருமே நிபுணர்கள் ஆகிவிடுவாங்க. எல்லாருமே பெரிய பெரிய பரீட்சைகள் தேறியும் தேசத்துக்காக வருஷக் கணக்கிலே ஜெயில்லே இருந்திருக் காங்க. இதெல்லாம் நினைச்சுப் பாக்காம நீ மடையன், உனக்கு ஒண்ணும் தெரியாதுன்னு சொல்லிண்டேயிருந்தா அதுக்கு விளைவு இல்லாமப் போகுமா? பாவம், அந்த மனுஷன் போன வருஷம்தான் அவர் பொண்ணுக்குக் கல்யாணம் பண்ணினார். அதுக்காகவே மெட்ராஸ்லே பெரிய வீடு கட்டினார். அவரை எதிலேயும் பிடிக்க முடியலை. கடைசியிலே ஏதோ இருநூறோ முந்நூறுக்கோ பழம் வாங்கிக் காசு தரலைன்னு போட்டுட்டான். அதுவும் இரண்டு வருஷம்...”

எனக்கு என்ன தண்டனை கிடைக்கும்? ஆனால், என்னுடையது தண்டனை பெறக் கூடிய குற்றம் இல்லை. தண்டனை எனக்கு நானாகக் கொடுத்துக்கொள்ள வேண்டும்.

நான் டில்லியிலிருந்து பம்பாய்க்கு விமானம் மூலம் வந்தேன். இது நல்ல பகல் வேளை. எனக்கு ஒரு வண்டியும் காத்திருக்க வில்லை. நான் ஒரு டாக்சி அமர்த்திக்கொண்டு வீடு வந்தேன்.

இம்முறையும் நான் யாருக்கும் பரிசு வாங்கி வரவில்லை. ஆதலால் வண்டியைப் பெரியகடைத் தெருவுக்கு விடச் சொல்லி இரு புடவைகள், ஒரு பொம்மை ரயில், இரண்டு சேர் பம்பாய் அல்வா வாங்கிக்கொண்டு வீட்டில் இறங்கினேன்.

நான் பரிசே வாங்கி வந்திருக்க வேண்டாம் என்று தோன்றி விட்டது. “ஏண்டா, புடவை வாங்கினா ஜாக்கெட்டுக்கும் வாங்கிண்டு வர வேண்டாம்? வெறும் புடவை மட்டும் வாங்கிண்டு வரக் கூடாது” என்று அம்மா சொன்னாள்.

மீனாவுக்கு ரயில் பிடிக்கவில்லை. அதை ஓட்டப் பெரியவர்கள் தான் வேண்டியிருந்தது. பார்வதி, ஜானகி இருவரும் அதனருகில் வரவில்லை.

கடைசியில் பம்பாய் அல்வாதான் கை கொடுத்தது. வேறு எது எதற்கோ யோசித்துச் செய்பவன் பரிசு வாங்கி வருவதையும் யோசித்துத்தான் செய்ய வேண்டும். இருபத்தெட்டு முப்பது வயது ஆகப்போகிறது, ஏன் இதெல்லாம் தோன்றவில்லை?

35

பார்வதியை ஒரு நிபுணரிடம் அழைத்துச் செல்லவேண்டும் என்று அரசு ஆஸ்பத்திரியில் சொல்லிவிட்டார்கள். எனக்குத் தெரிந்தவர்களிடம் விசாரித்தேன். யாருக்கும் ஒருவரைக் குறிப்பிட்டுச் சொல்ல முடியவில்லை.

எனக்குத் தட்டச்சு செய்து தரும் பெண்மணியிடம் விசாரித்தேன். அவளுக்கு இரு குழந்தைகள். இரண்டும் பிரச்சனையில்லாமல் பிறந்துவிட்டன. அவள் ஒரு மராட்டி லேடி டாக்டரிடம் எங்களைப் போய்ப் பார்க்கச் சொன்னாள். நான் லீவு போட்டுத் தான் பார்வதியையும் அம்மாவையும் அழைத்துச் சென்றேன்.

அந்த டாக்டரிடம் ஒரு சிறு மருத்துவமனையும் இருந்தது. அறுவை சிகிச்சைக்கும் வசதி இருந்தது. செலவு அதிகம் ஆகும் என்றாள். "நீங்கள் கேட்டதைக் கொடுத்துவிடுகிறோம். பிரசவம் இனி உங்கள் பொறுப்பு" என்றோம்.

"சிக்கலில்லாமலும் முடியலாம். சரியான சமயத்தில் குழந்தையைத் திருப்பிவிடலாம். அது முடியாது என்றால் கால்களைப் பிடித்துத்தான் மெதுவாக வெளியே கொண்டுவர வேண்டும். வீட்டு வேலை செய்யச் சொல்லுங்கள். தினம் ஒரு மைலாவது நடக்க வேண்டும். இந்த மாத்திரையைத் தினம் பகல் உணவுக்குப் பின் சாப்பிட வேண்டும். நிறைய தண்ணீர் குடிக்கவேண்டும்."

நாங்கள் வீடு திரும்பும்போது அம்மா சொன்னாள்: "இதெல்லாம் எல்லா டாக்டரும்

சொல்லறதுதான். என் காலத்திலே வீட்டுக்கே வந்து மருத்துவம் பண்ணுவா. பிரசவ ரூம்னு ஒரு இருட்டு ரூம் இருக்கும். கிராமத்திலே எல்லா ரூமும் இருட்டாத்தான் இருக்கும். நீயும் அங்கேதான் பிறந்தே, மணியும் அப்படியேதான்."

அம்மா அப்படிச் சொன்னாளே தவிர இன்று தம் மருமகளை அப்படி ஒரு இருட்டறைக்குத் தள்ளுவாளா? இந்த மூன்று மாதங்களில் நாங்கள் மூன்று நிபுணர்களைப் பார்த்துவிட்டோம். ஒரு சங்கடம், அந்த மராட்டிப் பெண்மணிதான் ஒரு பெண்ணாக இருந்து, பிரசவ நிபுணராக இருந்தாள். மற்ற இருவரும் ஆண்கள். அரசு மருத்துவமனையில்கூட பிரசவத்தைத் தாதிகள்தான் பார்த்துக்கொள்வார்கள்.

என் ஃபேக்டரியில் நான் கட்டாயம் தொலைபேசியும் வைத்துக் கொண்டு காரும் வைத்துக்கொள்ள வேண்டும் என்று நிபந்தனை அளித்தார்கள். அந்தக் கம்பெனியின் நம்பர் இரண்டு, சாதாரண எழுத்தர் அல்லது உதவியாளர் மாதிரி இருக்க முடியுமா? ஆனால், நான் சொல்லிவிட்டேன். தொலைபேசியும் சரி. காரும் சரி. ஆனால், நான் இரயிலில்தான் வருவேன். எனக்குக் கார் ஓட்டத் தெரியாது என்றில்லை. அமெரிக்காவில் வலது பக்கம் ஓட்டினால் இங்கே இடது. ஆனால், பதினோரு மைல் காரில் வரும் நேரத்தில் மூன்றில் ஒரு பங்குதான் நான் ரயிலில் வரத் தேவைப்படும். வேண்டுமென்றால் முதல் வகுப்பு மாதாந்தரச் சீட்டு வாங்கிக்கொள்கிறேன்.

அடுத்த நாளே என் வீட்டு வாசல் முன்பு ஒரு செவர்லே வண்டி வந்து நின்றது. எங்கள் கம்பெனி டிரைவர் அதை ஓட்டி வந்து பார்வதியிடம் சாவியைக் கொடுத்துவிட்டுப் போனான். எனக்கு இது மாலைதான் தெரியும். அதற்கடுத்த நாள் தொலைபேசியும் வந்துவிட்டது. அதை எங்கே வைக்கச் சொல்வது என்று வீட்டில் யாருக்கும் புரியவில்லை. ஒரு நாற்காலி மீது வைத்திருந்ததால் குழந்தை திரும்பத் திரும்ப அதனிடம் விஷமம் செய்தது. மாலை நான் படேலிடம் சென்றேன்.

"என்ன நீ திரும்பத் திரும்ப வருகிறாயே?" என்று கேட்டார்.

"உங்கள் தச்சுக்காரர் வேண்டும். சிறு வேலைதான். டெலிபோன் வைக்க ஒரு சிறு ஷெல்ஃப் வைக்க வேண்டும்."

"இப்போது எங்கே இருக்கிறது?"

"என் அறையில்."

"கூடாது. பொது அறையில் வை. அதாவது வீட்டு உள்ளே நுழையும் அறையில். அங்கே சுவரிலேயே மூன்று தட்டு அலமாரி

இருக்கிறதே, அங்கே வை. டெலிபோன் எல்லாரும் பயன்படும்படி இருக்க வேண்டும்.

எனக்குப் படேல் வியப்பு மேல் வியப்பாக அளித்தார். அவர் என் வீட்டினுள் நுழைந்ததில்லை. ஆனால், வீட்டின் வரைபடமே அவர் மனதில் இருந்தது.

நான் தொலைபேசிக்காரர்களைக் கூப்பிட்டுத் தொலைபேசியை முதல் அறையிலேயே வைக்கச் செய்தேன். நான் அம்மாவிடமும் பார்வதியிடமும் என் காரியாலய எண்ணைக் கொடுத்தேன். "ஒரு காலத்தில் அவ்வளவு எளிதாக ஒருவரிடம் பேச முடியாது. முதலில் டெலிபோன் எக்ஸ்சேஞ்சுக்கு போன் செய்து அவர்களிடம் என் எண்ணைச் சொல்ல வேண்டும். ஒரு காலத்தில் மிகக் குறைந்த போன்களும் வயர்களும் இருந்தன. ஆதலால் என் எண்ணுக்குக் கம்பி கிடைத்தவுடன் அவர்கள் இங்கு மணி அடிப்பார்கள். அப்போது நாம் பேச வேண்டும். இப்போது எவ்வளவு எளிது! இந்த எண்ணை டயல் செய்தால் என்னிடத்தில் உள்ள போனில் மணி அடிக்கும். நான் எடுத்துப் பேச வேண்டும்."

இதெல்லாம் அம்மாவுக்குப் புரிந்தது என்று சொல்லமுடியாது. அவள் தொலைபேசிகளைப் பார்த்திருக்கிறாள். ஆனால், ஒருநாள் அவள் வீட்டிலேயே ஒரு கருவி இருக்கும் என்று நினைத்துப் பார்த்திருக்க மாட்டாள்.

எனக்கு ஒரு பயமும் இருந்தது. லட்சுமியின் அம்மா. அப்புறம் லட்சுமி. இப்போது அவர்கள் இருவரும் எந்நேரமும் இங்கே என்னுடன் பேச முயற்சி செய்யலாம். இருவருக்கும் என் கம்பெனி எண் தெரியும். ஆனால், ஒருமுறைகூட அங்கு என்னிடம் பேச முயற்சி செய்ததில்லை. லட்சுமி என்னிடம் பேசுவதானால் உண்மையில் நேரம் காலம் பார்த்துத்தான் பேச வேண்டும். பம்பாயில் பகல், அங்கே அவளுள்ள அமெரிக்க நகரத்தில் இரவு. அவளுடைய அம்மாவிடம் பேசுவதாக இருந்தால்கூட முன்னமேயே அறிவித்த பிறகுதான் அந்தக் குறிப்பிட்ட நேரத்தில் பேசமுடியும். எனக்கு அவர்களைத் தெரிந்த இந்த இரண்டு ஆண்டுகளில் 'லட்சுமி பேசினாள்' என்று அவள் அம்மா இரண்டே முறை கூறியிருக்கிறாள். மேலும் பேசுவது தெளிவாகக் கேட்காது. இன்னமும் கடிதந்தான் சிறந்த செய்தி பரிமாற்றத்துக்கு வழிசெய்தது. உண்மையில் உள்ளூரிலேயே எவ்வளவு பேர்களிடம் தொலைபேசி இருந்தது? வியாபாரிகள் வைத்திருந்தார்கள். அவர்களும் மிகவும் சிக்கனமாகப் பயன்படுத்தினார்கள்.

36

நான் அன்று சீக்கிரமாகவே வீடு வந்து விட்டேன். தை மாதம். சீக்கிரம் இருட்டிவிடும். ஆனால், வீடு திரும்பிய போது ஏதோ மாற்றம் இருப்பது போலத் தோன்றிற்று. கதவு பூட்டியிருந்தது. வெளியே நான் நிறுத்தி வைத்த கார் இல்லை.

மணியும் வீடு திரும்பினான். என்னைப் பார்த்து "ஏது இவ்வளவு சீக்கிரம்?" என்று கேட்டான்.

"பெரிய விசேஷம் இல்லை. வீடு பூட்டி இருக்கிறதே, எல்லாரும் எங்கே போனார்கள்?"

"கடைக்குப் போய்விட்டு அப்படியே கோயிலுக்கும் போய்விட்டு வருவார்கள்."

"கார் இல்லையே?"

"காரில்தான் போயிருப்பார்கள்?"

"எப்படி? ஏதாவது டிரைவர் சொல்லி வைத்திருக்கிறதா?"

"டிரைவர் எதற்கு? ஜானகி நன்றாக கார் ஓட்டுவாளே."

"அப்படியா? எனக்குத் தெரியாதே?"

"அதோ வந்துவிட்டார்கள்."

காரிலிருந்து அம்மா, பார்வதி, மீனா இறங்கினார்கள். ஜானகி வண்டியைச் சரியாக நிறுத்தி வைத்துவிட்டுப் பூட்டி வந்தாள். எனக்கு வியப்பாக இருந்தது.

"உனக்கு கார் ஓட்டத்தெரியுமா? லைசன்ஸ் இருக்கிறதா?" என்று கேட்டேன்.

"பதினெட்டு வயசிலேயே லைசன்ஸ் வாங்கிட்டோம். வீட்டிலே அண்ணாக்கள் ஒருத்தர்கூட மெட்ராஸில் இல்லை. வீட்டில் கார் வைத்துக்கொண்டு என்ன பிரயோசனம்னு என்னை காரோட்டக் கத்துக்கச் சொன்னா அம்மா."

"மெட்ராஸுக்கு இங்கே கார் ஓட்டறது கஷ்டமில்லே?"

"அங்கேதான் கஷ்டம். ரிக்ஷா, ஜட்கா, சைக்கிள் எல்லாரையும் சமாளிச்சுண்டு ஓட்டறதுதான் கஷ்டம். இங்கே சுலபமாக ஓட்டிடலாம்."

"இந்த ஞாயித்துக்கிழமை நாம எல்லாரும் வெளியிலே போகலாம். நம்பளுக்கு விருந்து."

"ஜானகி உறவுக்காராகூடக் கூப்பிட்டிருக்கா." அம்மா சொன்னாள்.

"பகல் சாப்பாட்டுக்கா?"

"ஆமாம்."

"சரி, இன்னொரு நாள் எனக்கு வேணுங்கப்பட்டவங்க வீட்டுக்குப் போகலாம். ஜானகி கார் ஓட்டத் தெரியும்ங்கறது எவ்வளவு தெம்பு தருகிறது, தெரியுமா? இன்னும் இரண்டு மாசத்திலே தினம் ரெண்டு மூணு தடவை ஆஸ்பத்திரி போக வேண்டியிருக்குமேன்னு நினைச்சுண்டிருந்தேன். கார் எப்பவும் வீட்டிலேதான் இருக்கப்போறது."

அம்மா சொன்னாள்: "மணியும் கத்துக்கிறான்."

"அடே! எனக்குத் தெரியாமே இவ்வளவு எல்லாம் நடக்கறதே!"

இவ்வளவு இணைந்திருக்கும் குடும்பத்திற்கு என்னால் அதிர்ச்சி ஏதும் நினைக்கவும் முடியவில்லை. எனக்கு லட்சுமியையும் ஏமாற்றும் எண்ணமும் எப்போதும் தோன்றியதில்லை. எனக்கு அவளுடைய மன உறுதி நன்றாகத் தெரியும். அவள் வரையில் என்னைக் கணவனாக வரித்திருப்பதில் தவறேதுமில்லை. அவளுக்கு நினைவு தெரிந்த நாட்களிலிருந்து இந்தியாவில் எல்லாப் பிரிவுகளிலும் பெண்ணை ஒரு பொருளாகத்தான் நினைத்திருக்கிறார்கள். பொம்மைக் கல்யாணம் போல நடத்தி அதை ஆயுள் முழுக்கச் சுமக்கும் சங்கிலியாக்கி விடுகிறார்கள்.

ஜானகியின் உறவினர் வீட்டுக்கு ஞாயிறு காலை போனோம். சிறிய வீடுதான். ஒரே ஒரு மேஜைதான். முன் அறையில் இருந்தது. அங்குதான் எங்களுக்கு இலை போட்டுப் பரிமாறினார்கள்.

குடும்பத் தலைவர் மேற்கு ரயில்வேயில் பணிபுரிந்து வந்தார். இரு மகள்கள். இருவரும் ரயில்வேயில் வேலை புரிந்து வெவ்வேறு ஊர்களில் இருந்தார்கள். அவருக்கு இன்னும் ஒரு வருடத்தில் ஓய்வு கொடுத்துவிடுவார்கள். வீட்டையும் காலி செய்ய வேண்டும். நாங்கள் போன நாளில் அவர்கள் பிற்பகலில் இரு வீடுகள் பார்க்க வருவதாக ஏற்பாடு. ஓரளவு முன்பணம் கொடுத்து விட்டு பாக்கிக்கு வீடு கட்டுபவனிடமே கடன் வாங்க வேண்டும். கையில் ஒன்றும் கிடைக்காது. மாதம் நூற்றைம்பது ரூபாய் கொடுத்து வந்தால் ஆறாண்டுகளில் கடன் அடையும். வீடு அவர்களுக்குச் சொந்தமாகும்.

அம்மாவுக்கு வீடு வாங்க வேண்டுமென்று ஆசை. அம்மா விடம் நான் சொன்னேன்: "இந்த மாதிரிக் கடன் வீடுகள் சின்னச் சின்னதாக இருக்கும். கடவுள் படம் மாட்ட ஒரு ஆணி அடிக்க வேண்டுமென்றாலும் வீட்டுக்காரனிடம் கேட்க வேண்டும். கொஞ்சம் காத்திரு. நானே நல்ல இடமாக நல்ல வீடாக வாங்கறேன்."

நாங்கள் திரும்பி வரும்போது ஜானகிதான் வண்டியை ஓட்டிக்கொண்டு வந்தாள். அவள் என்னைவிட பம்பாய் தெருக்களை நன்கறிந்தவளாக இருந்தாள். எங்கள் வீட்டை நெருங்கும்போது ஆஞ்சநேயர் கோயில் வந்தது. "அம்மா, கோயிலுக்குப் போகலாமா?"

"சாப்பிட்டப்புறமா?"

"இன்னொரு நாள் நாமெல்லோரும் சேர்ந்து வெளியே வரவேண்டும். அது எப்போது முடியும்? இப்போதே போயிட்டு வரலாம்."

கோயில் மோசமான நிலைமையில் இருந்தது. அந்தச் சந்து ஒரு காலத்தில் சொற்ப சம்பாத்தியம் உடையவர்களுக்கு என்றே ஏற்பாடாயிற்று. அந்த மனிதர் இறந்துவிட்டார். வாரிசுதாரர்கள் அந்த இடத்தில் உறுதியான கட்டடம் கட்டி வாடகைக்கு விட எண்ணினார்கள். அது சுமார் ஐம்பது அடி நீளமாக இருக்கும் ஒரு புறம்தான், சிறிது சிறிதான கொட்டகைகள். இன்று அநேகமாக எல்லாக் கொட்டகைகளும் விழுந்துவிட்டன. அநேகமாக எல்லாரும் காலி செய்துவிட்டார்கள். கோயில் இன்னும் நிற்கிறது...

மணிக்கு இந்தக் கோயில் பெரிய ஆறுதலாக இருந்தது. ஆஞ்சநேயர் பிரம்மச்சாரி. அன்று மணிக்குச் சரி. ஆனால், அவர் எனக்கு உதவுவாரா?

அசோகமித்திரன்

37

லட்சுமி எழுதியிருந்தாள். "இங்கு இலைகள் உதிர்ந்துவிட்டன. இப்போது எல்லா மரங்களும் வெறும் கிளைகளுடன்தான் நிற்கின்றன. பனி பெய்கிறது. யாரும் கையுறை இல்லாமல் வெளியே வருவதில்லை. மூச்சு விட்டால் அது புகை போல வெளிப்படுகிறது. இதெல்லாம் எனக்கு இன்னொரு முறை பார்க்கக் கிடைக்கப்போவது எப்போது? என் இறுதிக் கட்டுரையைக் கொடுத்துவிட்டேன். ஒரு பிரதி இந்தியப் பேராசிரியரிடம் அனுப்பப்படும். நான் இன்னும் இரு ஆண்டுகள் கழித்து இங்கு வந்திருந்தால் என் இந்திய அனுபவம் எனக்கு மிகவும் உதவியாயிருக்கும். பலர் பள்ளி இறுதிப் படிப்புக்கே அவர்கள் குழந்தைகளை வெளிநாடுகள் அனுப்பித்துவிடுகிறார்கள். என்னால் இன்று அதைச் சரி என்று கூற முடியாது. நீங்கள் சரியான பருவத்தில் அமெரிக்கா வந்தீர்கள். உங்கள் கால்கள் உங்கள் நாட்டிலும் குடும்பத்திலும் ஆழப் பதிந்திருக்கும்..."

என்னிடத்தில் எவ்வளவு நம்பிக்கை இருந்தால் இதையெல்லாம் எனக்குக் கடிதம் எழுதியிருப்பாள்! எனக்கு என் மாமா பக்கத்தில் இல்லையே என்று வருத்தமாக இருந்தது. அவர் சாமியார் ஆவதற்கு முன்பே தீர்க்கதரிசி.

கடிதம் என் தொழிற்சாலை முகவரிக்கு எழுதப்பட்டிருந்தது. நான் அமெரிக்காவில் இருந்தபோது அவளைச் சந்தித்தது எண்ணி ஆறு முறைதான். அதற்குள் எங்கள் உறவிலும் இருவர் குடும்பச் சூழ்நிலையிலும் எவ்வளவு மாற்றங்கள்

ஏற்படுத்திவிட்டது! அவள் தரப்பில் அவள் அம்மா தெரியாது ஒரு காரியம் செய்யமாட்டாள். அவள் அமெரிக்கா சென்று படித்ததுகூட அவளுடைய அம்மா தந்த ஊக்கத்தால்தான். நான் என் அம்மாவிடம் எப்படி நடந்துகொள்கிறேன்? மேலோட்டமான விஷயங்கள் தவிர அந்தரங்கம் எதைத் தெரியப்படுத்தியிருக்கிறேன், யோசனை கேட்டிருக்கிறேன்? அவளுக்கும் தந்தை அற்பாயுளில் போய்விட்டார். மிகவும் சிக்கலான கூட்டுக் குடும்பம் இப்போது ஒரு வழியாக குடும்பத்தினர் பிரிந்து, சுதந்திரமாகச் செயல்பட முடிகிறது. என் தகப்பனார் என் சிறு வயதிலேயே இறந்துபோய்விடாமல் இருந்தால் என் வாழ்க்கை பாலக்காடும் அதைச் சுற்றியுள்ள இடங்களில் கைக்கும் வாய்க்கும் எட்டாதபடி அமைந்திருக்கும்.

எனக்கு என் மாமாவைப் பார்க்க வேண்டும் என்றிருந்தது. என் அந்தரங்கத்தை அவரிடம் சொல்லலாம். அவர் என் மாமனாராக இருந்தால்கூட ஒரு குருவாக எனக்கு வழிகாட்டுவார்.

எனக்கு அன்று தொழிற்சாலை வேலையும் அதிகமாயிருந்தது. புது ஆண்டுக்கான திட்டம் தயாரிக்க வேண்டும். இந்திய அரசு ஜூலை மாதத்திலிருந்து அதன் பொருளாதார ஆண்டு துவங்குவதாயிருந்தாலும் நாங்கள் ஜனவரி மாத முடிவுக்குள் அந்த ஆண்டு என்ன இலக்குகள் சாத்தியம், எப்படி அவற்றை அடைவது என்று திட்டம் தீட்ட வேண்டும். ஐந்தரை வரை ஒரு மாதிரித் திட்டத்தைத் தயாரித்தேன். வீட்டுக்குக் கிளம்பினேன்.

அம்மாவும் ஜானகியுமாக வெளியே சென்றிருந்தார்கள். ஜானகிக்குக் கார் ஓட்டத் தெரியும் என்றவுடன் அம்மா அவளைக் கூப்பிட்டுக் கொண்டு வெளியே போய்விடுவாள். வீட்டில் பார்வதி தனியாக இருந்தாள். நான் அவளிடம், "இப்போ அப்பா எந்த ஆசிரமத்திலே இருக்கார்" என்று கேட்டேன்.

அவள் அதிர்ச்சி அடைந்துவிட்டாள்.

எங்களுடைய ஒன்பது ஆண்டுக் குடும்ப வாழ்க்கையில் நான் அவளைப் பற்றி ஏதும் அவளிடம் பேசியதில்லை, கேட்டதில்லை. ஆனால், சீக்கிரமே நிதானமடைந்து, "என் அப்பா பத்திக் கேக்கறேளா?" என்று கேட்டாள்.

"ஆமாம். மாமா. மணி கல்யாணத்துக்குக் கூட சாமியார்களை அனுப்பிச்சிருந்தாரே?"

"ரிஷிகேஷ் மடத்திலேதான் இருக்கணும். அவர் அம்மாக்குக் கூட கடுதாசு போட்டது கிடையாது."

"யாரு, என் அம்மாவா?"

"இல்லை. என் அம்மா."

"அம்மா இப்போ எங்கே இருக்கா?"

"நந்திக்கரை கிராமத்திலேதான் இருக்கா."

"சரி, நாம மூணு பேரும் ரிஷிகேஷ் போவோம் அடுத்த வாரம்."

அவள் மீண்டும் அதிர்ச்சி அடைந்தாள். ஒன்றும் புரியாமல் என் முகத்தை உற்றுப் பார்த்தாள்.

"நீ, நான், மீனா."

"அப்போ அம்மா?"

"அப்புறம் பாக்கலாம். இது நாம மூணு பேர் பத்தியது."

மணி வந்தான். இரண்டு நிமிடங்களில் அம்மாவும் ஜானகியும் வந்துவிட்டார்கள். அம்மா அவசரமாகச் சமையலிடத்திற்கு எனக்கும் மணிக்கும் டீ போடப்போனாள். எனக்கு ஆச்சரியமாக இருந்தது. யாரும் இல்லாதபோது மனைவியுடன் இவ்வளவு பேசியவன் இதர மனிதர்கள் முன்னால் ஏதும் சொல்ல முடிய வில்லை.

நான் சொல்லியிருக்க வேண்டியதைப் பார்வதி அம்மாவிடம் சொல்லிவிட்டாள். மறுநாள் காலை நான் கம்பெனிக்குக் கிளம்பு முன் அம்மா விசாரித்தாள்: "ஏண்டா, நீ மாமாவைப் பார்க்கப் போறயாமே? அவர் எங்கே இருக்கார்னு தெரியுமா?"

"ரிஷிகேஷ். மணி கல்யாணத்துக்கு வந்த சாமியார்கள்கூட ரிஷிகேஷிலிருந்து வந்ததாகச் சொன்னார்கள்."

"உனக்கு மாமாவே பிடிக்காதே, இப்போ என்ன?"

"அம்மா, நான் பிடிக்கலைன்னு சொன்னதில்லேம்மா. அதெல்லாம் ரொம்ப பழைய விஷயம். எனக்கு மறந்துகூடப் போயிடுத்து."

"நான் என் அண்ணாவைப் பார்க்க வேணாமா?"

"இந்தத் தடவை முடியாதும்மா. இதுவே நான் பார்வதி குழந்தை மூணு பேர்தான். நான் அவரை ஒரு தடவை பம்பாய் வரச் சொல்லறேன். அஞ்சாறு மாசத்திலே வரலைன்னா உன்னைத் தனியா அழைச்சிண்டு போறேன்."

நான் கிளம்பிப் போனவன், திரும்ப வந்து, "அம்மா, வண்டியிலே பெட்ரோல் ரொம்ப இல்லை. மூணு காலன்

போட்டுணுடுங்க" என்று சொன்னேன். "கடை ஜானகிக்குத் தெரியுமில்லையா?"

"முன்னே விநாயக் இருந்தானே, அவன் வீட்டுக்குப் போற வழியிலே இருக்கறதுதானே?"

"ஆமாம்."

அம்மாவின் பேச்சு, சிந்தனை இரண்டையும் மாற்றியாயிற்று.

ஆனால், எவ்வளவு நாளைக்கு? நான் கம்பெனி போனதும் டைரக்டரிடம் சென்று, "அடுத்த வாரம் நான்கு நாட்கள் நான் வர முடியாது."

"இப்போது யாருக்குக் கல்யாணம்?"

"ஏன், எனக்கு இருக்கக்கூடாதா? நான் என் மனைவி குழந்தையை அழைத்துக்கொண்டு ரிஷிகேஷ் போகவேண்டும்."

"டில்லி போய்ப் போக வேண்டும். இப்போது டில்லி போக காலை மாலை இருவேளைகளிலும் விமானம் இருக்கிறது. டில்லியிலிருந்து நீ டாக்சி எடுத்துக்கொண்டு போய் வா. டில்லியில் உனக்கு ஒரு மணி நேர வேலை. அங்கே நம் விற்பனை யாளரைப் பார்த்து பாக்கிப் பணம் எல்லாவற்றையும் இந்த மார்ச் மாதத்திற்குள் அனுப்பிவிட வேண்டும் என்று சொல்ல வேண்டும். நீயே ஐந்தாறு கடிதங்கள் எழுதியிருப்பாயே?"

"ஆமாம். டிரங்க் கால் போட்டும் பேசினேன். அனுப்பி விடுகிறேன் என்றுதான் சொன்னார்."

"ரிஷிகேஷ் நீ மட்டும் போகிறாயா?"

"என் மனைவி, பெண் கூட வருகிறார்கள்."

"விமான டிக்கெட்டை ஆபீசில் வாங்கச் சொல்லு."

38

டில்லியில் அந்த விற்பனையாளரை அவ்வளவு எளிதாகப் பார்க்க முடியவில்லை. அன்றிரவு அவர் வீட்டில் விருந்துக்கு அழைத்தார். எங்கள் குடும்ப வாழ்க்கையில் முதல் முறையாக மனைவியையும் குழந்தையையும் அழைத்துக்கொண்டு ஒருவர் வீட்டு விருந்துக்குப் போகிறேன்!

விற்பனையாளரும் ஒரு சமணர். சைவ உணவில் தான் எவ்வளவு வகைகள்! மீனாவுக்கு எதைச் சாப்பிடுவது எதை விடுவது என்று தெரியவில்லை. அவளுக்கு மட்டுமா? எங்களுக்கும்தான்.

அவருடைய மகனை அமெரிக்காவுக்குப் படிக்க அனுப்பித்திருந்தார். ஆதலால் வீட்டில் அவள், அவருடைய மனைவி, மகள், மனைவியுடைய தாயார். "எனக்கு பம்பாயில் உறவினர்கள் இருக்கிறார்கள். வடதுருவம் சென்றால்கூட அங்கு ஒரு குஜராத்தி இருப்பார்" என்றார்.

"இப்படித்தான் எங்கள் பக்கத்துக்காரர்களும் சொல்லிக் கொள்வார்கள்."

பார்வதியுடனும் மீனாவுடனும் அவருடைய மனைவி, மகள், மாமியார் மிகவும் அன்பாக இருந் தார்கள். அவர்கள் வீட்டிலேயே செய்த பிஸ்கட்டுகள் ஒரு பெரிய டின்னில் போட்டுக் கொடுத்தார்கள். கடை ரொட்டி, பிஸ்கட்டில் முட்டை இருக்கும்.

"நீங்கள் அடிக்கடி வெளிநாடுகள் போகிறீர்கள், எப்படி சமாளிக்கிறீர்கள்?" என்று நான் கேட்டேன்.

"நான் என் உறவுக்காரர்களிடம் சொல்லிவிடுவேன். சில ஓட்டல்களில் வெளியிலிருந்து உணவு கொண்டுவரக் கூடாது என்பார்கள். நான் அந்த நிபந்தனையுள்ள ஓட்டல்களில் தங்குவதில்லை."

எங்கள் கம்பெனிக்குத் தரவேண்டியதில் பாதி எனக்கு டிராப்ட் எடுத்துக் கொடுத்துவிட்டார். உண்மையில் டிராப்ட் எடுக்க நேரமாகலாமென்றுதான் என்னை ஒரு நாள் தங்க வைத்துவிட்டனர். அவருடைய காரிலேயே ரிஷிகேஷ் போனோம். பார்வதிக்கு அவளுடைய அப்பா இருந்த ஆசிரமம் பெயர் தெரியும். ரிஷிகேஷத்தில் இருந்த அநேக ஆசிரமங்களில் என் மாமா இருந்ததுதான் மிகப் பெரியது. ஆன்மிகத்துடன் அவர்கள் தங்கள் நூல்கள் வெளியிட்டார்கள், விசேஷ நாட்டு மருந்து விற்றார்கள், தினம் அங்கு குவியும் மனிதர்களுக்கு வாழ்க்கையை ஒழுங்காக வாழ வழிமுறைகள் செயல்படுத்திக் காட்டினார்கள். என் மாமா எப்போதும் சிரித்த முகமாகவே இருந்தார். அவர் களைப்படைந்தோ கொட்டாவி விட்டோ பார்க்கவில்லை. எல்லோரிடமும் அவர் காட்டிய அன்பு விவரிக்க முடியாது.

நான் எப்படியும் அவரிடம் பேச வேண்டும். "சொல்லுப்பா" என்றுதான் சொன்னார்.

"சாயந்திரம் எட்டு மணி?"

"சரி. எதுவானாலும் கேள். என்னால் முடிந்ததைச் செய்கிறேன்."

அவர் என்னிடமும் பார்வதியிடமும் ஒரே மாதிரி இருந்தார். மீனாவுடன் அன்பாக இருந்தார். ஆனால், கொஞ்சவில்லை.

பகலுணவுக்குப் பிறகு நான் தூங்கிவிட்டேன். என்னால் பகலில் தூங்கவே முடியாது. வேலை இருக்கும் என்பதைத்தவிர பகலில் வியாதிக்காரர்கள்தான் தூங்குவார்கள் என்று எண்ணுபவன் நான். ஆனால், என்ன ஆயிற்று? நான் பகலில் தூங்கிவிட்டேன்.

மாலை எழுந்தபோது மனம் தெளிவாக இருந்தது. பார்வதி மிகுந்த உற்சாகத்துடன் இருப்பதைப் பார்த்து எனக்கு அங்கலாய்ப்பு ஏற்பட்டது. அவள் உற்சாகம் என்று எந்த நாளில் காணப்பட்டாள். கடமை, வேலை, மாமியாரின் மனதில் நினைப்பதை அவள் சொல்வதற்கு முன்பு செய்துவிடுவது... இப்படி பத்துப் பன்னிரண்டு ஆண்டுக்கால வாழ்க்கைக்குப் பிறகு நான் அவளை ஓர் ஊருக்கு அழைத்துச் செல்கிறேன்.

அவளுடைய அப்பாவைப் பெரிதாக மதிக்காதிருந்த நான் இன்று அவரைப் பார்ப்பதற்கென்றே ஆயிரம் மைல் பயணம் செய்திருக்கிறேன்.

மாலை நெருங்க நெருங்க எனக்கு ஒரு படபடப்பு தோன்றியது. ரிஷிகேஷ் நல்ல குளிர்ப்பிரதேசம். மீனாவுக்கு முழுக்கை கம்பளி பனியனைக் காலையிலேயே வாங்கியிருந்தோம். அவளுக்கு ஒரு குல்லாவும் போட்டிருந்தது. ஆண் பிள்ளையானால் குல்லாவைக் கழட்டிப் போட்டிருக்கும். ஆனால், மீனா போட்டதைக் கழட்டாமல் இருந்தாள். மகிழ்ச்சியாகவும் இருந்தது. அவள் தாத்தாவென்று கண்டது ஒரு சாமியாராக இருந்தது அவரை அவள் உற்று நோக்கியபடி இருந்தாள். ஆனால், அவளிடம்தான் அவர் புன்னகை தெரியப் பேசினார். அவளை ஒரு பெரிய மனுஷியாகவே நடத்தினார்.

எங்கள் இடத்திற்கு அவர் ஏழரை மணிக்கே வந்துவிட்டார். அவருடைய ஆசிரமத்துப் பக்கத்துக் கட்டடம். அடக்கமான சத்திரம்.

"என்னப்பா, சொல்லு" என்றார்.

"மாமா, நான் இன்னொரு பெண்ணைக் கல்யாணம் செய்து கொண்டிருக்கிறேன்."

பார்வதி தலை குனிந்து தரையையே பார்த்துக்கொண்டிருந்தாள்.

"எங்கே இருக்கா அந்தப் பெண்?"

"அமெரிக்காவில்."

"வெள்ளைக்காரப் பெண்ணா?"

"இல்லை. குஜராத்தி."

"நல்ல பெண்ணா?"

"அவளுக்கு ஐந்து வயதிலே கல்யாணம். அவளுக்குப் பத்து வயதாகும்போது அந்தப் பையன் ஏதோ ஆக்ஸிடெண்ட்டில் செத்துப் போய்விட்டான்."

"அதற்கப்புறம்தான் அவள் படித்துப் பட்டம் பெற்று அமெரிக்கா போயிருக்கிறாள், அப்படித்தானே?"

"ஆமாம்."

"கல்யாணமே பண்ணிக்கொண்டாயிற்றா?"

“எப்படிச் சொல்லறதுன்னு தெரியலை. நான் இருந்த ஊர் ஒன்று. அவளுடையது அங்கிருந்து ஐநூறு மைல் தள்ளி. அவளுக்கு எங்களூரிலிருந்து அடிக்கடி கூப்பிடுவார்கள். மூன்றாம் முறை என்னைப் பார்த்தபோது நீதான் என் கணவர் என்று சொன்னாள்.”

“அவள் ஊர், சாதியில் கணவன் கிடைக்க மாட்டானா?”

“காத்துக்கொண்டிருப்பார்கள். அவள் குடும்ப சொத்தைப் பிரித்துப் பம்பாயில் அவளுக்கென இரண்டு பெரிய வீடுகள். அதில் ஒன்றில்தான் அவள் இயல்பாக இருக்க முடியாத குழந்தைகளுக்கு ஒரு பள்ளி தொடங்கத் திட்டம் போட்டிருக்கிறாள். அவளுடைய அம்மாவின் சம்மதத்தைக் கேட்டிருக்கிறாள். நான் பம்பாய் வந்து அவளுடைய அம்மாவை நான்கு முறை பார்த்துவிட்டேன். அவள் இருபது வயதிலேயே கணவனை இழந்தவள். எனக்கு என்ன செய்வதென்று தெரியவில்லை. அதனால்தான் என்னை நன்றாகத் தெரிந்தவரும் எல்லாருக்கும் நியாயமாக உள்ள யோசனை நீங்கள் சொல்வீர்கள் என்று வந்திருக்கிறேன்.”

“அவள் பெயர் என்ன?”

“லட்சுமி.”

“லட்சுமி, பார்வதி, எவ்வளவு பொருத்தம்!”

“சொல்வதற்கு நன்றாக இருக்கிறது.”

“சுந்தரம், நீ உன் அம்மாவையும் அழைச்சிண்டு வந்திருக்கணும். எனக்கு நன்னாத் தெரியும் நீ இதை எதிர்பார்த்துண்டு அமெரிக்கா போகலை.”

நான் பேசாமல் இருந்தேன்.

“நான் சொன்னதை என்னதான் வார்த்தைக்கு வார்த்தை நீயோ பார்வதியோ உங்கம்மாவிடம் சொன்னாலும் அவளுக்கு ஏதோ சூழ்ச்சி நடந்திருக்குன்னுதான் நினைப்பா.”

“நான் என்ன செய்ய?”

“நடந்தது நடந்ததுதான். அந்தப் பெண் உன்னையே கணவன்னு சொல்லியிருக்கு. நல்ல பொண்ணானதுனாலே அதன் அம்மாவின் சம்மதத்தையும் கேட்டிருக்கு. அது காமம் பிடிச்சு அலையற பொண்ணானால் அது வலையிலே விழ வைக்கும். அப்படி இல்லே. அதுனாலே நீ அதை ஏத்துக்கறதுதான் தர்மம்.”

"நீங்க ஒன்றை யோசிச்சுத்தான் சொல்லறேளா?"

"சுந்தரம். நான் சந்நியாசி. நீ என் தங்கையின் பிள்ளை யென்பதைவிட நீ தர்மம் தவறாம இருக்கணும். நீ லட்சுமியைக் கைவிடக்கூடாது. அவள் இந்தியா வந்தப்புறம் முடிஞ்சா இங்கே அழைச்சுண்டு வா. கூடவே உன் அம்மா. முடிஞ்சா அவளுடைய அம்மா. பாக்கலாம். இதுக்கெல்லாம் நாள் இருக்கு."

பார்வதி ஒரு வார்த்தை சொல்லாமல் இருந்தாள். ரிஷிகேஷுக்கு வந்தபோது இருந்த மலர்ச்சி சிறிது குறைந்திருந்தது. நாங்கள் மௌனமாக டில்லி திரும்பினோம். விமானத்தில் என் உதவி தேவைப்பட்டது. எல்லாமே மௌனமாக.

பம்பாய் ரயில் நிலையத்திலிருந்து டாக்சியில் வீடு வந்து சேர்ந்தோம். டாக்சி என்றாலும் ஒன்பதரை மணியாகிவிட்டது. மணி வேலைக்குக் கிளம்பிப் போய்விட்டான். அம்மா கதவைத் திறந்தாள். மீனாவை நான் இறக்கிவிட்டேன். அம்மா என்னைவிடப் பார்வதியைத்தான் உற்று நோக்கியபடி இருந்தாள். பார்வதியும் ஒருமுறை அம்மாவை நேருக்கு நேர் பார்த்தாள். "அம்மா!" என்று கத்திக்கொண்டு அம்மாவை இறுகப் பிடித்தவண்ணம் விம்மி விம்மி அழத்தொடங்கினாள்.

39

எனக்கு மிகவும் வருத்தமாக இருந்தாலும் ஒரு பெரிய சுமை இறக்கி வைத்த மாதிரி இருந்தது. நான் இந்தியா திரும்பி வந்து ஏழு மாதங்கள் எவ்வளவு இறுக்கத்தில் இருந்தேன் என்பது என் மாமாவும் மாமனாருமான சாமியாரைப் பார்த்து வந்த பிறகுதான் உணர முடிந்தது. என் அம்மாவுக்கும் அவ்வப்போது சந்தேகம் தோன்றியிருந்தாலும் அவளால் இப்படி ஒரு நிலைமையைக் கற்பனை செய்து கொண்டு பார்த்திருக்க முடியாது.

வீடு நிசப்தமாக இருந்தது. அம்மாவும் ஜானகியும் சமைத்து வைத்திருந்தார்கள். பாத்திரங்கள் துலக்கி வீட்டைப் பெருக்கும் பெண்ணும் துணி துவைக்கும் ராமாவும் வந்து போய்விட்டார்கள். அம்மா, பார்வதி இருவரும் படுத்தபடி அவ்வப்போது விம்மிக்கொண்டிருந்தார்கள். மீனாவுக்கு உணவு கொடுத்திருப்பார்கள் என்று நினைத்தேன். அவள் தூங்கிக்கொண்டிருந்தாள். ஜானகி அவளுடைய அறையில் யார் கண்ணிலும் படாதபடி இருந்தாள். நான் குளித்து வந்து என் உணவுத் தட்டைப் போட்டுக்கொண்டு உட்கார்ந்தேன். தட்டு சப்தம் கேட்ட ஜானகி உடனே வந்து எனக்கு உணவு பரிமாறினாள். "நீ சாப்பிட்டயா?" என்று கேட்டேன்.

"இல்லை."

"நீயும் சாப்பிட்டுவிடு."

அவள் சரியென்றாள். எப்போதும் நான் உணவருந்தியபின் என் தட்டை நானே கழுவி வைப்பேன். இம்முறை கழுவும்போது அதைக் கைதவறிக் கீழே போட்டுவிட்டேன். என்னாயிற்று என்று அம்மா, பார்வதி இருவரும் எழுந்து வந்து பார்த்தார்கள்.

பகல் ஒரு மணிக்கு நான் உடை உடுத்திக்கொண்டேன். "அம்மா, நான் கம்பெனிக்குப் போய்விட்டு வரேன்."

"கம்பெனிக்குத்தானே?"

இதற்கு என்ன பதில் சொல்வது?

அன்று மாலை நான் வீடு வந்தபோது மறுபடியும் கதவு பூட்டியிருந்தது. எங்கள் வீடு எப்போதுமே பூட்டாத வீடு என்று நான் நினைத்துக்கொண்டிருந்தேன். மீண்டும் ஜானகி வண்டியை ஓட்ட அம்மா, பார்வதி, மீனா ஆகியோர் எங்கேயோ போயிருக்கிறார்கள்.

நான் பத்து நிமிஷம்தான் காத்திருப்பேன், அதற்குள் இருமுறை உள்ளே தொலைபேசி மணி அடிப்பது கேட்டது. யார் இவ்வளவு தீர்மானமாக டெலிபோன் செய்கிறார்கள்? ஜானகியின் பெற்றோர் இருக்கக்கூடும். லட்சுமியின் அம்மாவுக்கும் தெரியும். ஆனால், அவள் என் அனுமதி இல்லாமல் டெலிபோன் செய்யமாட்டாள்.

அம்மா வந்துவிட்டாள். என்னிடம் யாரும் ஒன்றும் சொல்ல வில்லை. காய்கறிக் கூடையைப் பார்வதி எடுத்து வந்தாள். எனக்குச் சட்டென்று ஞாபகம் வந்தது. அம்மா வெளியேபோனது காய்கறிக்கு மட்டுமில்லை. ஜோசியம் பார்ப்பதற்கும்தான். என் சிக்கலை மாமா புரிந்துகொண்டது போன்ற பக்குவம் இருபது வயதுப் பெண்ணுக்கு இருக்குமா? அம்மாவையும் அழைத்து வந்திருக்க வேண்டும் என்று அவர் கூறுவதற்கு எவ்வளவு தீர்க்கதரிசனம் வேண்டியிருக்கும்?

அம்மா என்னை வெறுப்போடு பார்ப்பதை நான் தப்பாக நினைக்கவில்லை. ஆனால், நான் மாமாவிடம் விஷயத்தைச் சொன்னபோது உடன் இருந்த பார்வதிகூட யாரோ அவளைப் பலியிட்டது போல இருந்தாள்.

வீட்டில் எல்லாருமே முணுமுணுத்தபடிதான் பேசினார்கள். மணியும் நானும் வேலைக்கு எட்டரைக்குள் போய்விடுவோம் என்றாலும் மூன்று பெண்மணிகள் இருக்கும் வீட்டை என்னால் இவ்வளவு நிசப்தமாக நினைத்துப் பார்க்க முடியவில்லை. இவர்களின் இந்தப் போக்கால் வீட்டுக்குப் பணி செய்ய வருபவர்களும் குடும்பத்தில் ஏதோ நடந்துவிட்டது என்று சந்தேகப்படுவார்கள். என் கம்பெனி வேலை சிறிது நேரம் இதையெல்லாம் ஒதுக்கிவைத்துவிட்டது. நான் பல இரண்டு பெண்டாட்டிக்காரர்கள் பற்றிக் கேள்விப்பட்டிருக்கிறேன். இந்த மாதிரி விஷயங்கள் மடத்திற்கும் எட்டிவிடும். என் இரு ஆசிரியர்கள் இரண்டு பெண்டாட்டிக்காரர்கள். ஆனால், அவர்கள் நல்ல ஆசிரியர்கள். அவர்களுடைய ஒழுக்கத்தில் ஒரு குறை காண முடியாது.

40

நான் மீண்டும் டில்லி போகும்படியாக இருந்தது. என் அப்பா இறந்தபோது அம்மாவுக்கு எதுவுமே புரியவில்லை என்று நினைக்கிறேன். பெரிய குடும்பம். நிறைய அண்ணன்கள் தம்பிகள் மைத்துனர்கள். என வீடு நிறைய மனிதர்கள். ஆனால், இங்கே அப்படி இல்லை. நாங்கள் மொத்தமே ஐந்து நபர்கள். இதில் என் சூழ்நிலையில் என் பங்கு என்ன என்று சிறிதும் கற்பனை செய்து பார்க்காத அம்மா, உலகமே இடிந்துவிட்டது போல இருந்தாள். எனக்குப் பரிதாபமாகவும் இருந்தது, கோபமாகவும் இருந்தது. லட்சுமியின் அம்மாவும் ஒருமுறை அவளே வந்து விஷயத்தை விவரிப்பதாகச் சொல்லியிருந்தாள். ஒருவேளை அதை நான் அனுமதித்திருக்க வேண்டுமோ? ஆனால், இந்த நிலையில் அவள் சம்பந்தப்பட்டவள். ஒரு கோடீசுவரி என் மாமியார் என்று அம்மாவுக்குத் தோன்றியிருக்காது. ஏதோ எதற்கோ சூழ்ச்சி செய்து என்னை என் உண்மைக் குடும்பத்திலிருந்து அபகரிக்க முயலுகிறாள் என்றுதான் நினைப்பாள். நான் லட்சுமி பணக்காரி என்ற காரணத்துக்காக என் கழுத்தை நீட்டவில்லை. ஒரு கணம் எனக்குச் சிரிப்பு வந்தது. பெண்கள்தான் கழுத்தை நீட்டுவார்கள். இங்கு நான் நீட்டியிருக்கிறேன் என்றுதான் அம்மா நினைப்பாள். அம்மாவென்ன, உலகமே அப்படித்தான் நினைக்கும். ஒருவரைத் தவிர. சாமியாரான என் மாமாவைத் தவிர.

நான் உறுதியாகப் பேசினேன். "அம்மா, நாளை நான் டில்லி போகிறேன். உன்னையும்

பார்வதியையும் அழைத்துப் போகிறேன். டில்லியில் ஒரு நாள் லீவு போட்டு உங்களை ரிஷிகேஷ் அழைத்துப் போகிறேன்.

"நீ உன் அண்ணாவிடமே எல்லாம் சொல்லு."

அம்மா வரமாட்டாள் என்று நினைத்தேன். ஆனால், அவள் ஒன்றும் சொல்லவில்லை. "எப்போ கிளம்பணும்?" என்று கேட்டாள்.

"ரயில்லே போறதாயிருந்தா ராத்திரி ரயிலேறணும். அது அடுத்த நாள் நள்ளிரவிலே டில்லி போய்ச் சேரும். இப்போ அதுக்கு நேரம் இல்லை. நாம் ஏரோப்ளேனிலே போய்ட்டுத் திரும்பி வரப்போ ரயிலிலே வருவோம்."

நான் கம்பெனிக்குக் கிளம்பினேன். "நான் ஒரு மணிக்கு வரேன். நீங்க இரண்டு பேரும் தயாரா இருங்கோ. டில்லியிலேயே குளிராயிருக்கும். நீ உன் சால்வையை எடுத்துண்டு வா."

இதைப் பார்வதியும் கேட்டுக்கொண்டிருந்தாள். நான் கம்பெனியிலிருந்தே எண்ணூறு ரூபாய் வாங்கிக்கொண்டேன். நானே விமான டிக்கெட் வாங்கினேன். திரும்பி வரும் பயணத்துக்கு டில்லியில்தான் டிக்கெட் வாங்க வேண்டும்.

பயணம் அம்மாவுக்குத் திகிலெடுத்தது. விமானப் பயணம் அவளுக்கு மிகுந்த சங்கடத்தைத் தந்ததோடு சொல்லாமல் கொள்ளாமல் குடும்பத்தை விட்டுச் சந்நியாசம் வாங்கிக்கொண்ட சகோதரனைப் பார்ப்பதற்கும் திகிலெடுத்தது.

திரும்பத்திரும்ப வாந்தியெடுக்க வந்தது. "அம்மா, நீ இந்த சூயிங்கம்மை வாயில் வைத்துக்கொள்ள வேண்டும். இது ஒன்றுதான் உன் குமட்டலைத் தணிக்கும்."

அம்மா விக்கி விக்கி அழ ஆரம்பித்தாள். அவளுக்கு சூயிங்கம் பிடிக்கவில்லை. அப்பா இறந்ததிலிருந்து அவள் வேறு யார் தயாரித்த பொருளையும் வாயில் போட்டதில்லை. லட்சுமியின் மலபார் ஹில்ஸ் பங்களாவில்கூடப் பால்தான் அருந்தினாள்.

"அம்மா, இது செடி போன்றதை வைத்துத் தயாரித்தது. வாந்தி எடுப்பது உடனே அடங்கும். நாம் டில்லி போக மூன்று மணி நேரம் ஆகும்."

எனக்கும் வயிற்றைக் கலக்கியது. விமானம் சற்றுத் தூக்கித் தூக்கிப் போட்டது. வேறு பயணிகளும் உட்கார்ந்து சீட் பெல்ட்டையே போட்டுக்கொண்டு வாய் பேசாது இருந்தார்கள்.

எல்லார் மனத்திலும் ஒரே எண்ணம்தான் இருக்க வேண்டும். பயணம் விபத்தில்லாமல் முடிய வேண்டும்.

நாங்கள் டில்லி போனவுடன் எங்கள் கம்பெனி கெஸ்ட் ஹவுஸில் அம்மா படுத்துவிட்டாள். அவளுக்குப் பாலும் பழமும் வாங்கி வரச் சொல்லி நான் கம்பெனி வேலைக்குப் போய் விட்டேன். பார்வதி மிகவும் எளிதாக அம்மாவைப் பார்த்துக் கொண்டதோடு அந்த கெஸ்ட் ஹவுஸ் ஆளை அனுப்பித்து இஞ்சி வாங்கி வரச் சொல்லி கொதிக்கிற வெந்நீரில் இஞ்சியை நசுக்கிப் போட்டு அம்மாவுக்குக் கொடுத்திருக்கிறாள். விமானத்திலே வைத்திருந்த காகிதப்பையைக் கொண்டு அம்மாவின் வாந்தியைச் சமாளித்திருக்கிறேன். இரு மருமகள்கள் இருந்தாலும் அம்மாவின் வயது இன்னும் ஐம்பதைக் கூடக் கடக்கவில்லை. நான் மாலை திரும்பிவந்தபோது இருவரும் கெஸ்ட்ஹவுஸின் வெராண்டாவில் உட்கார்ந்திருந்தார்கள்.

அன்றிரவு ரயிலில்தான் ரிஷிகேஷ் பயணம். ஹரித்துவாரி லிறங்கி அங்கிருந்து ரிஷிகேஷ் செல்லவேண்டும்.

அம்மாவுக்குப் பயணம் ஒவ்வொரு கணமும் விசித்திரமாக இருந்தது. வட இந்தியாவில் எவ்வளவு ஏழைகள்! எவ்வளவு கடுமையான சீதோஷ்ண நிலை! அப்படியிருந்தும் அவர்கள் எங்களை நட்புடன் பார்த்தார்கள். அம்மா படுத்துக்கொள்ள சிறிது இடம் செய்து கொடுத்தார்கள். நானும் பார்வதியும் உட்கார்ந்தபடியே பயணம் செய்தோம். மூன்று நீள பெஞ்சுகள். பலர் தரையில்தான் உட்கார்ந்திருந்தார்கள். சிலர் இரவுப் பயணம் முழுக்க நின்றபடியே வந்தார்கள்.

முதல்முறை டில்லியிலிருந்து டாக்சியில் போனதில் சிரமமே இல்லை. இம்முறையும் டாக்சி அமர்த்திக்கொண்டிருக்கலாம். ஏனோ அப்படிச் செய்யவில்லை.

நாங்கள் ரிஷிகேஷில் மாமா இருந்த ஆசிரமத்துக்குப் போகும் போது பகல் ஒரு மணியாகிவிட்டது. மார்கழி மாதக் குளிர். எல்லாருமே சால்வைகளால் போர்த்திக்கொண்டிருந்தோம். ஆசிரமத்தில் மாமா இல்லை.

ஆசிரமத்தில் எங்களுக்கு உணவு அளித்தார்கள். எங்கள் எல்லாருக்குமே படுத்துத் தூங்க வேண்டும் போலிருந்தது. ஒருநாள் லீவில் வந்த வேலை முடியாது.

மாமா மாலையில் வந்தார். என் அம்மாவைப் பார்த்ததில் எவ்வளவு மகிழ்ச்சி! ஆனால், அம்மா அங்கேயும் அழ ஆரம்பித்தாள்.

"என்னாச்சுன்னு நீ அழறே? உன் பொண்ணை சுந்தரம் சரியாக வைத்துக்கொண்டிருக்கிறானா, இல்லையா?"

"அப்போ எதுக்கு இன்னொரு பெண்டாட்டி?"

"அவன் கேட்டு வரலையே?"

"அவன் முடியாதுன்னு சொல்லியிருக்கலாமே?"

"முடியாதுன்னு சொல்ல எல்லா சமயங்களிலும் முடியாது. அவனால் முடியாது. சொல்லத் தெரிந்தால் பார்வதி கல்யாணம் நடந்திருக்காதே?"

அம்மா திடுக்கிட்டு அழுகையை நிறுத்தினாள்.

"இதோபார், உன் பிள்ளை தப்பேதும் செய்யலை. அந்தப் பொண்ணும் நல்லவ. அதனாலேதான் சுந்தரத்தை நீதான் என் புருஷன்னு சொல்லியிருக்கா."

"ஒரே வீட்டிலே இரண்டு பெண்டாட்டியா?"

"எனக்கு ஒரு பூஜை பண்ண வேண்டியிருக்கு. நீங்களும் வந்து பாருங்க. இன்னி ராத்திரி இங்கே தங்கிட்டு நாளைக்குப் போகலாம்."

"ஐயோ, அப்போ இன்னும் இரண்டு நாள் லீவு போடணும்!" நான் சொன்னேன்.

"ரெண்டு பேரைக் கல்யாணம் பண்ணிக்கறே, இரண்டு நாள் லீவு போடக்கூடாதா?" மாமா சிரித்துக்கொண்டே சொன்னார்.

மாமாவால் எப்படி எந்த விஷயத்திற்கும் சிரித்த முகத்தோடு பதில் சொல்ல முடிகிறது? ஒன்று எதுவும் அவர் சம்பந்தப்பட்டது இல்லை என்ற மனோபாவமாக இருக்கலாம். இல்லை, உலகில் எந்தப் பிரச்சனைக்கும் தீர்வு உண்டு என்ற நம்பிக்கை இருக்க வேண்டும். ஆனால், விஷயம் அவருடைய மகளைப் பற்றியது. அவருடைய தங்கையைப் பற்றியது. அப்படியிருந்தும் அவர் சிரித்த முகம் எப்போதும் சிரித்த முகமாகவே இருக்கிறது.

அம்மா இன்னமும் நிதானம் அடையவில்லை. ஆனால், பார்வதி தெளிவடைந்துவிட்டாள். அவளுடைய அப்பாவே இந்த இரண்டாம் கல்யாணம், மனைவி தவறில்லை என்று சொல்லி விட்டதில் அவள் சமாதானமாகிவிட்டாள். ஆனால், இதைத்தான் முதல்முறையும் மாமா சொன்னார். எனக்கு மாமா என்றொருவர் உண்டு என்பது என் மனதில் கடந்த மாதம் வரை தோன்றியதில்லை. ஆனால், இன்று ஒரு தீர்க்கவே முடியாத

பிரச்சனை என்பதை அவர் சம்மதம் கொடுத்து நிலைமையை சகஜமாக்கிவிட்டார்.

இரவு மீண்டும் அம்மா மாமாவோடு வாதாட உட்கார்ந்தார். "இதோ பார் சுந்தரி, அந்தப் பொண்ணும் நல்ல பொண்ணு. சுந்தரமும் நல்ல பையன். இதை வெளிப்படையாகச் சொல்லி விட்டான். சொல்லாமலே இருந்தால் யார் என்ன செய்ய முடியும்? நீங்கள் எல்லா ஊரையும் விட்டு பம்பாயில் போய்ச் சேருவீர்கள் என்று எனக்குத் தெரியாது. பம்பாயில் உனக்குப் பிடிக்காதது பலவற்றைச் சகித்துக்கொண்டுதான் குடித்தனம் செய்ய வேண்டியிருக்கிறது. நீயாக ஏதாவது கற்பனை செய்து கொள்ளாதே. முதலில் அந்தப் பெண் அமெரிக்காவிலிருந்து வரட்டும். அதன்பிறகு பார்த்துக்கொள்ளலாம்."

மாமா ஆசிரமத்தில் வேறெங்கோ போய்விட்டார். எங்கள் மூன்று பேருக்கும் கம்பளி கொடுத்தார்கள். நாங்கள் கம்பளிக்குள் எங்களைச் சுருட்டிக்கொண்டு தூங்கினோம். நான் கவலையே இல்லாமல் இருந்தேன். ரிஷிகேஷில் தந்தி அடிக்க வசதி இல்லை. நான் பம்பாய் சென்ற பின்தான் ஒருநாள் தாமதமானதற்கு விளக்கம் தரவேண்டும்.

நாங்கள் மீண்டும் மாமாவைப் பார்க்க முடியவில்லை. அவர் ஏதோ காட்டுக்குப் போய்விட்டதாகச் சொன்னார்கள். ரிஷிகேஷத்திலிருந்து ஹரித்துவார் வந்து சேர்ந்தோம். அங்கு ஒரு டாக்சி பாதி கட்டணத்துக்கு டில்லி அழைத்துப் போவதாகச் சொன்னான். அவனை டில்லி ரயில்நிலையத்தில் கொண்டு விடச் சொன்னோம். பம்பாய்க்குக் காலை ஐந்து மணிக்கு வந்து சேர்ந்தோம்.

நான் கம்பெனிக்குப் போவதற்கு முன்பு லட்சுமிக்கு ஒரு சொல் கேபிள் கொடுத்தேன்.

"சொல்லியாயிற்று."

41

ஜானகியின் உறவினர் ஓர் இரவு வந்தார். "நான் போன வாரம் வந்திருந்தேன். நீங்க மூணு பேரும் ஊருக்குப் போயிருக்கிறதாச் சொன்னாள். எங்கே? அவ ஏன் வாயே திறக்காம இருக்கா?"

"யாரைச் சொல்லறேள்?" நான் கேட்டேன். நான் அப்போது தான் கம்பெனியிலிருந்து திரும்பி வந்திருந்தேன்.

"ஊருக்குப் போனது யாரு?"

"நாங்கதான்."

"எங்கே?"

"ரிஷிகேஷ்"

"அது மலைன்னா? அங்கேயெல்லாம் பிள்ளைத் தாச்சிப் பெண்ணை அழைச்சுண்டு போயிருக்கேளே?"

"அவ அப்பாவைத்தானே பாக்கப் போயிருக்கா?"

"அது அப்பா வீடு இல்லையே?"

அந்தப் பேச்சு அத்துடன் முடிந்தது. நான் தனியாக விசாரித்தேன். வட இந்தியர்களே கர்ப்பிணிப் பெண்களை மலை மீது போக வேண்டிய இடங்களுக்கு அழைத்துப்போவது கிடையாது. நான் தவறு செய்துவிட்டேன். என் நெருக்கடிக்காக என் மனைவியை இருமுறை மலைப் பிரதேசத்துக்கு அழைத்துப் போய்விட்டேன்.

என் கம்பெனி நிலைமை எதிர்பாராத விதமாகத் தீவிரமாக இருந்தது. மாலை ஐந்தரை மணிக்குக் கம்பெனி கேட்டை மூட வேண்டும் என்ற நிபந்தனை சில செல்வாக்கு மிகுந்தவர்களுக்காகத் தவிர்க்க வேண்டியிருந்தது. இன்னும் சில நாட்களில் உற்பத்திப்போட்டி தீவிரமாகிவிடும். ஒரு வேலைநிறுத்தம் அறிவிக்கப்பட்டது. யுத்த காலத்தில் அறிவிக்கப்பட்ட பஞ்சப்படி இப்போது போதவில்லை. அதைத் திருத்தி அமைப்பதோடு பணியாளர்களுக்கு வைத்திய வசதி, இரு வருடத்திற்கு ஒருமுறை இந்தியாவில் எந்தவொரு இடத்திற்கும் ஒரு வார கால அளவில் போய்வரப் பயணப்படி என்று முப்பத்தி நான்கு கோரிக்கைகள் இருந்தன. என்னை நிர்வாகத்தில் சேர்த்திருந்ததால் நான் இந்த நிபந்தனைகளை ஆராய்ந்து என் சிபாரிசுகளை மூன்று நாட்களுக்குள் தரவேண்டும் என அறிவிக்கப்பட்டது. என் முகத்தில் தெரிந்த கவலையை உணர்ந்த என் அம்மாவும் பார்வதியும் அவர்கள் மனத்தாங்கல்களை ஒதுக்கி வைத்து என்னைத் தனியாக விட்டார்கள்.

முதல் யுத்தம் முடிந்த கையோடு பல தொழிலாளர் சட்டங்கள் நடைமுறையில் இருந்தன. ஆனால், இன்னொரு யுத்தம் நிகழ்ந்து முடிந்ததில் பல சட்டங்கள் அர்த்தமில்லாததாகப் போயிருந்தன. சுதந்திர இந்தியாவின் எல்லா மூலைமுடுக்குகளிலும் பம்பாய்த் தொழிலாளர் உறவு விஷயத்தில் ஒவ்வொரு நடவடிக்கையையும் கூர்ந்து கவனிக்கப்பட்டிருந்தது.

எனக்கு முறையான கல்லூரிப் படிப்பு இல்லாததின் விளைவு எனக்குத் தொழிலாளி வர்க்கச் சிக்கல்களே எடுத்துரைக்க முடியவில்லை. மேலோட்டமாக சம்பளத்தகராறு என்று சொல்ல முடிந்ததேயொழிய பிரச்சனையை அலசித் தெளிவாக்க முடியவில்லை. லட்சுமி அவளுடைய முதல் உரையில் இந்த ஆற்றல் நிறையவே அவள் பெற்றிருந்தது தெரிந்தது. எனக்கு இவ் விஷயங்கள் பற்றிப் பேசி விவாதிக்க ஒருவர் இருந்தால் நான் நிலைமையை ஓரளவு சமாளிக்க முடியும். ஒரு கட்டத்தில் நான் உத்தியோகத்தையே விட்டுவிடலாமா என்றுகூட நினைத்தேன். அரசு அதிகாரிகள் எங்கள் கம்பெனி மீது தேவையே இல்லாத துவேஷம் காட்டினர். கடைசியில் கம்பெனியைத் தற்காலிகமாக மூடிவிட்டார்கள்.

முன்பொரு முறை பம்பாய்த் துறைமுகத்தில் நேர்ந்த பெரிய வெடி விபத்து காரணமாக எங்கள் கம்பெனி வாகன உற்பத்தியை நிறுத்திவிட்டு நிர்வாகம் மட்டும் ஒரு ஹோட்டலிலிருந்து நடத்தியது. மீண்டும் அத்தகைய நிலைமை வந்துவிடுமோ என்று தோன்றியது. ஒரு பெரிய தேசியத் தலைவர் தலையிட்டு

நிர்வாகத்துக்கும் தொழிலாளிகள் குழுவுக்குமிடையே ஓர் ஒப்பந்தம் அமைத்துத் தந்தார்.

எனக்குத் திரும்பத் திரும்ப லட்சுமி நினைவு வந்தது. என்னை அவளுடைய சமூக சேவையில் சேர்ந்து பணியாற்ற வேண்டும் என்று ஒரு விண்ணப்பம் செய்திருந்தாள். என் எதிர்காலம் அவள் கையில் தானிருக்கிறதோ?

வீட்டில் எனக்குக் குற்ற உணர்வு தொடர்ந்து இருந்தது. என் சிக்கல் தீர்வதற்காக ஒரு கர்ப்பிணிப் பெண்ணை இருமுறை மலைப் பிரதேசத்திற்கு அழைத்துச் சென்றிருக்கிறேன். பிரசவ நாள் நெருங்க நெருங்க நான் தூங்கிக் கண் விழித்தால் முதல் நினைவு ரிஷிகேஷ் பயணம்தான் வந்தது. சம்சாரமே வேண்டாம் என்று போன என் மாமா என் குற்ற உணர்வுக்குக் காரணமாய்விட்டார். பிரசவம் முடிந்த சில நாட்களுக்குள் லட்சுமி வந்துவிடுவாள். நான் கொடுத்த ஒற்றைச் சொல் தந்திக்கு ஏனோ பதில் இல்லை. ஆனால், அவளின் ஐந்தாண்டுப் படிப்பின் இறுதி நாட்கள். அவள் யோசித்துப் பதில் எழுத நேரமிருக்காது.

என் அமெரிக்கப் பயணம், பயிற்சி, பட்டம் எல்லாம் நான் பலரின் பொறாமைக்கு ஆளாகச் செய்தது. ஆனால், அவை என் வாழ்க்கையில் யாராலும் கற்பனை செய்ய முடியாத சிக்கலுக்கும் வழிசெய்திருக்கிறது என்பதை என் அம்மாகூடப் புரிந்துகொள்ளவில்லை. என் சிறு வயதில் நான் என் அம்மாவுடன் அதிக நாட்கள் இருந்ததில்லை. ஆனால், மாமா சந்நியாசம் வாங்கிப் போனதிலிருந்து என்னுடன் தான் இருக்கிறாள். மிகச் சிறிய சம்பளம் கொண்டு மனைவி, அம்மா வுடன் என் தம்பியையும் வைத்துப் பார்த்துக்கொண்டவன். மணிக்கு டி.பி. என்று சொன்னபோது நான் எவ்வளவு வேதனைப் பட்டிருக்கிறேன்! அவனுக்கு ஒரு நாள் மருந்து தவறாமல் பார்த்துக்கொள்வதற்காகவே எனக்கென நண்பர்கள், பொழுது போக்கு என்று வைத்துக்கொள்ளவில்லை. இதெல்லாம் எப்படி அம்மாவின் கவனத்தைப் பெறாமல் போயிற்று?

நானாகத் தம்பியிடம் ஏதும் சொல்லவில்லை. அம்மா சொல்லியிருக்கலாம். ஆனால், வீட்டில் ஒரு புதுப்பெண். புது மருமகள். நிறைய உறவினர் கொண்டவர்கள். அவள் மூலம் செய்தி வெளியே போனால் வெறும் வம்புப் பேச்சுக்குத்தான் இடம் தரும்.

என் வீட்டிலேயே நான் ஓர் அந்நியன் போல இருந்தேன். மணியோ அவன் மனைவியோ ஒருமுறைகூட என்னிடம் மரியாதைக் குறைவாக நடந்துகொள்ளவில்லை. மோட்டார்

கார் ஓட்டத் தெரிந்தவள் என்றால்கூட அம்மா ஜானகிக்கு அதிகம் சலுகை தரவில்லை. வீட்டு வேலையில் அவளுக்குரிய பங்கை அவள் செய்தேயாக வேண்டும்.

பார்வதியை மீண்டும் ஒரு நாள் அந்த குஜராத்தி டாக்டரிடம் அழைத்துச் சென்றது. அவள் அப்போதும் எக்ஸ்ரே எடுப்பதை விரும்பவில்லை. “இந்த யுத்த காலத்தில் வந்தது இந்த எக்ஸ்ரேயும் பெனிசிலினும். எக்ஸ்ரே இன்னும் கொஞ்சம் பழையதுதான். ஆனால், நான் எடுத்த எடுப்பிலேயே இந்த இரண்டையும் சிபாரிசு செய்ய மாட்டேன். வலியெடுக்க ஆரம்பித்தவுடன் என் நர்சிங் ஹோமில் சேர்த்துவிடுங்கள். இப்போதுதான் உங்களுக்கு டெலிபோன் இருக்கிறதே, அதைப் பயன்படுத்துங்கள்.”

நான் ஜானகியை வண்டியுடன் அம்மாவையும் பார்வதியை யும் மீனாவையும் அனுப்பிவிட்டு என் கம்பெனிக்குச் சென்றேன். இந்திய சுதந்திரத்திற்கு முன்னால் அப்பழுக்கில்லாமல் ஒரு தடையில்லாமல் இயங்கிக்கொண்டிருந்த எங்கள் நிறுவனம் பலவிதமான குழப்பத்தில் தள்ளப்பட்டுவிட்டது. பழைய வண்டி களைச் சரிபார்க்கும் வேலையை நாங்கள் நிறுத்த முடியவில்லை. இந்தியாவின் மிகப் பெரிய வர்த்தக நிறுவனமாகத் தீட்டப்பட்ட நிறுவனம் ஒரு ‘ரிப்பேர்’ கடையாக இயங்கிக்கொண்டிருந்தது. நான் டில்லிக்குப் போய் வந்ததெல்லாம் அர்த்தமேயில்லாமல் போய்விட்டது. ஓர் இறக்குமதி சாத்தியமாயிற்று என்பதைத் தவிர நிறுவனம் வளருவதற்கு ஏதும் உதவவில்லை.

லட்சுமி வருகையை முதலில் ஒரு கலக்கத்தோடு எதிர்பார்த்து கொண்டிருந்த நான் இப்போது ஆவலோடு எதிர்பார்த்துக் கொண்டிருந்தேன்.

42

இந்த முறை பார்வதியை டாக்டரிடம் அழைத்துச் சென்ற போது அந்த டாக்டர் அவளை அப்போதே தனது பிரசவ விடுதியில் சேர்த்துவிடச் சொன்னாள். "பிரசவம் ஒரு நாள் ஒன்றரை நாள் கூட ஆனாலும் கவலைப்படாதீர்கள். சிறிது சிரமப் படும். ஆனால், நல்லபடியாக நடக்கும்."

கார் இருப்பதும் அதை என்னைத் தவிர ஜானகியும் ஓட்டத் தெரிந்ததும் எவ்வளவு வசதி யாகப் போய்விட்டது! பார்வதி என்னிடம் சகஜ மாகப் பேசினாள். அம்மாதான் ஏதோ பிச்சைக் காரனிடம் பேசுவது போலப் பேசினாள். இதை மணி, ஜானகி அவசியம் கவனித்திருப்பார்கள்.

அன்று மாலை நர்சிங் ஹோமுக்கு விநாயக் வந்திருந்தான். "நீ எப்படி வந்தே?" என்று கேட்டேன். அவன் ஆச்சரியத்துடன், "ஏன், டிராமில் வந்தேன்" என்றான்.

"உனக்கு எப்படித் தெரியும்?"

"மணி சொன்னார். நிர்மலாவும் வந்திருப்பாள். அவளுக்கு நாளை ஒரு பரீட்சை. மனப்பாடம் செய்துகொண்டிருக்கிறாள்."

பார்வதி விநாயக்கைப் பார்த்தவுடனேயே, "ஏன் நிர்மலா வரவில்லை?" என்று கேட்டாள்.

எனக்கு வியப்பாக இருந்தது. என்னைச் சுற்றி யுள்ளவர்களுக்கு அக்கறை காட்டும் மனிதர்கள் எவ்வளவு வகை வகையானவர்கள்! மணிக்கு இருந்த பக்குவம் எனக்கிருக்கிறதா? என்னை விமான நிலையத்தில் வரவேற்க ஒருவரும் வரவில்லை.

திடீரென்று ஏற்பட்ட பரிச்சயத்தில் ஓர் ஐம்பது வயது அம்மாள் எனக்கு நள்ளிரவில் வண்டியுடன் வந்திருக்கிறாள்!

பார்வதிக்கு வலி ஏற்பட்டுவிட்டதாக எனக்கு கம்பெனிக்கு ஜானகி டெலிபோன் செய்தாள். நான் எப்படியும் ஐந்து ஐந்தரை மணி வரை இருந்தாக வேண்டும். நான் புறநகர் ரயிலில் ஏறினதும் ஆஞ்சநேயர் கோயில் நினைவுக்கு வந்தது. அது நல்ல நிலையில் இல்லை. பார்வதி பிரசவம் நடந்தபின் அதைப் பற்றி விசாரிக்க வேண்டும். என்னுடைய கவனம், அது ஒரு தனியார் ஏற்படுத்தியது. பெரியவர் இறந்துபோயிருப்பார். வாரிசுகளுக்கு அந்த நிலத்தை மாடி வீடு கட்ட வேண்டும் என்றிருக்கலாம். அவர்களாக இடிக்காமல் கோயிலாகவே விழுந்துவிடவேண்டும் என்று காத்திருப்பார்கள்.

பார்வதிக்குக் குழந்தை திசைமாறித்தான் இருந்தது. ஆனால், அந்த டாக்டர் கூடவே இருந்து பக்குவமாகக் குழந்தையைத் தாயிடமிருந்து பிரித்துவிட்டாள். அவள் பெனிசிலின் பயன்படுத்த வில்லை. டெட்டால், ஸ்பிரிட் ஆகியவற்றை வைத்தே பிரசவத்தை நல்லபடியாகச் செய்து முடித்துவிட்டாள். அம்மா விரும்பியபடி ஆண் குழந்தை.

பார்வதிக்கு சரியாக நினைவு வர ஒரு நாளாயிற்று.

நானும் அம்மாவும் மருத்துவமனையிலே இருக்க ஜானகி வீட்டைப் பார்த்துக்கொண்டு பகல் உணவை எடுத்து வருவாள். இரவில் மணி எடுத்து வருவான். நான் இரு நாட்களுக்குப் பிறகு வேலைக்குப் போய்விட்டேன்.

பார்வதிக்குப் பெருமை ஆண் குழந்தைக்குத் தாயானதில். அடுத்த விவாதம் என்ன பெயர் வைப்பது என்று. பொதுவாகத் தாத்தா பெயர்தான் வைப்பது வழக்கம். அம்மா அந்தப் பெயரே அற்பாயுள் என்று வேண்டாம் என்றாள். கடைசியில் கணபதி என்று தீர்மானமாயிற்று. ஆனால், டாக்டர் சொன்னாள்: இரு வாரங்கள் இங்கிருக்க வேண்டும். தாயும் குழந்தையுமாக நல்ல நிலையில் வீடு திரும்பட்டும், அதன்பிறகு பெயர் வைப்பதை முடிவு செய்யுங்கள். இது நல்ல சகுனமாகப் படவில்லை.

நானாகச் சொல்லவில்லை. ஒரு நாள் லட்சுமியின் அம்மா பழங்கள், ஒரு பெரிய புட்டி ஹார்லிக்ஸுடன் நர்சிங் ஹோமுக்கு வந்திருக்கிறாள். அம்மா முகத்தைத் திருப்பி வைத்துக்கொண் டிருக்கிறாள். ஆனால், பார்வதி படுக்கையிலிருந்தபடியே லட்சுமி யின் அம்மாவை வரவேற்றிருக்கிறாள். ஜானகியும் இருந்திருக் கிறாள். ஜானகியுடனும் அந்த அம்மாள் மிகவும் அன்பாகப் பேசி யிருக்கிறாள். "அமெரிக்காவிலிருந்து என் பெண் டெலிபோனில்

பேசினாள். வீட்டுக்குப் போனேன். அப்போது ஒரு பயில்வான் அங்கு வந்திருக்கிறார். அவர்தான் விஷயத்தைச் சொன்னார்."

பார்வதி நர்சிங் ஹோமில் மிகவும் உற்சாகமாக இருந்திருக்கிறாள். எல்லோருடனும் சிரித்துப் பேசியிருக்கிறாள். இதையெல்லாம் கேள்விப்பட்டது எனக்கு ஆசுவாசமாக இருந்தது. கர்ப்பிணிகளை மலைக்கோயில்களுக்கு அழைத்துச் செல்லக் கூடாது என்று இன்னொருவர் கூடச் சொன்னார். அவர் அதை ஏதோ நம்பிக்கை என்றில்லாமல் மலைப்பிரதேசங்கள் இரு வகையில் நல்லதல்ல. நிறைய படிகள் ஏறுவதில் கால் தவற வாய்புண்டு. இரண்டாவது, காற்று அழுத்தத்தில் மாற்றம். மூச்சுத் திணறல் ஏற்பட வாய்ப்பு. எனக்குப் பார்வதி இந்த இரு அபாயங்களையும் கடந்துவிட்டாள் என்று தோன்றியது.

நர்சிங் ஹோமில் முழுக்க இரு வாரங்கள் இருந்தாயிற்று. செவ்வாய் அல்லது புதன் வீட்டிற்குப் போகலாம் என்று டாக்டர் சொன்னாள். ஜானகியைப் பார்வதியுடன் இருக்கச் சொல்லிவிட்டு அம்மா தனியாக ஒரு விக்டோரியாவை அமர்த்திக் கொண்டு வீடு சென்றிருக்கிறாள். ஓர் அறையைச் சற்று சுத்தப் படுத்தி என்னுடைய பழைய வேஷ்டிகள் ஐந்தாறைத் தயாராக எடுத்து வைத்திருக்கிறாள். பீரோவுக்குப் பயன்படுத்திய ரப்பர் ஷீட்டையும் பரணிலிருந்து எடுத்து வைத்திருக்கிறாள்.

நான் அரை நாள் லீவு போட்டு நர்சிங் ஹோமிலிருந்து பார்வதி, மீனா, குழந்தையை வீட்டுக்கு அழைத்து வந்தேன். ஜானகி எங்களை ஆரத்தி காட்டி உள்ளே வரவிட்டாள்.

எனக்கு நேரமில்லை. உடனே கிளம்பிவிட்டேன். வழக்கத்துக்கு மாறாக காரை ஓட்டிக்கொண்டு கம்பெனிக்குச் சென்றேன். அங்கே வாசலில் உள்ள செக்யூரிட்டிக்காரர்கள் இருவர், "உங்களுக்கு மீண்டும் மீண்டும் வீட்டிலிருந்து போன் வந்தது சாப்" என்றார்கள்.

நான் அந்த இடத்திலேயே உள்ள டெலிபோன் மூலம் வீட்டிற்கு போன் செய்தேன். அம்மா, "சுந்தரம், குழந்தைக்கு உடம்பைத் தூக்கித்த தூக்கிப் போடறதுடா" என்றாள்.

"அம்மா, உடனே டாக்டர் கிட்டே கொண்டு போ."

"காரை நீ எடுத்துண்டு போயிட்டயேடா."

"கார் இல்லாது போனா என்னம்மா, விக்டோரியா எடுத்துக் கிறது. நீ ஆஸ்பத்திரிக்குப் போ. நான் அங்கே வந்துடறேன்."

நான் என் டைரக்டரிடம் மீண்டும் அனுமதி கேட்டுக்கொண்டு நர்சிங் ஹோம் விரைந்தேன். நான் அங்கு போவதற்கும் அம்மா, பார்வதி, ஜானகி குழந்தையுடன் வருவதற்கும் சரியாக இருந்தது.

டாக்டர் குழந்தையைப் பரிசோதித்த விதம் கவலையை அதிகரித்தது. "குழந்தைக்கு ஏதாவது கொடுத்தீர்களா?" என்று கேட்டாள்.

"ரெண்டு சொட்டு சக்கரைத் தண்ணி கொடுத்தேன்."

"அதனால்தானா என்று தெரியவில்லை. குழந்தை மூச்சு நின்றுவிட்டது."

"அப்படீன்னா?"

"குழந்தை செத்துப்போய்விட்டது."

அம்மா, பார்வதி இருவரும் அதிர்ந்து நின்றார்கள். அம்மா, "ஐயோ! ஐயோ!" என்றாள். ஆஸ்பத்திரியில் இருந்த ஐந்தாறு பணியாளர்கள், நோயாளிகள் அம்மா கத்தியதைக் கேட்டு வெளியே வந்தார்கள்.

நான் பார்வதியைக் கட்டிப்பிடித்துக்கொண்டேன். இறந்த குழந்தையையும் மீனாவையும் மெதுவாக வண்டியருகே அழைத்து வந்தேன். "ஜானகி, நீ வண்டியை ஓட்டு" என்றேன்.

எனக்கு அம்மாவைப் பார்க்கப் பரிதாபமாக இருந்தது. அவளுடைய கணவன்–என் அப்பா–அவர் பெற்றோர் வீட்டில் இறந்து போனார். அம்மா அவர் முகத்தை மட்டும் பார்க்க நேர்ந்தது. அதன் பிறகு இருபது இருபத்தைந்து ஆண்டுகளாக அவளுக்குச் சாவுடன் நேரடித் தொடர்பு கிடையாது. இப்போது அவளுடைய பேரன், யார் தவத்தாலோ பிறந்த பேரன், யார் சாபத்தாலோ பெயர்கூட இல்லாதவனாக உலகத்தை விட்டு ஓடிவிட்டான். காலால் பிறந்த குழந்தை, இருமுறை கர்ப்பத்தில் மலையேறிய குழந்தை, இப்போது விடுதலை அடைந்துவிட்டது.

நாங்கள் வீடு வந்து சேர்ந்தோம். இரு வாரக் குழந்தையைத் தரையில் கிடத்தினோம்.

எல்லாருடைய அழுகையும் அடங்கிவிட்டது. ஜானகியைத் தவிர நாங்கள் எல்லோரும் குழந்தையையே வெறித்துப் பார்த்துக் கொண்டிருந்தோம்.

மாலையில் மணி வந்தபோது அவன் அதிர்ச்சியடைந்தான். இன்று குழந்தை வீட்டுக்கு வரப்போகிறது என்று ஒரு கிலுகிலுப்பையும், தொட்டில் மீது தொங்கவிட்டுச் சாவி கொடுத்தால் ராட்டினம் போலச் சுற்றும் ஒரு பொம்மையும் வாங்கி வந்திருந்தான்.

ஜானகி சமையலறைப் பாத்திரங்களைத் தேய்க்க ஒழித்துப் போட்டாள். மணி காய்கறி விற்கும் ஜோசியரிடம் சென்று இரு புரோகிதர்களை அழைத்து வந்தான். இரு வாரமேயான குழந்தை. ஆதலால் அடக்கம்தான் செய்ய வேண்டும். அவர்கள் வைதீக

காரியங்கள் அதிகமில்லை என்றார்கள். குழந்தையைச் சுடுகாட்டுக்கு எடுத்துப் போகும்போது மணி ஏழு. பனி பெய்ய ஆரம்பித்தது. யார் சொன்னார்கள் தெரியவில்லை, விநாயக் வந்துவிட்டான்.

நான்தான் குழந்தையைக் குழியில் கிடத்தினேன். நான் அது மூச்சுவிட்டுக் கொண்டிருந்தபோது ஒரு சொல் பேசிக் கொஞ்சியதில்லை. அது மீது மண்ணைப் போடும்போது எனக்கும் தாங்கவில்லை. ஆனால், விநாயக் என்னைக் கெட்டியாகப் பிடித்துக்கொண்டான். நாங்கள் வீடு திரும்பியவுடன் அவன் வீட்டுக்குப் போய் எங்களுக்குச் சப்பாத்தியும் வேக வைத்த பருப்பும் கொண்டு வந்திருந்தான்.

என் கம்பெனிக்காரர்கள், மணி தொழிற்சாலைக்காரர்கள் நான்கைந்து பேர் வந்துவிட்டார்கள். எனக்கு எதையும் ஒழுங்காகச் சொல்ல முடியவில்லை. ஜானகி டெலிபோன் செய்திருக்க வேண்டும், அவளுடைய உறவினரும் நாங்கள் சுடுகாட்டிலிருந்து திரும்பி வரும்வரை காத்திருந்தனர். அன்று சாப்பாடு கொண்டு வருவது அவர்கள் முறை.

இதற்கிடையில் ஜானகி மணி காதோடு ஏதோ சொன்னாள். மணி என்னிடம் சுருக்கமாக, "லட்சுமி வந்துவிட்டாளாம்" என்று சொன்னான். அவன் சொன்ன விதம் அவன் எல்லா விவரங்களையும் அறிந்தவன் என்று காட்டியது.

வெறும் ஜடமாக உட்கார்ந்திருந்த என் அம்மாவிடம் சென்றேன். "அம்மா, உனக்குப் பிடித்த நிர்மலா சிறிது சாப்பாடு அனுப்பியிருக்கிறாள்" என்றேன்.

அவள் வந்து கூடியிருந்தவர்களைப் பார்த்தாள். ஜானகியின் உறவினர் ஒருவர், "எல்லாரும் சின்ன வயசுதானே, இன்னும் குழந்தைகள் பிறக்காமலா போய்விடும்" என்று சமாதானமாகச் சொன்னார்.

வாசலில் சின்ன சலசலப்பு. லட்சுமியின் அம்மாவும் லட்சுமி யும் வந்தார்கள். பார்வதி குழந்தை போய்விட்டது என்று அவர்களுக்குத் தெரிந்த மாதிரி இருந்தது.

லட்சுமி என் அம்மாவை நமஸ்கரித்தாள். "அம்மா, இனிமேல் உங்கள் சுகதுக்கங்கள் என் சுகதுக்கங்கள்."

அம்மா அவளை உற்றுப் பார்த்தபடி இருந்தாள். லட்சுமி அசையவில்லை. அங்கு அறையிலிருந்த யாருமே அசையவில்லை.

சட்டென்று அம்மா லட்சுமியைப் பிடித்துக் கட்டிக்கொண்டு விக்கி விக்கி அழுதாள்.

〇〇〇